จาอีน ออสเตน
นักสืบสาวจอมเปิ่น

ตอน : รองเท้ามรณะ

ลอร่า เลไวน์ เขียน

พิราภรณ์ ขจรพันธุ์ แปล

ชุดวรรณกรรมแปลน่าอ่าน

เรื่อง จาอีน ออสเตน : นักสืบสาวจอมเปิ่น (A Jaine Austen Mystery)
ตอน รองเท้ามรณะ (Shoes to Die For)
ผู้เขียน ลอร่า เลไวน์ (Laura Levine)
ผู้แปล พิราภรณ์ ขจรพันธุ์
จัดพิมพ์ บริษัท มงคลทวีผล จำกัด
สำนักพิมพ์ชัยมงคลพริ้นติ้ง
152/59 หมู่ 1 ถนนกาญจนาภิเษก
แขวงบางไผ่ เขตบางแค กรุงเทพฯ 10160
โทรศัพท์ : 0-2804-1620
อีเมล์ : bestbook@truemail.co.th

ชัยมงคลพริ้นติ้ง

เลขมาตรฐานสากล 974 - 93436 - 0 - 3
ศิลปกรรม ไพร์ม ทีม กรุ๊ป
ออกแบบปก ธัญญากานต์ สันติสุขโพธา
พิสูจน์อักษร พิจิกา
พิมพ์ครั้งที่ 1 กันยายน 2548
ราคา 185 บาท

พิมพ์ บริษัท วี. พริ้นท์ (1991) จำกัด
23/71-72 หมู่ 1 แสมดำ บางขุนเทียน กรุงเทพฯ 10150
จัดจำหน่ายทั่วประเทศ บริษัท อมรินทร์ บุ๊ค เซ็นเตอร์ จำกัด
65/60-62 หมู่ 4 ถ.ชัยพฤกษ์ (บรมราชชนนี)
ตลิ่งชัน กรุงเทพฯ 10170
โทรศัพท์ : 0-2882-2000
โทรสาร : 0-2434-1382 , 0-2434-1384 , 0-2882-2255

แด่.. เกรซี่

และสตรีผู้มีความล้ำค่าทุกคน

ในชีวิตของฉัน..

ลอร่า เลไวน์

คำนำสำนักพิมพ์

หนังสือ **จาอีน ออสเตน : นักสืบสาวจอมเปิ่น ตอน รองเท้ามรณะ** ที่อยู่ในมือท่านนี้เป็นตอนหนึ่งในหลาย ๆตอนของหนังสือชุด **จาอีน ออสเตน : นักสืบสาวจอมเปิ่น** ที่ **จาอีน ออสเตน** นักสืบจำเป็นจอมเปิ่นคนนี้ต้องเข้าไปเกี่ยวข้องและคลี่คลายคดีฆาตกรรมหลาย ๆคดี หนังสือชุดนี้เป็นบทประพันธ์ร่วมสมัยของ **ลอร่า เลไวน์** นักเขียนสาวชาวเมืองลอส แองเจลิส หรือที่ชาวไทยคุ้นหูชื่อเมืองนี้ว่า แอล.เอ. เป็นบทประพันธ์ที่สะท้อนถึงชีวิตความเป็นอยู่ของอเมริกันชนในยุคปัจจุบันได้อย่างดี ผ่านปลายปากกาที่ผูกเป็นเรื่องให้ชวนอ่านชนิดวางไม่ลง

ชีวิตจริงของบางคนก็เหมือนนิยาย แต่นิยายหลายเรื่องก็ดูช่างสมจริง **จาอีน ออสเตน** ได้บอกเล่าถึงชีวิตของเธอ ที่บังเอิญต้องพบกับคดีฆาตกรรมครั้งแล้วครั้งเล่า ในครั้งนี้ก็เช่นกัน ที่เธอได้เข้าไปพบกับคดีฆาตกรรมอีกครั้ง โดยทิ้งรองเท้ามรณะไว้เป็นปมปริศนาให้แก้ เชื่อมั่นว่าเมื่อผู้อ่านรู้จักผู้ตายผ่านการบอกเล่าของเธอแล้วจะรู้สึกว่าผู้ตายนั้นสมควรตาย แต่ผู้ถูกกล่าวหาว่าเป็นฆาตกรนี่สิ มิสมควรที่ต้องถูกกล่าวร้ายและลงโทษเช่นนั้น (น่าสงสารจริง..?)

เธอจึงต้องผันตัวเองจากนักเขียนอิสระมาเป็นนักสืบ (จำเป็น) อิสระ ที่กอปรด้วยไหวพริบบวกกับความเป็นเพราะไม่ใช่มืออาชีพ (แต่ใจรัก) แต่ด้วยความช่างสังเกต และการสืบค้นอย่างมุ่งมั่น ในที่สุด.. คุณก็จะรู้

ความจริงว่าใครคือฆาตกรพร้อม ๆกับเธอ ผ่านการถ่ายทอดเป็นภาษาไทย โดย **พิราภรณ์ ขารพันธุ์** ซึ่งเข้าใจวิถีชีวิตของอเมริกันชนเป็นอย่างดี

ไม่เพียงแต่ความสนุกสนาน พร้อมกับใบหน้าที่เปื้อนรอยยิ้มเล็กยิ้มน้อย ผนวกกับความตื่นเต้นในบางฉากที่เกิดขึ้นในขณะที่ท่านอ่านหนังสือเล่มนี้ หากท่านมีโอกาสได้อ่านเป็นรอบที่สอง ท่านจะพบกับสัจธรรมของชีวิตหลายข้อที่เป็นประโยชน์ต่อการดำรงชีวิตในสังคมที่วุ่นวายนี้ ลองอ่านรอบที่สองสิครับ และแบ่งปันเล่าให้เพื่อน ๆฟังบ้าง ท่านจะพบว่าหนังสือเล่มนี้ที่ดูเหมือนจะมีแต่ความบันเทิงเท่านั้น ก็มีสาระหลักธรรมอันจักยังประโยชน์ต่อการดำเนินชีวิต ให้ชีวิตของท่านดำเนินไปอย่างราบรื่นและสันติสุข

สำนักพิมพ์ชัยมงคลพริ้นติ้ง

สิงหาคม 2548

จากใจผู้แปล

ท่ามกลางกระแสภาวะเศรษฐกิจอันวิกฤติอยู่ในขณะนี้ หันไปทางไหนก็เห็นแต่ความเครียดที่ฉายแววอยู่ในดวงตาของผู้คน มนุษย์แต่ละคนก็ย่อมมีวิถีแห่งการคลายเครียดที่เป็นลักษณะเฉพาะของแต่ละคนไป บ้างก็ดูหนัง ฟังเพลง เล่นกีฬา และบ้างก็.. จ่อมจมตัวเองอยู่ในโลกแห่งจินตนาการของภาษาและอักษร..

ดิฉัน ในฐานะของผู้แปล **จาอีน ออสเตน : นักสืบสาวจอมเปิ่น ตอน รองเท้ามรณะ** ต้องยอมรับว่าภาษาและอักษรของ 'ลอร่า เลไวน์' (Laura Levine) ผู้ประพันธ์นั้นมีเสน่ห์อย่างยิ่ง อ่านแล้วสามารถจ่อมตัวเองอยู่กับเรื่องที่เธอเล่าได้อย่างสนุกสนานร่าเริงตั้งแต่ต้นจนจบ

เนื้อเรื่องที่ลอร่าเขียนมีเนื้อหาที่ทันสมัยต่อยุคและเหตุการณ์ในปัจจุบัน อีกทั้งยังมี 'แก็ก' ในการกระทบกระเทียบเปรียบเปรยและแด่กดัน ซึ่งเป็นการสะท้อนมุมมองต่าง ๆในสังคมได้แสบ ๆคัน ๆ และเต็มไปด้วยอารมณ์ขันที่ดิฉันต้องแปลไปพลางอมยิ้มไปพลางตลอดทั้งเล่ม จนรู้สึกว่าเป็นงานแปลเล่มแรกที่ทำได้อย่างสบายอารมณ์และไร้ความเครียดมาแผ้วพาน.. ไม่เหมือนทำงาน.. แต่เหมือนนอนอ่านเรื่องขำขันอยู่กับบ้านเสียมากกว่า..

รวมทั้ง **จาอีน ออสเตน** นางเอกของเราก็เป็นนางเอกที่มีเอกลักษณ์เฉพาะตน ผิดกับคำว่า.. 'นางเอ๊ก.. นางเอก..' ที่เห็นได้ทั่วไปโขทีเดียว..

ต้องอ่านดูแล้วคุณจะรู้ว่าเธอเป็นผู้หญิงที่จับต้องได้ในชีวิตจริงอย่างไร..? และน่ารักขนาดไหน..? เหมือนคุณ.. เหมือนดิฉัน.. เหมือนเพื่อน ๆ.. และคนรู้จักบางคนที่อยู่ข้าง ๆ ชีวิตของเรา.. อ่านเถอะค่ะ.. สิบปากว่าไม่เท่าตาเห็นนะคะ..

หวังเป็นอย่างยิ่งว่าหนังสือแปลชุด **จาอีน ออสเตน : นักสืบสาวจอมเปิ่น** โดยเฉพาะตอน **รองเท้ามรณะ** เล่มนี้ จะสามารถช่วยให้คุณผู้อ่านได้มีความสุข และรู้สึกผ่อนคลายไปจากสภาวะอันน่าบีบคั้นของสถานการณ์บ้านเมืองในปัจจุบันได้ไม่น้อย รับรองค่ะ.. ว่านักสืบสาวจอมป่วนคนนี้จะมาทำให้คุณคลายเครียดลงได้มากทีเดียว

พิราภรณ์ ขจรพันธุ์
สิงหาคม 2548

ขอขอบคุณ

ขอขอบคุณ จอห์น สก็อคนามิกลิโอ (John Scognamiglio) บรรณาธิการผู้มีไอเดียอันบรรเจิด ช่วยคิดหาอาวุธที่ใช้ในการฆาตกรรม และตั้งชื่อเรื่องให้ด้วยความชำนิชำนาญ และ อีวาน มาร์แชลล์ (Evan Marshall) ตัวแทนของดิฉันที่อยู่เคียงข้างเสมอในเวลาที่ต้องการ

ขอขอบคุณ โจแอน ฟลุ๊ค (Joanne Fluke) ผู้เขียนเรื่อง Hannah Swensen Mysteries ที่แสนสนุก ในความกรุณาและความเอื้อเฟื้อที่เธอมีให้ รวมทั้ง คาร์ลอส มาร์รีโร (Carlos Marrero) ด้วย ที่ช่วยตรวจตราทุกอย่าง

ขอบคุณ มาร์ค (Mark) สามีสุดที่รัก ที่เป็นพลังผลักดันให้แก่ดิฉันมานานนับปี

และที่สุดนี้.. ก็ต้องขอขอบใจ มิสเตอร์กาย (Mr. Guy) เจ้าแมวตัวโปรด เพราะดูเหมือนมันจะไม่ยอมขยับตัวออกไปจากเครื่องคอมพิวเตอร์ของดิฉันเสียที จนกว่าดิฉันจะเอ่ยคำประกาศกิตติคุณให้มันด้วยอีกตัว..!

บทที่ 1

ฉันว่าใน แอล.เอ. น่าจะมีคนอยู่ 2 ประเภท คือ คนที่ทำกับข้าวกับคนที่กินอาหาร.. พวกพ่อครัวก็มักจะคุยกับเอเยนต์และสั่งของอย่างทูน่าหรือสลัดไก่แบบจีน ในขณะที่พวกมากินก็จะ `เม้าธ์' กันกระจายอย่างสนุกสนานด้วยความคึกคะนอง แล้วก็เฝ้าแต่ขอซ้อสมะเขือเทศมาจิ้มเฟรนช์ฟรายด์เพิ่มอยู่ตลอดเวลา

ฉันเองก็เป็นหนึ่งในกลุ่มนักชิมเหล่านั้น ใครเห็นก็ต้องบอกได้อยู่แล้ว.. ก็ดูเอาจากสารพันคอลเลคชั่นกระดาษห่ออาหารจานด่วนที่ขยำกองรวมอยู่ในถังขยะของฉันนั่นไงล่ะ..

แต่ในวันที่เรื่องนี้เริ่มต้นขึ้นนั้น.. ฉันเพิ่งจะมีปากเสียงกับเพื่อนเฉิ่มเบ๊อะบางคน และกำลังบ่ายหน้าเข้าเมืองไปหามื้อเที่ยงกินกับ `แลนซ์' เพื่อนบ้านแสนสนิท และแม้จะเป็นวันที่อุ่นสบายแต่ก็มีหมอกหนาพอควร ฉันขับรถข้ามไปทางตะวันออกมุ่งสู่ถนนลาเบรีย จนเกือบจะมองเห็นป้ายเมืองฮอลลีวู้ดที่ตระหง่านอยู่หลังม่านหมอกหนานั่นได้อย่างชัดเจน

ถนนลาเบรียเป็นแหล่งเพาะความทันสมัยนานาพันธุ์ที่อยู่ใจกลางมหานครลอส แองเจลิส ในอดีตมันเคยเป็นถนนสายอุตสาหกรรมมาก่อน หากแต่ในปัจจุบัน กลับมีร้านเสื้อผ้าชั้นนำและภัตตาคารมากมายตั้งกระจัดกระจายอยู่เรียงรายจนเต็มพรืด ดีที่มันไม่ได้รบกวนป้ายที่ตั้งอยู่ด้านนอกนั่น ฉันมุ่งหน้าไปที่ `คาเฟ่ อองนุย' ซึ่งเป็นหนึ่งในบรรดาร้าน

อาหารที่ตั้งอยู่บนถนนสายนั้น.. และมันก็เป็นร้านอาหารที่หายากเป็นบ้า..!

ฉันขับรถวนไปวนมาระหว่างถนนวิลไชร์กับเมลโรสอยู่ตั้งสามครั้ง จนจวนเจียนจะเปลี่ยนใจ แต่แล้วก็เหลือบไปเห็นร้านอาหารข้างถนนร้านหนึ่งที่มีโต๊ะตั้งอยู่ประมาณสักห้าสิบโต๊ะเห็นจะได้.. ต้องเป็นมันแน่ๆ.. ฉันคิด พลางขับโคโรลล่าคันเก่งเข้าไปจอด ด้วยความที่มาช้าไปประมาณสิบห้านาที ฉันจึงแทบจะถลาเข้าประตูร้านไปเพียงเพื่อจะได้เห็นว่าแลนซ์ไม่ได้อยู่ที่นั่น ทำให้คิดว่าเขาอาจกำลังโดนลูกค้าล้อมหน้าล้อมหลังอยู่ก็ได้ แลนซ์เป็นพนักงานขายรองเท้าแฟชั่นชั้นนำของห้างนีมาน มาร์คัส ที่เขาชอบบอกกับใครๆว่า..

"ฉันทำงานกับระดับสูงย่ะ..!"

ฉันเลือกที่นั่งติดหน้าต่าง พลางชำเลืองมองไปรอบๆร้าน มันมีแต่โต๊ะเก้าอี้ที่ดูประหลาดๆ เพราะสรรหามาจากแหล่งต่างๆกันไป แต่แล้วก็ต้องแปลกใจที่ทั้งร้านมีฉันเป็นลูกค้าอยู่เพียงคนเดียว

ชายหนุ่มหุ่นเพรียวโกนหัวล้านเลี่ยนเตียนโล่งกำลังยืนอยู่หลังเคาน์เตอร์ พลางจ้องมาที่ฉันอย่างชาเย็นโดยไม่คิดจะยิ้มให้สักนิด.. ฉันโบกมือเรียก.. เขาจึงเคลื่อนตัวออกจากม้านั่งที่ยืนพิงอยู่นั้นอย่างเสียไม่ได้

"หวัดดีค่ะ" ฉันส่งเสียงจ๊อกแจ๊กไปทักทาย พยายามที่จะทำไม่รู้ไม่ชี้กับท่าทีดูถูกเหยียดหยามของเขา

"ขอดูเมนูหน่อยได้ไหมคะ..?"

"คุณ.. ครับ.." เขาค่อยๆเล็มออกมา..

"ที่นี่ไม่ใช่ร้านอาหารนะครับ"

"ไม่ใช่เหรอคะ..?"

"ก็ไม่ใช่น่ะสิ.. นี่มันร้านเฟอร์นิเจอร์ต่างหาก"

ฉันมองไปรอบๆอีกครั้ง เลยเพิ่งจะสังเกตได้เป็นครั้งแรกว่า เออแฮะ..! มันมีป้ายราคาแขวนติดอยู่ที่โต๊ะเก้าอี้เหล่านั้นจริงๆเสียด้วย

"มะ.. มะ.. ไม่ใช่.. คาเฟ่ อองนุย เหรอ..?"

"ไม่.. ใช่.." เขาตอบช้า ๆเหมือนกำลังคุยอยู่กับเด็กสามขวบ

"งั้น.. ฉันเดาว่าคุณก็คงไม่ได้ทิปละสิท่า.. แฮ่ะ.. แฮ่ะ.."

เขาไม่ยักกะขำด้วยแฮะ..

"คาเฟ่ อองนุย อยู่โน่น.."

เขาชี้นิ้วอันผอมแห้งปูดโปนข้ามฝั่งไปยังร้านตรงข้ามที่มีหน้าต่างดำ ๆ เห็นแล้วหายสงสัยเลยว่าทำไมฉันจึงสังเกตมันไม่เห็น ก็มันยังกับตึกร้างโบราณที่ไม่ได้ทำธุรกิจอะไรมาสักสิบปี..

ฉันเลื่อนเก้าอี้ออกแล้วโผไปที่ร้านฝั่งขะโน้นอย่างรวดเร็ว.. ต่อหน้าต่อตาสายตาอันแสนจะหงุดหงิดของพ่อหนุ่มเจ้าอารมณ์คนนั้น

เท่าที่เห็น.. คาเฟ่ อองนุย ไม่มีอะไรเลย นอกจากความทรุดโทรมที่เกิดจากการถูกปล่อยปละ หลังหน้าต่างสีดำบานนั้น ฉันเห็นคนมากมายที่แต่งตัวราวกับเพิ่งก้าวออกมาจากแผ่นป้ายโฆษณาร้านเสื้อผ้าบานาน่ารีพับลิค ที่โด่งดัง.. พวกเขากำลังคุยกันอย่างออกรส บ้างก็จิบน้ำแร่ บ้างก็แทะผักกาดหอมเล่น ดูแล้วฉันว่ากระโปรงสุ่มแบบที่สาว ๆพวกนั้นใส่น่าจะเป็นแฟชั่นย้อนยุคจากช่วงกลางยุคที่ยี่สิบเสียด้วยซ้ำ

ฉันมองไปรอบ ๆพลางส่ายตาหาแลนซ์ ซึ่งก็หาได้อย่างไม่ยากเย็นก็เพราะผมสีทองหยิกฟูตัดกับเสื้อคอกลมสีเขียวมะนาวของเขานั่นแหละ.. ฉันเบียดตัวเข้าไปหาเขาตรงโต๊ะเล็ก ๆขนาดสำหรับสองคนที่เขานั่งอยู่

"โทษที.. มาช้าไปหน่อย" ฉันเอ่ยทัก พลางทิ้งตัวนั่งอย่างแรงลงไปบนเก้าอี้เหล็กที่สุดแสนจะนั่งไม่สบายก้นตัวนั้น

"ฉันหาที่นี่ไม่เจอน่ะ.. เธอว่าไหมว่าไอ้ป้ายข้างนอกนั่นมันเล็ก.. ก.. เล็ก.. อย่างกับแสตมป์แน่ะ"

"ฮื่อ..! พวกเขาพยายามจะคงมันไว้แบบนั้นให้เป็นเอกลักษณ์ ขนาดเบอร์โทรศัพท์เขายังไม่ขึ้นไว้เลย"

อึม.. ม..! ยินดีต้อนรับสู่ 'หลั่นล๊าแลนด์' ที่ซึ่งแผนกทดน้ำของชลประทานเมืองยังมีโฆษณาเต็มหน้าลงในสมุดหน้าเหลือง แต่.. กลับไม่มีเบอร์ร้านอาหารอยู่ในนั้น..?

แลนซ์มองฉันด้วยสายตาที่เหมือนจะบ่นว่า.. เอาอีกแล้ว..!

"จาอีน.. ที่รัก.. รู้ตัวหรือเปล่ายะ ว่าเธอเป็นคนเดียวในร้านนี้ที่ใส่กางเกงเอวยางยืดอยู่ได้..?"

ใช่..! เขาพูดถูกเผงเลย ที่นี่มีแต่คนหุ่นแจ๋วๆ นุ่งกางเกงเอวต่ำใส่เสื้อเปิดคอ แล้วก็เอวบางร่างน้อยกันทั้งนั้นจริงๆ

"แล้วไง..?" ฉันถาม พลางเอื้อมมือไปหยิบเมนู..

"แล้วฉันจะโดนตำรวจตรวจกุงเกงจับเอาหรือไง..?"

เขาส่ายหัว พลางทอดถอนใจ.. ฉันเองก็พลอยถอนใจไปด้วยตอนที่เล็งรายการอาหารในเมนู.. โห..! ตายละวา รายการอาหารที่นี่มีแต่ 'อารู กูลา'* และ 'ราดิคชิโอ'** แล้วก็ผักอื่นแบบที่มีแต่ขนาดจุ๋มจิ๋มทั้งสิ้น.. เห็นชัดๆเลยว่าไม่มีแคลอรี่แน่นอน ดูแล้วทั้งเมนูก็มีแต่คราบกาแฟเก่าๆ ที่ติดเป็นปื้นอยู่นั่นละที่น่าสนใจ นอกนั้นน่ะเหรอ..? เฮ่อ..!

ในขณะที่ฉันกำลังคิดว่าจะชวนแลนซ์ออกไปหาอะไรกินที่ร้านอื่นได้หรือไม่..? เอาแบบ.. ร้านที่เสิร์ฟอาหารเป็นปกติธรรมดาเหมือนชาวบ้านร้านตลาดทั่วไป ก็พอดีสาวเสิร์ฟสุดเซ็กซี่ที่มีดวงตากลมโต (แต่อกไข่ดาว) ก็ไถลพรวดเดียวมายืนอยู่ตรงหน้าเราทั้งสอง

"วันนี้รับอะไรดีคะ..?" เธอถาม พลางโปรยยิ้มสดชื่น

"เอ่อ..! เอาอะไรก็ได้ที่มาจากร้านแมคโดนัลด์น่ะจ้ะ"

เฮ้ย..! เปล่า.. ฉันไม่ได้พูดอะไรอย่างนั้นหรอก.. แต่บอกไปว่า..

---

* *ผักสลัดชนิดหนึ่งมีสีเขียวเข้ม ใบเรียวยาว ใช้มากในการทำอาหารอิตาเลียน*

** *ผักสลัดชนิดหนึ่งมีใบสีม่วงแดง*

"เอาเบอร์เกอร์อะไรมาก็ได้จ้ะ"

"เรามีเบอร์เกอร์ทูน่าใส่ใบยี่หร่านะคะ"

"ฟังดูน่ากินนะ.. แต่.. ขอผ่านดีกว่า"

ในเมื่อไม่มีทางออก.. ฉันเลยต้องสั่งสลัดมาแทน

"ฉันอยากได้ไก่งวงตัวเล็กด้วย"

"รับเป็นไก่ป่า หรือไก่ธรรมดาดีคะ..?" แม่สาวเซ็กซี่ถาม

"ธรรมดาก็พอจ้ะ"

"แล้วน้ำสลัดล่ะคะ.. รับเป็นซ้อสราสเบอรี่ , ซ้อสบาลซัม หรือซ้อสกีวีดีคะ..?"

"โหเฮะ..! เยอะขนาดนั้น..?" ฉันโพล่งออกไปอย่างไม่ทันระวัง

จากนั้น สาวเสิร์ฟสุดเซ็กซี่ก็นำใบออร์เดอร์อาหารของฉันหลบฉากออกไป

"จริง ๆนะจาอีน" แลนซ์เอ่ยขึ้น นัยน์ตาจับจ้องอยู่ที่ตัวอักษรรณรงค์หาเสียงเลือกตั้งประธานาธิบดี ที่สกรีนหราอยู่บนเสื้อยืดของฉัน

"เธอนี่มันเชยสุด ๆ.. ไม่อยากเป็นคนทันสมัยกะเขามั่งหรือไง..?"

"ฉันพอใจของฉันแบบนี้แหละ"

"โธ่..! ไม่เอาน่า..เธอน่ะยังไม่เข้าข่ายอ้วนอย่างที่คิดหรอก"

"ถ้าฉันอยู่ในเมืองที่เขาใช้เบอร์หกสำหรับเสื้อขนาดใหญ่แล้วละก็ฉันก็ต้องปุ้มปุ้ยแน่อยู่แล้วละย่ะ"

"เห็นชัด ๆว่าเธอเป็นผู้หญิงกระฉับกระเฉง ฉันว่าเธอต้องการแค่คำแนะนำเรื่องแฟชั่นนิดหน่อยเท่านั้นแหละ" เขาพูดพลางทำท่าคิด

"เฮ้..! มันก็ไม่เลวนะ แล้วถ้าฉันเปลี่ยนแนวการแต่งตัวให้เธอล่ะ..?"

เอาแล้ว.. ดวงไฟเริ่มฉายส่องมาที่ฉันละสิ.. ฉันรู้ทันหรอกน่าว่านี่มันเรื่องอะไรกัน..

"เธออยากหาอะไรทำงั้นสิ ทั้งเบื่อ.. ทั้งเหงาใช่ไหมล่ะ..? แล้วถ้า

ให้เลือกระหว่างหนุ่ม ๆกับทำอะไรสักอย่าง เธอก็คงอยากหาอย่างอื่นทำแหละน่า" ฉันดักคอ

"ไม่จริงย่ะ.." เพื่อนหนุ่มใจสาวของฉันตอบ

แต่มันก็จริงนั่นแหละ..! ตั้งแต่แลนซ์จับได้ว่าแฟนหนุ่มคนล่าสุดของเขามีพันธะแล้ว เขาก็โกรธขึ้ง พาลไม่พูดไม่จากับใครไปทั้งอพาร์ตเมนท์ ทำตัวไร้เหตุผลราวกับเป็นวัยรุ่นเจาะหัวนมนั่นเลยเชียว

ฉันมองเขาอย่างเฉา ๆ..

"ก็ได้..! มันก็คงจริงอย่างเธอว่านั่นแหละ" เขาสารภาพ..

"บางทีฉันอาจกำลังหาอะไรทำอยู่ แต่นั่นก็ไม่ได้เปลี่ยนความจริงที่ว่าเธอควรต้องเปลี่ยน 'ลุค' นะจาอีน"

"ลืมไปได้เลยแลนซ์.. ถ้าพระเจ้าต้องการให้ฉันใส่ยีนส์เอวต่ำแล้วละก็ ท่านคงไม่สร้างไอศครีมปั่นขึ้นมาบนโลกใบนี้หรอก"

นั่นละ.. ตรงจุดเผง.. สาวเสิร์ฟของเราถลาร่อนกลับมาที่โต๊ะพร้อมด้วยอาหารตามสั่ง เราใช้เวลาที่เหลือของมื้อนั้นในการคุ้ยจานเพื่อหาอาหารแท้ ๆที่อาจซ่อนไว้ตามกองผักกาดหอม และเม้าธ์กันว่าแฟนทรยศคนล่าสุดของแลนซ์เป็นอย่างไรบ้าง

คุยไปได้สักระยะ.. แลนซ์ก็ทำลับ ๆล่อ ๆ แอบส่งตาหวานให้หนุ่มคนหนึ่งในห้องนั้น ในขณะที่ฉันก็ทำลับ ๆล่อ ๆเหมือนกัน แต่แอบส่งตาเชื่อมให้กับเมนูขนมหวานตรงหน้า.. ไม่เห็นจะมีอะไรน่าตื่นเต้นเลย.. มีแต่พวกขนมเปรี้ยว ๆไขมันต่ำ ขนมปังอมาร์เร็ตโต* แล้วก็แครอทเค้กไม่ใส่แป้ง แลนซ์กับฉันสั่งแครอทเค้กมาแบ่งกันชิม มันเป็นแค่ขนมเค้กนิ่ม ๆสีส้มชิ้นเล็ก ๆ ทรงสี่เหลี่ยมจตุรัส ที่ประดับยอดด้วยสะระแหน่ใบเล็ก ๆเท่านั้นเอง

---

* *คุ้กกี้ชนิดหนึ่งทำจากถั่ว มีต้นกำเนิดมาจากอิตาลี*

เราชำระเงินค่าอาหาร ก่อนบ่ายหน้าออกมาสู่อากาศที่ขะมุกขะมัวภายนอก

"ไปเดินเล่นกันเหอะ" แลนซ์ชวน..

"จะได้เป็นการเผาผลาญแคลอรี่ด้วยไง"

"แคลอรี่อะไรกัน..? โหย.. มันไม่ได้มีแคลอร่งแคลอรี่อะไรในเมนูนั่นมากพอที่จะขุนแมลงตัวเล็ก ๆที่ไม่อยากกินอาหารอย่างฉันได้หรอก"

"ปัดโธ่..!" เขาบ่นพลางคว้าแขนฉันไว้..

"เหอะน่า.. เราสองคนจะได้ออกกำลังกันเสียบ้าง"

ดังนั้น เราก็เลยเดินทอดน่องตามถนนกันไปเรื่อย ๆ ผ่านร้านรวงต่าง ๆที่กำลังอยู่ในความนิยมร้านแล้วร้านเล่า..

"ดูนี่สิ..!" แลนซ์เอ่ยขึ้น พลางสะดุดกึกอยู่ที่หน้าร้านเสื้อผ้าที่มีทั้งผลิตภัณฑ์ของชายและหญิง

"ห้างแพสชั่นส์นี่เป็นร้านโปรดของฉันเชียวนะ เพื่อนฉันคนหนึ่งก็ทำงานที่นี่ เข้าไปแวะทักกันหน่อยเหอะ"

แต่.. เขาใช้เหตุบังเอิญทั้งหมดนี่หลอกฉันไม่ได้หรอก

"เราไม่ได้แค่บังเอิญผ่านมาใช่ไหม..? แต่เธอวางแผนเอาไว้แล้วทั้งหมด ไอ้เรื่องจะจับฉันแปลงกายเนี่ย..!"

"ก็ได้.." แลนซ์ยอมรับ..

"เป็นแผนฉันเองแหละ แต่ถึงยังไงฉันก็ยังอยากจะเข้าไปทักเพื่อนอยู่ดี แล้วเธอจะเข้าไปกับฉันหรือเปล่าล่ะยะ..?"

เหมือนนังโง่เลยแฮะ.. ฉันตอบเขาว่า..

"ก็ได้..!"

และนั่นแหละ.. คือจุดเริ่มของปัญหาทั้งมวล

บทที่ 2

'แพสชั่นส์' เป็นห้างสมัยนิยม พื้นอาคารเป็นไม้เนื้อแข็งขัดเงาแว้บ มีเสียงดนตรีร็อคเปิดกระตุกอารมณ์อยู่เป็นจังหวะพอให้รู้สึกวาบไหว ส่วนแฟชั่นเสื้อผ้าของเขาก็ตัวเล็ก.. ก.. เล็ก.. เล็กเสียจนเสี้ยววินาทีหนึ่ง มันทำให้ฉันอดรู้สึกไม่ได้ว่าเหมือนยืนอยู่ในร้านขายเสื้อผ้าเด็กอย่างไรอย่างนั้น

เพื่อนของแลนซ์เดินออกมา.. ตัวเล็กกระจิดริดราวกับภูติจิ๋ว หล่อนอยู่ในชุดกระโปรงยุคศตวรรษที่ยี่สิบ กับผมสีส้มสว่างเจิดจ้า ที่ดูทรงแล้วอย่างกับจะออกแบบมาจากเครื่องตีไข่ยังไงไม่รู้ เมื่อรวมเข้ากับดวงตากลมโตสีฟ้าและรูปร่างอันจุ๋มจิ๋มแบบบาง มันก็ทำให้เธอดูสะดุดตาอย่างแรงจนหัวเข็มคนมองแทบจะหักเอาเลยทีเดียว

"เบ็คกี้กับฉันเคยทำงานด้วยกันที่ห้างนีมานฯจ้ะ" แลนซ์กล่าวหลังจากแนะนำเราทั้งสองคนต่อกันเป็นที่เรียบร้อย

บางที ฉันก็นึกภาพนางไม้ตัวเล็กแบบนี้ไม่ออก.. แบบที่มีผมสีแดงเพลิง แล้วก็ใส่ตุ้มหูใหญ่เบ้งเท่าห่วงฮูลาฮู้ป กับมาดพนักงานขายที่ดูสุภาพเรียบร้อย บริสุทธิ์ผุดผ่อง เดินไปเดินมาอยู่ตามทางเดินระหว่างชั้นวางสินค้าของห้างนีมาน มาร์คัส แบบนี้

"เมื่อก่อนผมฉันไม่ได้เป็นสีส้มแบบนี้หรอกจ้ะ" เธอเอ่ยขึ้นราวกับอ่านใจฉันออก

"ตอนนั้นฉันทำงานที่แผนกเสื้อผ้าสตรี บอกตรง ๆว่าน่าเบื่อมาก

ทำที่นี่สนุกกว่าตั้งเยอะ ได้จัดสินค้าโชว์ที่หน้าต่างกระจกด้านหน้าด้วย"

ฉันชำเลืองไปที่ตู้โชว์หน้าร้าน เห็นนางแบบหุ่นไฟเบอร์ในชุดรองเท้าบูทสูงรัดรูปกับชุดชั้นในสายหนัง.. นั่นละ.. ชุดที่ฉันใฝ่ฝันเสมอมา ชุดที่ใส่แล้วดูเท่ ทะมัดทะแมง แต่เซ็กซี่ไงเล่า..

ฉันหยิบเสื้อไม่มีปกขนาดเท่าผ้าเช็ดหน้าขึ้นมาคลี่ดู

"คือ.. อย่าว่าโง้นงี้เลยนะคะ" ฉันถาม..

"นี่คุณมีอะไรใหญ่ ๆขายบ้างไหมเนี่ย..?"

"นั่นแหละค่ะไซส์ใหญ่แล้ว"

ฉันกลอกตาไปมาอย่างไม่เชื่อในสิ่งที่เห็น

"จาอีนเขาเป็นนักเขียนน่ะ" แลนซ์กล่าว..

"เลยไม่ค่อยรู้ว่าอะไรกำลังเป็นที่นิยม"

"นักเขียนเหรอ..?" เบ็คกี้ถาม น้ำเสียงแสดงความชื่นชมอย่างเห็นได้ชัด

ฉันพยักหน้าอย่างถ่อมตัว..

มันก็จริงอย่างว่านั่นแหละ.. ฉันเขียนแต่ใบสมัครงานโฆษณาส่วนตัวจิ๊บจ๊อย แล้วก็โบรชัวร์โรงงานต่าง ๆ เผลอ ๆบางทีคุณอาจจะเคยได้อ่านโบรชัวร์ดังกระหึ่มบึ้มบั้มของฉัน ที่เกี่ยวกับช่างประปาปรมาจารย์งานสุขา *(ชักโครกติดขัด ปวดจัดด่วนจี๋.. โปรดอย่ารอรี.. เรียกหาปรมาจารย์สุขารมย์สิจ๊ะ.. จะบอกให้..)* มาแล้วก็ได้

"ฉันชอบนักเขียนมากเลยนะ" เบ็คกี้เอ่ยยอ แล้วกระพริบตาสีฟ้าคู่โตนั้นปุ๊บปิ๊บ ซึ่งมันก็ทำให้ฉันอดสงสัยไม่ได้ ว่าเธอจะเคยอ่านหนังสือจริง ๆบ้างหรือเปล่า

"ไทเลอร์ก็เป็นนักเขียนเหมือนกัน" เธอชี้ไปที่พนักงานขายคนหนึ่งซึ่งกำลังช่วยลูกค้าดูของอยู่ในแผนกสินค้าชาย

"เขากำลังเขียนนิยายอยู่"

แลนซ์มองตามอย่างสนใจ ซึ่งถ้าจะให้เหตุผลเจ๋ง ๆ ละก็.. ไทเลอร์เป็นคนที่มีบุคลิกเตะตาไม่น้อยเลยทีเดียว สูงยาวเข่าดี รับกับใบหน้าอ่อนวัยไร้เดียงสา และ.. หุ่นขยี้ใจแบบนั้น.. มันสามารถทำให้เขาดูเป็นทั้งคนอ่อนหวานและเซ็กซี่ได้ในเวลาเดียวกันเลยเชียว

"ลืมไปได้เลยแลนซ์" เบ็คกี้กล่าว พลางมองตามแววตาหิวกระหายของเพื่อนหนุ่มอย่างรู้ทัน

"เขาเป็นแมนย่ะ"

"แน่ใจได้ไง.. ไม่ลองแล้วจะรู้เหรอ..?"

"แน่ใจสิยะ.. ก็.. จริง ๆ แล้วเขาเคยออกเดทกับยายเฟรนช์ชี่ด้วย"

"ยายเฟรนช์ชี่.. ฝรั่งเศสเหรอ..?"

"ก็แม่สาวผมทองที่เคาน์เตอร์นั่นไง ชื่อจริงหล่อนคือ 'จีเซลล์' แต่ใคร ๆ ก็เรียกว่า เฟรนช์ชี่ กันทั้งนั้น"

เรามองตามเธอไปยังสาวผมทองแบบบางที่กำลังนั่งพูดโทรศัพท์อยู่หน้าเคาน์เตอร์ประชาสัมพันธ์ ผมสีทองสว่างไสวของเธอถูกนำไปขมวดมวยไว้ทางด้านหลัง ช่างดูขัดกันเหลือเกินกับสีเล็บและสีปากที่ออกจะแดงแปร๊ดขนาดนั้น เจ้าหล่อนใส่ชุดติดกันสีดำคอลึก สวมรองเท้าส้นกริชแหลมเปี๊ยว และกระดกส้นเคาะพื้นเล่นเบา ๆ อย่างเบื่อหน่ายขณะพูดโทรศัพท์ รวมทั้งมีไม้กางเขนสีทองแบบมอลทีส* แขวนซุกอยู่ในร่องอกของเธอด้วย แต่ฉันอุปมาเอาว่าเธอคงจะไม่ใช่คนจำพวกที่เข้าวัดฟังธรรมบ่อยนักหรอก

"พิซซ่าของฉันอยู่ไหนยะ..?" เธอกรีดถามเสียงดัง..

"นี่ฉันรอมาตั้งชั่วโมงแล้วนะ"

ชื่อของเธออาจจะฟังดูเป็นฝรั่งเศสนะ แต่สำเนียงนี่สิ.. มันออก

** คำเรียกคนที่อาศัยอยู่ในเกาะมอลต้า ซึ่งเป็นเกาะหนึ่งในทะเลเมดิเตอร์เรเนียน*

แถวบรู๊คลินชัด ๆ

"เฮ้ย..! คนน่ารักอย่างไทเลอร์เนี่ยนะ เคยเดทกับหล่อน..?" แลนซ์เบิกตากว้างอย่างไม่มีวันเชื่อ

"อย่างกะหมาบ้าแน่ะ" เขาบ่นอุบอิบ

"แล้วหล่อนรู้รึเปล่าว่าเธอพูดโทรศัพท์อยู่กับใคร..?" เบ็คกี้ถาม

"คนส่งพิซซ่าโชคร้ายละมั้ง..?"

"ฝ่าละมีของหล่อนเองย่ะ.. เธอออกคำสั่งเขาอย่างกะฝึกแมวน้ำแบบนี้เสมอแหละ"

"อย่าลืมไปเอาชุดซักแห้งของฉันเสียด้วยล่ะ" เสียงยายฝรั่งเศสเห่าขรม ก่อนกระแทกหูโทรศัพท์ดังโครม

"เดี๋ยวนะ.. หล่อนเดทกับไทเล่อร์ทั้ง ๆ ที่แต่งงานแล้วเหรอ..?" แลนซ์ถาม

"เธอต้องไม่เชื่อแน่ว่ายายนี่นอกใจสามีได้มากขนาดไหน ฉันยังประหลาดใจอยู่เลยที่หล่อนยังไม่ได้ฟาดเจ้าหนุ่มส่งของ ยู.พี.เอส. เข้าไปด้วย"

แลนซ์ส่ายหัวอย่างงงงวย..

"เฮ้อ..! แล้วนี่คนน่าเอ็นดูอย่างไทเลอร์ ไปวุ่นวายกะยายแสบนี่ได้ยังไงน๊า..?"

"แหม..! เก๊าะ.. ยายเฟรนช์ชี่แกก็สง่าได้ในเวลาที่แกอยากสง่าไงเล่า แต่ตอนนี้ไทเลอร์เขาก็รู้แล้วละว่าหล่อนทั้งแย่ทั้งโง่ขนาดไหน"

"ฉันหวังว่าพวกคุณจะไม่พูดอะไรแย่ ๆ ถึงเฟรนช์ชี่อีกนะ"

ฉันหันไปมองรอบ ๆ จึงได้เห็นสาวท่าติ๋ม ๆ ในชุดสูทขนสัตว์ สวมรองเท้าคัทชูเตี้ย เปลือยส้น และมีผมสีน้ำตาลดัดหงิกฟ่อง ๆ อยู่รอบหัว มองอย่างกับ.. เอ่อ..! อะไรเอ่ย.. ไม่เข้าพวก (แบบฉันเปี๊ยบเลย..!)

"ถ้าพวกคุณรู้จักเฟรนช์ชี่ แล้วจะรู้ว่าเธอเป็นคนดีที่น่ารัก" ยายเฉิ่มกล่าวอย่างตำหนิ ก่อนผันกายเดินเข้าหลังร้านไปอย่างเร่งรีบ

"นั่น.. แม็กไซน์.. เป็นพนักงานบัญชี" เบ็คกี้บอก

"ที่น่าสงสารก็คือ เจ้าหล่อนชื่นชอบยายฝรั่งเศสเอามากๆ ทั้งๆที่แม่นั่นแทบจะไม่เคยทำอะไรดีๆเป็นการตอบแทนเลย แต่แม็กไซน์ก็ดูจะยกย่องเฟรนช์ชี่อยู่ตลอดเวลา"

"สวัสดีจ้ะ เฟรนช์ชี่" เสียงแม็กไซน์เอ่ยทัก พลางโบกมือหยอยๆให้อย่างเขินอายขณะเดินผ่าน

เฟรนช์ชี่ยิ้มเนือยๆตอบมา ก่อนหันไปพินิจพิเคราะห์หนังกำพร้าข้างเล็บของตัวอย่างไม่ใส่ใจกับคำทักทายนั้น

และแล้วเสียงโทรศัพท์ก็ดังขึ้น..

"ห้างแพสชั่นส์ค่ะ" เธอรับสาย พลางดัดเสียงต่ำราวกับพวกเล่นเซ็กส์โฟนอะไรประมาณนั้น

"มีอะไรให้ดิฉันรับใช้คะ..?"

แต่แล้ว.. ทันใดนั้น สำเนียงของเธอก็คืนสู่รากเหง้าชาวบรู๊คลินทันที

"โอ๊ย..! อยากจะบ้าตาย.. โอเว่น..! นี่เธอยังอยู่บนถนนข้างนอกนั่นอีกเหรอ มาให้เร็วเลยนะ ฉันหิวจะตายอยู่แล้ว"

เจ้าหล่อนกระแทกหูโทรศัพท์โครมใหญ่ สีหน้าโกรธเกรี้ยว แต่แล้วเมฆหมอกครึ้มดำก็สลายไปในฉับพลัน ปรากฏเป็นใบหน้าเปื้อนยิ้มดุจไม่มีอะไรเกิดขึ้น

"คุณนายทัคเคอร์" เธอเอ่ยทัก พลางโดดผลุงออกมาจากม้านั่งเดินลงฝีเท้าหนักด้วยรองเท้าส้นสูงที่น่าขันคู่นั้น ปราดเดียวก็ออกไปยืนต้อนรับลูกค้าอยู่ที่ประตูหน้าร้าน

"ต๊าย..! นี่หล่อนเคาะ 'จิมมี่ ชูว์' ออกมาเลยนะเนี่ย..!" แลนซ์เอ่ยพลางมองตามสายตาของฉัน

"ใครกัน.. จิมมี่ ชูว์..?" ฉันถาม

"ใครก็ได้.. ช่วยส่งยายนี่ไปเข้าค่ายแฟชั่นทีเหอะ" แลนซ์พูด พลางเหลือกตามองเพดานอย่างเบื่อหน่าย

"เขาคือนักออกแบบรองเท้าชื่อก้อง ที่ `ฮอต' ที่สุดในโลกขณะนี้ละสิยะ"

โอ.เค..! เอาไว้ถ้าฉันบังเอิญไปซื้อรองเท้าที่ห้างราคาถูกอย่างเพย์เลสแล้วดันไม่รู้จักเขาละก็ ค่อยฟ้องศาลฉันเอาก็แล้วกัน

ถึงตอนนี้.. เฟรนช์ชี่ก็ถลาไปอยู่ที่ประตูเรียบร้อย และกำลังส่งจูบทักทายลูกค้าอย่างเปิดเผย

"ดีใจจังค่ะที่ได้เจอ.. คุณนายทัคเคอร์" เธอเอ่ยทัก ทำเสียงยังกับนกพิราบร้องกรุ๊กกรู

"คุณนายทัคเคอร์เป็นลูกค้าที่ดีที่สุดคนหนึ่งของเรา" เบ็คกี้กระซิบ

"เฟรนช์ชี่ไม่เคยปล่อยให้เธอคลาดสายตาไปได้เลยละ"

คุณนายทัคเคอร์เป็นสุภาพสตรีอายุประมาณห้าสิบเศษ ที่ชอบแต่งตัวเป็นสาว ๆราวย้อนยุคไปในสมัยที่เธอเพิ่งจะอายุยี่สิบกว่า ๆ.. มันมีอะไรบางอย่างที่ดูน่ากลัว เกี่ยวกับวิธีที่เธอยัดร่างในวัยหมดประจำเดือนนั้นให้เข้าไปอยู่ในกางเกงยีนส์เอวต่ำกับเสื้อยืดคอกลมเอวลอย..

ถึงฉันจะไม่ใช่ผู้เชี่ยวชาญทางด้านแฟชั่น แต่ฉันก็คิดว่ามันน่าจะปลอดภัยกว่า หากจะบอกว่า.. คุณควรจะหยุดใส่เสื้อเอวลอยได้แล้ว ถ้ามันจะทำให้ใคร ๆเขาต้องมาเห็นรอยด่างหลากสีบนผิวหนังของคุณ ที่เกิดจากการทำงานผิดปกติของตับแบบนั้น

"ชอบชุดคุณจังค่ะ" เฟรนช์ชี่เสนอหน้าสุด ๆ

"ก็น่าอยู่หรอกนะที่รัก" หญิงชราตอบ..

"ก็คุณเป็นคนขายมันให้ฉันเองนี่นา"

เฟรนช์ชี่หัวเราะอย่างร่าเริง..

"งั้น.. วันนี้ให้ฉันหยิบตัวไหนให้คุณดูอีกดีคะ..? เรามีของคาปรี

ล็อตใหม่ที่สวยมาก ๆ และก็เหมาะกับคุณสุด ๆเชียว"

ราวกับเฮอริเคนสีทอง.. เจ้าหล่อนถลาร่อนไปหยิบเสื้อผ้าออกมาจากชั้นโชว์ชุดหนึ่ง ดวงตาของคุณนายทัคเคอร์ฉายแววาดหวังอย่างเต็มที่ หลังจากที่เฟรนช์ชี่พาเธอไปยังห้องลองเสื้อแล้ว คุณนายฝรั่งเศสก็ปราดเข้ามาตรงที่พวกเรายืนอยู่

"ยายค้างคาวแก่นี่โง่เป็นบ้า" เธอเอ่ยขึ้น..

"นี่ถ้าพุงฉันพลุ้ยหลามออกมาแบบหล่อนเมื่อไหร่ละก็ ให้ฉันยิงตัวตายเสียดีกว่า"

"แล้วนี่ป้ายสินค้าหายไปไหนเนี่ย..?" เธอถาม พลางค้นลิ้นชักหลังเคาน์เตอร์กระจุยกระจาย

"อยู่นี่.." เบ็คกี้ตอบ ก่อนยื่นอุปกรณ์ชิ้นหนึ่งซึ่งดูคล้ายที่เย็บกระดาษให้

"คอยดูนะ.." เฟรนช์ชี่เอ่ยขึ้น พลางกระชากป้าย 'ไซส์แปด' ออกจากแผ่นโลโก้คาปรีที่ทำด้วยโลหะนั้นออกไป

"เดี๋ยวยายนั่นจะต้องถามหาไซส์หก.. ไม่เชื่อคอยดู..!"

อย่างกับวางคิวการแสดงเอาไว้เชียว.. คุณนายทัคเคอร์ยื่นหน้าออกมาจากห้องลอง

"เฟรนช์ชี่.. ที่รัก.. นี่มันชุดเบอร์แปดนี่ เธอน่าจะรู้นะว่าฉันใส่เบอร์หกต่างหาก"

"ค่ะ.. คุณนายทัคเคอร์ เดี๋ยวฉันหาให้นะคะ" เฟรนช์ชี่ตอบ

ทันทีที่คุณนายทัคเคอร์หายหน้าเข้าไปในห้องลองอีกครั้ง เฟรนช์ชี่ก็มองเข้าไปในลิ้นชักและพบป้ายเสื้อผ้าขนาดเบอร์หก ซึ่งก็ต้องขอบคุณป้ายนั้น คุณนายฝรั่งเศสไม่รอช้า รีบคว้ามาเย็บติดเข้ากับชุดของคาปรีทันที

"ได้แล้วค่ะคุณนายทัคเคอร์" เธอกล่าวอย่างพึงพอใจ แล้วรีบเดิน

ไปที่ห้องลอง

"ไซส์หกค่ะ"

"นี่ฉัน.. เอ่อ.. เพิ่งได้เห็นอะไรในสิ่งที่ฉันคิดว่าฉันเห็นหรือเปล่านี่..?" ฉันถามวกวนด้วยความประหลาดใจ

"แม่นแล้ว.." เบ็คกี้ตอบ..

"เราสลับป้ายขนาดเสื้อกันตลอดเวลานั่นแหละ"

"ช่างเป็นไอเดียอันบรรเจิดเสียจริงนะยะ ขอให้ห้างบลูมมิ่งเดลทำแบบนี้เหมือนกันทีเถอะ เพราะถ้าพวกเขาทำนะ ฉันจะลองชุดให้หมดห้างเลย โดยเฉพาะชุดว่ายน้ำ"

"ไหน ๆเราก็อยู่ที่นี่แล้วนี่" แลนซ์เอ่ย..

"ทำไมเราไม่ลองชุดใหม่ ๆกันสักสองสามชุดล่ะ..?"

"นี่.. ฉันบอกเธอแล้วนะ ว่าฉันไม่สนใจจะซื้ออะไรทั้งสิ้น"

"เหอะน่า..! จาอีน.. แค่ชุดเดียวเท่านั้นเอง"

"ไม่มีทางเลยแลนซ์ ฉันไม่ลองอะไรทั้งนั้นแหละ.. ไม่..!"

สิบนาทีต่อมา.. ฉันก็โดนบีบให้เข้ามาอยู่ในห้องลองเสื้อ กับเสื้อผ้าในแบบที่ฉันต้องฝืนใจลอง ชนิดที่ไม่เคยมีมันอยู่ในความฝันที่ข้องเกี่ยวกับเรื่องการแต่งตัวมาเป็นล้าน ๆปีแล้ว.. นั่นก็คือกางเกงรัดรูปกับเสื้อซีทรู แล้วก็เสื้อไม่มีปกตัวจิ๋วขนาดเท่าผ้าเช็ดหน้า แบบที่ฉันเห็นตั้งแต่ตอนแรกที่เข้าร้านมา

"ฉันควรจะใส่ไอ้พวกนี้เนี่ยนะ..?" ฉันถาม พลางชูมันโบกออกมานอกประตูห้องลอง

"มันเป็นผ้าสแปนเด็กซ์" แลนซ์ตอบ..

"มันยืดได้น่า.."

อย่างไรก็ตาม ฉันก็จัดการบีบตัวเองให้ลงไปอยู่ในชุดดังกล่าวนั้น

จนได้ และนั่น.. นับเป็นครั้งแรกในชีวิตที่ฉันรู้สึกเหมือนตัวเองเป็น.. ไส้กรอก.. (เฮ้อ..!)

"ลองกับกางเกงทรงแขกดูสิ" เบ็คกี้ตะโกนออกมา

โอ้..! พระเจ้า.. กางเกงแขกนั่นน่ะนะ.. แค่คิดก็ทำให้ฉันสั่นแล้ว.. มา.. ฉันจะอธิบายรายละเอียดที่น่าขยะแขยงของมันให้ฟัง.. ก็มันทำให้ฉันดูเหมือนตัวกินมดในสวนอีเดนอย่างไรอย่างนั้น

ฉันก้าวออกมาจากห้องลอง และทุกคนก็อ้าปากมองตาค้าง.. ที่ไม่ใช่ด้วยความชื่นชมแน่.. รับประกันได้..

จากเคาน์เตอร์ฟากขะโน้น.. คุณนายทัคเคอร์กำลังจ่ายเงินค่าชุด 'ไซส์หก' ตัวนั้นอยู่ โดยที่เฟรนซ์ชี่พยายามไม่รบกวนเธอด้วยการกลั้นหัวเราะไว้อย่างเต็มกลืน

ฉันพยายามที่จะต่อสู้ดิ้นรนกับการลองชุดอีกสองสามชุด ซึ่งแต่ละชุดก็ดูจะแย่ลงเรื่อย ๆ ในที่สุด.. แลนซ์ก็ถอดใจ

"ฉันว่าจาอีนน่าจะเหมาะกับเสื้อผ้าสั่งตัดมากกว่านะ" เบ็คกี้กล่าวอย่างประนีประนอม

ฉันรีบเปลี่ยนชุดกลับมาสู่เสื้อยืดคอกลมกับกางเกวเอวยางยืดอย่างเก่า แล้วออกมาจากห้องลอง พร้อมที่จะบีบคอแลนซ์ให้ตายคามือ ฐานที่พิสูจน์แล้วว่าบังคับให้ฉันต้องมาอับอายขายหน้าอย่างเหลือแสนที่นี่

บางที.. อาจเป็นเพราะการที่สัมผัสได้ว่าฉันโมโหโกรธาขนาดไหน และพยายามจะทำให้สถานการณ์ดีขึ้น เบ็คกี้จึงเอ่ยขึ้นว่า..

"เฮ้..! จาอีน.. เธอเคยเขียนบทโฆษณาหรือเปล่า..?"

ฉันพยักหน้าหงึกหงัก.. แน่ละสิ.. ไม่ทุกคนหรอกที่จะทันพิจารณาได้ว่างานโฆษณาส้วมอันนั้น ก็เป็นงานชิ้นโบว์แดงชิ้นหนึ่ง.. อย่างน้อย.. มันก็ 'เคย' เป็นโฆษณาแหละน่า

"ฉันเพิ่งนึกได้พอดีเลย ว่าเจ้าของห้างกำลังมองหาคนเขียนแคมเปญ

โฆษณาชิ้นใหม่อยู่ เธอสนใจงานนี้ไหมจ๊ะ..?"

ได้ยินอย่างนั้น ก็ทำให้ฉันอารมณ์ดีขึ้นมาทันที.. จะมีก็แต่ 'เช็คค่าจ้าง' นี่แหละ ที่ทำให้ฉันมีอารมณ์แบบนี้ขึ้นมาได้

"งั้นฉันจะหาทางให้เธอได้เข้าสัมภาษณ์ดีไหม..?" เบ็คกี้ถาม

และ.. ก้าวย่างถัดไปที่ทำให้ฉันต้องประสบกับความเสียใจในเวลาต่อมาก็คือ.. คำตอบรับที่ว่า..

"ได้เลยจ้ะ..!"

บทที่ 3

ฉันขับรถกลับบ้านมาที่ถนนคลาวด์ ไนน์.. ซึ่งในทางปฏิบัติแล้ว แม้จะต้องขับมาทางถนนโอลิมปิค บูเลอวาร์ด ที่คับคั่งไปด้วยการจราจรอันหนาแน่น แต่ฉันก็ไม่สน.. ฉันมีโอกาสที่จะได้งานแล้ว และมันก็เป็นสิ่งที่ฉันต้องการมากเสียด้วย อย่างว่า.. ก็ฉันเพิ่งจะเสียลูกค้าใหญ่รายหนึ่งไป..

ร้านซักแห้ง ทิป ท้อป ไง.. เพราะเขาตัดสินใจที่จะใช้บริการของบริษัทโฆษณาแทนการใช้ผู้หญิงที่ดูประหลาดๆ มักนุ่งกุงเกงเปียกเหงื่อ และนั่งปั่นไอเดียโฆษณาอยู่บนโต๊ะกินข้าวในครัว อืม..! มันคงดูไม่น่าเชื่อถือน่ะ แต่ก็อดสงสัยไม่ได้เหลือเกิน ว่าจะมีบริษัทโฆษณาใดที่สามารถคิดเข้าขากับสโลแกนเดิมของฉันได้บ้าง.. *(ซักให้.. รีดให้.. ย้อมให้.. เราทำให้อย่างพร้อมสรรพ.. ต้องร้านซักแห้ง ทิป ท้อป สิคะ)*

ที่จริงก็คือ.. ฉันมีเรื่องน่ารำคาญหลงเหลืออยู่นิดหน่อย ประเภทที่เรียกว่าค่าเช่ารอจ่ายไง.. และถ้ามีบริษัทใดมาเสนองานให้แบบนี้ มีหรือที่ฉันจะไม่รีบคว้าเอาไว้

ฉะนั้น ฉันจะทำยังไงดีล่ะ ถ้าไม่รู้อะไรเสียเลยแม้แต่ในเรื่องพื้นๆ ของแฟชั่น..? ไม่รู้ถึงความแตกต่างของอะไรที่มันนอกเหนือไปจากสะดือ.. ซึ่งฉันก็ไม่รู้เสียด้วยว่าอะไรกำลังเป็นที่นิยม หรืออะไรที่หลุดโผตกยุคไปแล้ว แต่พนันกันก็ยังได้.. ฉันว่าคนที่คิดแคมเปญโฆษณาเยี่ยมๆหลายชิ้นก็ไม่ใช่ว่าจะรู้อะไรเกี่ยวกับสินค้าที่พวกเขาขายมากนักหรอก และเท่าที่รู้..

ผู้ผลิตนมยี่ห้อก็อท มิลค์ ก็เป็นคนที่ไม่ยอมรับความคิดที่แตกต่างในเรื่องน้ำตาลแลคโตสเสียด้วย

สิ่งแรกที่ฉันเห็นเมื่อเหยียบย่างเข้าไปในอพาร์ตเมนท์ก็คือ โพรแซ็ค เจ้าแมวสาวสุดสวาทของฉันเอง ที่กำลังทำงานหนักง่วนอยู่บนเครื่องคอมพิวเตอร์ แน่นอน..! คุณนายแกไม่ได้กำลังเขียนอะไรอยู่หรอก แต่มันกำลังแลบเลียของสงวนส่วนตัวอยู่อย่างขมักเขม้นและหนักหน่วงต่างหาก..!

"หวัดดี.. พรุ๊บซี่..!" ฉันส่งเสียงฮึมฮัมร้องทัก..

"อีหนูสุดที่รักเป็นไงบ้างจ๊า..?"

อีหนูสุดที่รักของฉันหาวหวอด ก่อนหันไปหาจุดสวาทของเธอต่ออย่างเพลิดเพลิน

วันหนึ่ง.. ฉันกำลังตั้งท่าจะไปหาสุนัขน่ารัก ๆที่น้ำลายเหนียวหนืดสักตัว กะว่าจะเอาตัวใหญ่ ๆที่สามารถโดดมาคร่อมฉันไว้ แล้วจูบเลียให้เปียกชุ่มไปทั้งใบหน้าได้ในทันทีที่ฉันเปิดประตูกลับเข้าบ้านมา แต่กลับกลายเป็นว่า.. โพรแซ็คนี่แหละที่มีความสำคัญที่สุดสำหรับฉัน เราแชร์ห้องนอนมาด้วยกันตั้งแต่ปีสี่ศูนย์ในอพาร์ตเมนท์ของบ้านที่ถูกแบ่งออกเป็นสองส่วนสำหรับสองครอบครัว ซึ่งตั้งอยู่ย่านที่จัดว่าเป็นสลัมของแถบเบเวอรี่ ฮิลส์ อันค่อนข้างไกลจากแมนชั่นใหญ่ ๆที่อยู่ทางเหนือของถนนซันเซ็ทพอสมควร

จริง ๆมันก็ไม่ใช่อย่างที่ฉันบ่นอะไรนั่นหรอก.. ฉันเพิ่งจะรู้สึกรักอพาร์ตเมนท์ของเราขึ้นมา มันตั้งอยู่ริมถนน ไล่ไปประมาณสามช่วงตึกจากร้านกาแฟสตาร์บั๊คส์.. เป็นอพาร์ตเมนท์พื้นไม้เนื้อแข็ง ในห้องน้ำปูด้วยกระเบื้องแบบดั้งเดิม และมีวิวดี ๆ สวย ๆ ให้เห็นได้จากพุ่มไม้ดอกงามตาของเพื่อนบ้าน

สิ่งเดียวที่ฉันรู้สึกไม่ชอบใจก็คือเรื่องของค่าเช่า อย่างที่ได้เกริ่นไว้ก่อนแล้ว มันเหมือนพฤติกรรมที่น่ารำคาญ ที่ต้องมานั่งคอยจ่ายอยู่ทุก ๆ

ต้นเดือนนั่นไง

ยังหิวอยู่เลย.. ก็สลัดผักกาดหอมสามต้นที่กินเข้าไปเมื่อตอนเที่ยงนั้นมันไม่ค่อยจะอยู่ท้องนักหรอก ฉันเลยไปค้นอะไรกุกกักมาใส่ปาก ได้ของขบเคี้ยวเนยถั่วเพื่อสุขภาพและขนมป๊อปทาร์ตมากินกันตาย จากนั้น ก็เดินไปเขี่ยเจ้าโพรแซ็คให้กระเด็นออกไปจากคีย์บอร์ด และใช้เวลาที่เหลือในช่วงบ่ายนั้นเขียนใบสมัครงานให้แก่ลูกค้ารายหนึ่ง ที่เพิ่งจบการศึกษาจาก ข.ช.ร. มา *(ในกรณีนี้ ข.ช.ร. ย่อมาจาก ขี้เกียจ เชื่องช้า และไร้ทักษะ)* ซึ่งมันไม่ง่ายเลยที่จะคิดหาวิธีการเขียนใบสมัครงานเก๋ๆให้กับเด็กประเภทที่ดูเหมือนจะใช้เวลาทั้งชีวิตที่เหลือ ทำได้แต่งานประเภทที่ต้องถามลูกค้าซ้ำซากว่า.. *"ทอดด้วยไหมครับ..?"*

ในที่สุด โพรแซ็คก็ตื่นจากการแอบหลับเล็กๆน้อยที่ตอดงีบไว้ทั้งวัน และเริ่มส่งเสียงร้องเรียกหาอาหารเย็น ฉันจึงจัดอาหารแมวสำเร็จรูปแฟนซี ฟิช กัทส์ ใส่ชามวางไว้ให้มัน ก่อนคว้าของว่างขิ้นเล็กกับกล้วยมาเป็นอาหารเย็นมื้อเบาๆให้แก่ตัวเอง แน่นอน.. ฉันกำลังอยู่ในช่วงทำตามคำแนะนำของคอร์ส `อาหารเบาเพื่อสุขภาพ' อยู่อย่างเป๊ะๆ.. แต่ที่คาเฟ่อองนุย นั้น อาหารที่เสิร์ฟดูจะเหมาะสำหรับกินทั้งบ้านเสียมากกว่า ในช่วงกลางคืน.. ฉันจึงพยายามจะรับประทานแต่ของ `เบาๆ' ตามคำแนะนำของคอร์สสุขภาพเท่านั้นเอง

ฉันสอนวิชาการเขียนบันทึกประจำวันที่บ้านพักคนชราชาลอมสัปดาห์ละครั้ง จริงๆแล้วมันก็ไม่มีอะไรเกี่ยวกับการสอนมากนักหรอก หลักๆคือการฟังมากกว่า ในแต่ละสัปดาห์ นักเรียนของฉันซึ่งเกือบจะทั้งหมดเป็นหญิงชราวัยแปดสิบเศษที่สุขภาพยังอำนวย และในสมองเต็มไปด้วยความทรงจำอันล้ำค่า ความเรียงของพวกเขาเหล่านั้นถูกสะกิดออกมาให้ปรากฏอยู่บนกระดาษลายเส้นแบบเก่า จะมีก็แต่เพียงคุณยายโฮโรวิทซ์เท่านั้นที่มีคอมพิวเตอร์โน้ตบุ๊คส่วนตัวที่ลูกชายซื้อมาให้ ซึ่งเธอก็สารภาพ

ว่าเธอใช้มันเป็นที่ตั้งกระถางต้นไม้ต่างหาก เรื่องราวของพวกเขาไม่ได้ถูกเขียนออกมาด้วยทักษะที่ดีเลิศ หากแต่กลั่นออกมาจากหัวใจ.. ซึ่งฉันก็พิจารณาแล้วว่าต้องถือเป็นเอกสิทธิ์พิเศษของฉันเลยทีเดียว ที่มีโอกาสได้รับฟังเรื่องราวอันล้ำค่าแบบนี้

เดือนในหมู่ดาวหนึ่งเดียวของบ้านพักคนชราชาลอมก็คือ เอ็บ โกล์ดแมน คุณตาขี้เหงาหนุ่มเดียวในชั้น ผู้ชอบเถียงอะไรแปลก ๆ และมีนิสัยประหลาดคล้ายกับมิสเตอร์มากู* แล้วก็เป็นโชคของฉันเสียจริงที่เขาเกิดจะมาตกหลุมรักฉันเข้าอย่างหัวปักคะมำตำล้ม คืนนั้น.. พอฉันไปถึงบ้านชาลอม ฉันก็พบกล่องของขวัญกล่องหนึ่งตั้งไว้ตรงจุดสายตาอยู่ที่มุมโต๊ะ

"สำหรับเธอนะจ๊ะสาวน้อย" คุณตาโกล์ดแมนเอ่ย พลางทำตาวิบวับ หรือบางทีมันอาจจะเป็นแค่อาการกระพริบตาเพื่อไล่น้ำตาของคนแก่ก็ได้ ตาโกล์ดแมนแกเทคนิคไม่ค่อยดี ฉันเลยไม่แน่ใจว่าแกส่งสายตาวิบวับหรือทำกระปุ๊บกระปิ๊บกันแน่

"ขอบคุณค่ะ" ฉันตอบขอบคุณ พลางยิ้มแหย

"ก็อยากให้หนูตื่นเต้น แล้วก็พอใจมาก ๆ ไงจ๊ะ" แกพูด ก่อนขยิบตาวิบ (หรือปุ๊บปิ๊บก็ไม่รู้) ให้ฉันอีกครั้ง

"เอ่อ..!" ฉันรีบเปลี่ยนหัวข้อการสนทนาในทันที..

"ใครอยากจะอ่านความเรียงพวกนี้บ้างคะ..?"

คุณตาโกล์ดแมนยกมือขึ้นอย่างรวดเร็วราวกับลูกสูบ แกมักกระหายอยากเล่าถึงตำนานการผจญภัยเก่า ๆ และความกล้าหาญของชีวิตคนขายพรมพเนจรอย่างแกให้คนอื่นฟังอยู่เสมอ

ฉันมองไปรอบ ๆ ห้อง มองหาอาสาสมัครคนใหม่อย่างสิ้นหวัง แต่

---

* *ตัวละครในภาพยนตร์เรื่องหนึ่ง มีนิสัยเป็นคนแก่เอาแต่ใจ*

สาว ๆของฉันก็ไม่มีใครเหมือนคุณตาโกล์ดแมนสักคน แต่ละคนก็มัวแต่เหนียมที่จะออกมาอ่านความเรียงให้คนอื่นฟัง โดยเฉพาะอย่างยิ่งบทความบทแรกของเย็นนั้น และก่อนที่วรรณกรรมชิ้นเอกของชีวิตจะถูกทำให้ละลายลง ฉันก็ถามขึ้นอีกครั้ง..

"มีใครไหมคะ..?"

ฉันพยายามทำเป็นไม่สนใจคุณตาโกล์ดแมนที่กำลังโบกมืออยู่หยอย ๆ ฉันจ้องไปที่คุณยายเพ็ชเทอร์ที่ทาแป้งพัฟเสียหน้าวอก แถมมีหน้าอกหน้าใจอันใหญ่มหาศาลเสียจนน่าดึงมาหนุนแทนหมอนได้สบาย ๆ แกกำลังอมขนมตุ๊ดซี่ โรล ที่ระเบิดป๊อบแป๊บอยู่ในปากอย่างไม่อนาทรร้อนใจ ฉันเลยต้องเบนเข็มไปที่คุณยายรูบิ้นเพื่อนซี้ของแกแทน แต่ก็ได้รับอาการส่ายศีรษะไปมาเป็นคำตอบ ในที่สุดคุณยายโฮโรวิทซ์ สตรีผู้มีโน้ตบุ๊คเป็นที่ตั้งกระถางต้นไม้ก็ยกมือขึ้น

"คุณยายโฮโรวิทซ์.. ขอบคุณมากค่ะ หนูหลงคิดว่าเราต้องมาฟังคุณตาโกล์ดแมนบ่นเรื่องความสุขของพ่อค้าพรมยาวตั้งยี่สิบนาทีเสียแล้ว"

เออน่า..! ฉันไม่ได้พูดออกไปอย่างนั้นจริง ๆหรอก แต่ที่ฉันพูดก็คือ..

"เอาเลยค่ะคุณยาย"

คุณยายโฮโรวิทซ์เป็นสตรีที่มีผมสีเทาประดุจสีเหล็กกล้า และพกกระเป๋าสตางค์ใบมหึมาปานกระเป๋าเดินทาง แกล้วงเอาบทความออกมาจากกระเป๋ายักษ์ที่แสนลึกนั้น ก่อนสูดหายใจยาวแล้วเริ่มบรรยาย..

"ในวันที่ฉันเดินอยู่บนทางเดินแคบ ๆริมหาด.."

คุณยายโฮโรวิทซ์เขียนเกี่ยวกับการไปเที่ยวเกาะโคนีย์ ไอส์แลนด์กับผู้ปกครอง เมื่อครั้งที่เธอยังเป็นเพียงเด็กหญิงตัวเล็ก ๆ.. ได้นั่งรถไฟใต้ดิน ไอ.อาร์.ที.* จากเมืองแฟลตบุชไปถึงชายหาดไบร์ทตัน รับประทาน

** IRT = Interborough Rapid Transit = เส้นทางสายหนึ่งของรถไฟใต้ดินนิวยอร์ค*

ฮอท ดอก กับผักดองอย่างเพลิดเพลิน สวมชุดว่ายน้ำแบบติดกัน และคอยแกล้งผู้เป็นพ่ออย่างสนุกสนาน โดยที่พ่อของเธอนั้นไม่เคยกรายกร้ำออกมานอกเขตร่มชายหาดนั้นแม้แต่น้อย

การอ่านความเรียงที่ชาลอมเป็นไปด้วยดี มันยอดเยี่ยมมาก เต็มไปด้วยรายละเอียด และที่สำคัญ.. นักเรียนของฉันทุกคนล้วนกลั่นมันออกมาจากหัวใจทั้งสิ้น

"ดีมากค่ะ" ฉันกล่าวชมหลังจากที่เธออ่านจบ..

"มีใครมีความเห็นอะไรไหมคะ นักเรียนทั้งหลาย..?"

"เยี่ยมจริง ๆ" คุณยายเพ็ชเทอร์กล่าว

"ฉันก็ชอบนะ" คุณยายรูบิ้นเสริม เธอเป็นหญิงชราร่างเล็กที่เล่นเป็น 'โรบิ้น' โดยมีคุณยายเพ็ชเทอร์เป็น 'มนุษย์ค้างคาว' ซึ่งคุณยายรูบิ้นนั้นมักจะพูดอะไรตามความเห็นของเพื่อนรักเสมอ

คุณยายกรีนเบิร์กและคุณยายซาท์เลอร์ ต่างก็เอ่ยแทรกขึ้นมาด้วยความชื่นชมทั้งสิ้น มีก็แต่คุณตาโกล์ดแมนเท่านั้นที่ดูจะไม่ค่อยกระตือรือรนเท่าใดนัก

"มันเป็น.. บี.เอ็ม.ที.* ต่างหาก.." เขากล่าว

"อะไรเหรอ..?" คุณยายโฮโรวิทซ์ถาม พลางกระพริบตาอย่างสงสัย

"มันไม่ใช่รถไฟใต้ดิน ไอ.อาร์.ที. สักหน่อย แต่เป็น บี.เอ็ม.ที. ต่างหากที่วิ่งจากแฟลตบุชไปหาดไบร์ทตัน" คุณตาโกล์ดแมนตอบ

"คุณตาโกล์ดแมนคะ.." ฉันเอ่ยขึ้น..

"เรากำลังพูดถึงคุณภาพของการเขียน มันเป็นเรื่องของจินตนาการและอารมณ์ มันจะเป็น ไอ.อาร์.ที. หรือ บี.เอ็ม.ที. ก็ไม่เป็นไรหรอกค่ะ"

"เป็นสิ.. ถ้าเธออยากจะไปให้ถึงหาดไบร์ทตันละก็"

** BMT = Brooklyn and Manhattan Transit = เส้นทางสายหนึ่งของรถไฟใต้ดินนิวยอร์ค*

ฉันโต้กลับไปหลายคำ เหมือนจะเล่นเกมกวนประสาทกับแก

นัยน์ตาของคุณยายโฮโรวิทซ์ฉายโชนไปด้วยประกายแห่งความรู้สึกอันแรงกล้า

"อีตาเอ็บ.. เธออย่ามาบอกฉันนะว่ามันเป็น บี.เอ็ม.ที. มันเป็น ไอ.อาร์.ที. ย่ะ"

"บี.เอ็ม.ที...!"

"นี่เธอจะบอกว่าความจำฉันไม่ดีงั้นเหรอ..?"

"ก็นั่นแหละที่ผมพยายามจะบอก"

"ดูนี่สิ.. ใครหนอกำลังพ่นอยู่ได้" คุณยายเพ็ชเทอร์เริ่มส่งเสียงบ้าง

"ที่แท้ก็ตาแก่ที่ลืมรูดซิปอยู่เรื่อยนี่เอง"

"ผมไม่เคยลืมรูดซิป" คุณตาโกล์ดแมนตอกกลับ..

"ถึงบางครั้งจะลืมรูดลง.. แต่ก็ไม่เคยลืมรูดขึ้นละน่า"

"ถ้าโฮโรวิทซ์บอกว่าเธอนั่งรถไฟ ไอ.อาร์.ที. มันก็ต้องเป็น ไอ.อาร์.ที. สิ.." คุณยายซาห์เลอร์ช่วยเถียง

"ไม่ใช่ขบวนที่ไปหาดไบร์ทตันแน่.. เธอไม่ได้ไปขบวนนั้น"

"ฉันชอบวิธีที่คุณยายโฮโรวิทซ์อธิบายถึงตอนที่กินฮอท ดอก อย่างเอร็ดอร่อยนั่นมากเลยนะคะ" ฉันกล่าว พยายามที่จะเบี่ยงประเด็นให้หยุดการโต้วาทีเรื่องรถไฟใต้ดินนี่เสียที

"แหยะ..!" คุณตาโกล์ดแมนทำเสียง..

"ผมไม่ชอบฮอท ดอก กับเครื่องปรุงรสแบบนั้นหรอก ผมชอบแบบของผม.. ที่กินกับกะหล่ำปลีดองของเยอรมัน"

"เขียนได้แจ๋วมากค่ะคุณยายโฮโรวิทซ์" ฉันกล่าวโดยไม่สนใจเรื่องความพอใจในอาหารแบบของคุณตาโกล์ดแมน

"เอาละค่ะ.. ใครจะอาสามาอ่านเป็นคนต่อไปเอ่ย..?"

คุณยายซาห์เล่อร์และคุณยายรูบิ้นต่างอ่านบทความที่ตนเขียน และ

หลังจากนั้นเพียงครึ่งชั่วโมงก่อนที่จะหมดชั่วโมงเรียน ฉันก็ทนทำไม่รู้ไม่ชี้กับคุณตาโกล์ดแมนที่กำลังโบกมือหยอย ๆอยู่ตรงหน้าอย่างไม่สามารถจะควบคุมอารมณ์ได้อีกต่อไป

"คุณตาโกล์ดแมน.." ฉันเอ่ยด้วยรอยยิ้มเชือดเฉือน..

"มีอะไรอีกล่ะคะทีนี้..?"

นัยน์ตาของฉันพร่าเลือนในขณะที่คุณตาโกล์ดแมนเริ่มอ่านเรื่องราวล่าสุดในชีวิตการขายพรมของแกเจื้อยแจ้ว คราวนี้แกเขียนเกี่ยวกับการได้ไปชมการแสดงของเด็บบี้ เรย์โนล์ด* ที่ศูนย์แสดงสินค้าของกลุ่มผู้ค้าพรมที่เมืองลาส เวกัส

ฉันจำรายละเอียดไม่ได้.. เพราะ.. พูดตรง ๆเลยนะ.. ฉันไม่ได้ฟังแกหรอก..

ตอนที่คุณตาโกล์ดแมนพูดถึงอะไรสักอย่าง จนทำให้ฉันต้องสะดุ้งขึ้นมาฟังนั้น ฉันกำลังตัดสินใจว่าเดี๋ยวพอเลิกสอนตอนกลับบ้าน ฉันจะเลือกไอศครีมรสอะไรไปกินดี ระหว่างรสเปรี้ยวจี๊ดจ๊าด กินแล้วคึกเป็นลิงขิงหลัก กับรสธรรมดา ๆที่กินแล้วเย็นใจสบายดีนั่นต่างหาก

".. *และหลังจากที่การแสดงเสร็จสิ้นลง เด็บบี้ เรย์โนล์ด ก็เอ่ยแก่ผมว่า.. อึม.. ม..! เอ็บ.. ฉันว่าเราขึ้นไปหาอะไรคึกคักทำกันที่ห้องฉันสักหน่อยดีไหมคะ..?"*

ฉันครางอยู่ในใจ.. ในความทรงจำของคุณตาโกล์ดแมน มีแต่เรื่องของสาวเปรี้ยวเฉี่ยวเก๋ที่แกพบ และล้วนชอบมาทำท่ากระตุกอารมณ์แกอยู่ร่ำไป

".. *มารยาทอันสงบเสงี่ยม เป็นตัวห้ามมิให้ผมเปิดเผยความลับของสิ่งที่กำลังจะเกิดขึ้นต่อไป"* ชายชรายังคงอ่านต่อ

---

* *นักร้องและนักแสดงหญิงที่โด่งดังในอดีต*

".. แต่คงต้องบอกว่า เด็บบี้ได้มอบลายเซ็นสลักหลังภาพถ่ายของเธอให้แก่ผม และได้เขียนเอาไว้ว่า.. แด่ เอ็บ โกล์ดแมน ฉันจะไม่มีวันลืมความสุขสำราญอันสุดยอด และวันคืนอันชื่นมื่นในอ่างจากุซี่ของเราไปได้เลย.. ด้วยความจริงใจ.. เด็บบี้ เรย์โนล์ด"

คุณยายเพ็ชเทอร์เป่าลมออกทางจมูกอย่างแรง ด้วยอาการเยาะหยามหยัน

"คุณกับเด็บบี้ เรย์โนล์ด เนี่ยนะ.. อย่ามาทำให้ฉันท้องแข็งหน่อยเลย"

"ทีนี้มาดูกันสิว่าใครกันแน่ที่ให้ข้อมูลผิดพลาด..?" คุณยายรูบิ้นส่งเสียงดังระฆังกังวานแว่วมา

"นี่ไม่ใช่วิชาการเขียนนิยายนะจ๊ะพ่อคู้ณ.. ณ.." คุณยายโฮโรวิทซ์กล่าวดูถูก..

"ฉะนั้นก็ควรจะเขียนอะไรที่มันเป็นความจริงหน่อย"

"ก็นี่แหละความจริง" คุณตาโกล์ดแมนยืนยัน

"คุณตาแน่ใจนะคะว่าไม่ได้แต่งขึ้นเองเพราะนึกอยากจะสุนทรีย์ขึ้นมา" ฉันถาม

"ไม่ใช่นะ..! ฉันไม่ได้ปั้นเรื่อง มันเกิดขึ้นจริง ๆต่างหาก..!"

"จ้างให้ก็ไม่เชื่อหรอกย่ะ" คุณยายโฮโรวิทซ์แย้งเสียงแหลม

"พวกเธอจะไปรู้อะไร.." คุณตาบ่นอุบอิบ..

"รู้อยู่อย่างเดียวนั่นแหละว่ารถไฟ ไอ.อาร์.ที. ไปจอดถึงที่หาดไบร์ทตันโน่น"

"เอาละค่ะนักเรียนทั้งหลาย.. หนูว่าคืนนี้เลิกแค่นี้ก็แล้วกัน"

"ไม่เอา..! เลิกได้ไง..?" คุณตาโกล์ดแมนยกข้อมือขึ้นดูเวลา..

"ยังอีกตั้งสิบนาที"

"หมดเวลาแล้วค่ะ" ฉันย้ำด้วยเสียงเหล็กที่สุดเท่าที่จะสามารถเค้นออกมาได้

บรรดาสาว ๆของฉันต่างพากันรวบรวมกระเป๋าสะพาย แล้วบ่ายหน้าไปตามโถงทางเดิน จะมีก็แต่เพียงคุณตาโกล์ดแมนเท่านั้นที่ยังคงยืนอ้อยอิ่งรั้งท้ายอยู่

"เอ่อ.. สาวน้อย.." เขาเอ่ยขึ้นด้วยแววตาวิบวับปิ๊บปั๊บเหมือนเคย

"อยากจะไปเดินชมจันทร์กันที่ลานจอดรถสักหน่อยไหมจ๊ะ..?"

ให้ฉันตายเสียดีกว่า.. ไม่มีวันเสียละ..

"ขอโทษทีค่ะคุณตา.. หนูไปด้วยไม่ได้หรอก.. ทำไมคุณตาไม่โทร.ไปชวนเด็บบี้ เรย์โนล์ด ล่ะคะ..?"

ก็ได้.. ฉันไม่ได้ตั้งใจจะหักหน้าแกเรื่องยายเด็บบี้อะไรนั่นหรอก แค่อยากจะหยิกแกมหยอก.. แล้วเผ่น.. ก็เท่านั้นเอง

ฉันแวะที่ตลาดซื้อไอศครีมแล้วรีบกลับบ้าน พบว่าเจ้าโพรแซ็คยังคงนอนขดตัวกลมอยู่บนคีย์บอร์ด ฉันเขี่ยมันให้พ้นทางก่อนเช็คอีเมล์ซึ่งมีแค่ข้อความจากใครบางคนที่ชื่อเฮย์ดิ และมีภาพของหญิงสาวในชุดร้อนแรงกับการทารุณสัตว์ และเธอก็อยากที่จะมาขอแชร์ห้องกับฉันเสียด้วย นอกนั้นก็เป็นจดหมายสองสามฉบับจากพ่อแม่

หลังผ่านพ้นเวลาช่วงเย็นที่ต้องสู้รบปรบมือกับคุณตาโกล์ดแมนมาจนเหนื่อยอ่อน ฉันก็ไม่มีแรงพอที่จะมาเปิดศึกอะไรกับพ่อแม่ได้อีก.. อ๊ะ.. อ๊ะ.. อย่าเข้าใจผิด.. พ่อแม่ฉันเป็นคนน่ารักมาก แต่ต้องการการทำนุบำรุงสูงไปหน่อย ทั้งสองท่านล้วนแต่ดึงดูดปัญหาให้เข้ามาได้มากพอ ๆกับที่ใต้โซฟาดูดฝุ่นเข้ามาติดแหง็กอะไรเทือก ๆนั้น

ทุกสิ่งทุกอย่างในชีวิตของท่าน ไม่ว่าจะอะไรก็ต้องเกี่ยวข้องกับมายาตลอดเวลา และมันก็เป็นมายาที่ทำให้ฉันต้องมานั่งกังวลแทบตายทุกทีสิน่า.. ทางที่ดีต้องพยายามจัดแจงให้ท่านไม่ขาดเหลืออะไรเป็นดีที่สุด

จากการที่ได้อุปมาอุปมัยเอาไว้ล่าสุดนั้น โชคดีที่พ่อแม่ของฉันไม่ได้เจ็บหนักถึงกับเป็นแผลเปื่อยพุพองอะไร เปรียบเทียบปัญหาแล้วก็เพียงแค่พาหะนำโรคเท่านั้น.. เอาน่า..! คงไม่มีอะไรมากหรอก.. เอาไว้ค่อยอ่านจดหมายของท่านพรุ่งนี้เช้าก็แล้วกัน

ว่าแล้ว.. ฉันก็เปลื้องผ้าออกเดินไปที่ห้องน้ำ ซึ่งเป็นที่ๆฉันใช้เวลาครึ่งชั่วโมงข้างหน้านั้น ปล่อยให้ไอละอองสายน้ำอุ่นเข้ามามีส่วนพัวพันอยู่กับเนื้อตัวอย่างแนบแน่น.. แบบนั้น.. ขอแค่นี้แหละ.. ขอแค่ฉัน.. กับตุ๊กตา (ยาง) เป็ดตัวเก่ง.. และเบ็นกับเจอรี่ ตุ๊กตาคู่หูคู่ใจของฉันเท่านั้นเอง.. หะโหย..!

อีเมล์ที่ได้รับ

ถึง : เจ. ออสเตน

จาก : คุณนายช้อปกระจาย

เรื่อง : ข่าวใหญ่

หวัดดีจ้ะ ลูกรัก..

จับตาดูคนส่งของ ยู.พี.เอส. ให้ดีนะลูก เพราะแม่ได้ส่งแหวนหมั้นเซอร์โคเนียสุดบรรเจิดที่สั่งซื้อจากทางทีวีมาให้ มันหนักสองกะรัต ทำด้วยทองคำขาวผสมเงินสเตอร์ลิง มันลดราคาอยู่ละ.. แค่สามสิบเก้าเหรียญเก้าสิบห้าเซ็นเท่านั้นเอง ราคานี้รวมค่าส่งเรียบร้อยแล้วจ้ะ และก่อนที่ลูกจะกระโดดมาขย้ำคอหอยของแม่เข้า คงต้องบอกก่อนว่าแม่รู้ละน่าว่าหนูไม่ได้จะหมั้นกับใคร แต่หนูก็เอาไว้ใส่เล่นๆที่นิ้วขวาก็ได้นี่นา ผลพลอยได้ของแม่ก็คือ จะได้ฝันไว้ล่วงหน้าไงลูก

ข่าวใหญ่สำหรับที่แทมป้า วิสต้า นี่ก็คือ เรามีผู้อำนวยการฝ่ายสังคมคนใหม่แล้วนะ เป็นนักเขียนและนักแสดงจากบรอดเวย์ขนานแท้เลยเชียว ทุกคนตื่นเต้นกันมาก เขาชื่อ อลิสแทร์ เซนท์ เจอร์มาอีน บางที

ลูกอาจจะเคยได้ยินชื่อเขามาบ้างกระมัง..? เขาทำงานละครทุกชนิดเลย โดยเฉพาะบรอดเวย์

ไม่เพียงเท่านี้นะ.. เขาเคยผ่าตัดสมองมาแล้วด้วย แม้ว่ามันอาจจะดูแปลก ๆไปสักหน่อยที่เขาเป็นนักเขียนและนักแสดงที่เคยผ่าสมองว่าไหม..? แต่อย่างไรก็ตาม เขาก็ได้เขียนบทละครที่กำลังจะสร้างขึ้นในสโมสรของบ้านเราแล้วละ พ่อหนูก็จะลองไปทดสอบคัดเลือกตัวแสดงเป็นพระเอกกับเขาด้วย.. ตื่นเต้นไหมจ๊ะ..?

เอ่อ..! อย่าลืมรอแหวนหมั้นที่แม่ส่งไปให้ล่ะ ไม่แน่นะ.. อาจจะมีคู่หมั้นหนีบติดไปให้ลูกสักคนก็ได้.. ฮ่า.. ฮ่า..

รักลูกที่สุด

แม่เอง

ถึง : เจ. ออสเตน

จาก : แดดดี้ โอ.

เรื่อง : พ่อหนูเป็นดาราแล้ว

หวัดดี สาวน้อยแสนหวานของพ่อ..

พ่อเดาว่าแม่หนูต้องบอกข่าวใหญ่กับลูกแล้วแน่ ๆพ่อกำลังจะได้เป็นดาราที่โรงละครของสโมสรแทมป้า วิสต้า แล้วนะ เราได้ผู้อำนวยการฝ่ายสังคมคนใหม่ เป็นนักเขียนไฟแรงจากนิวยอร์คและฉลาดเอามาก ๆ พรสวรรค์ของเขาซึมซาบออกมาไม่หยุดเลยทีเดียว

เขาเขียนเรื่อง 'ผ้าพันคอของลอร์ดวอร์ธิงตัน' มันเป็นเรื่องขำขันเกี่ยวกับฉากในห้องรับแขกสไตล์อังกฤษ คล้าย ๆกับที่โนเอล โควาร์ดี* เคยเขียนไงล่ะ

** นักเขียน นักแต่งเพลง และนักแสดงชาวอังกฤษ ผู้มีชื่อเสียงในราว 100 ปีก่อน*

พ่อกำลังจะได้เล่นเป็นลอร์ดวอร์ธิงตันด้วย ยังไม่ได้บทมาเลย แต่ถึงยังไงก็เป็นตัวเต็งอยู่แล้ว พวกแก่ๆที่น่ารังเกียจแถวนี้จำชื่อกลางของตัวเองยังไม่ได้ด้วยซ้ำ แล้วจะจำบทสนทนาในละครที่มีตั้งสามสิบหน้าได้ยังไง

นอกจากนี้ พ่อยังซ้อมบทอยู่ตลอดเวลา เอ๊ะ..! นี่พ่อเคยเล่าให้หนูฟังรึเปล่านะ ว่าเมื่อก่อนพ่อเคยเป็นดาวสมัยที่เล่นละครมัธยมเรื่องโรมิโอกับจูเลียตด้วย..? หนังสือพิมพ์ท้องถิ่นมาสัมภาษณ์เชียวนะ แล้วเขาก็ลงว่า.. แฮ้งค์ ออสเตน เหมาะสมยิ่งที่ได้รับบทโรมิโอ.. พ่องี้ยังตัดเป็นคลิปปิ้ง* เก็บไว้ที่ไหนสักแห่งอยู่เลย

ถ้าพ่อจะต้องบอกอะไรกับตัวเองแล้วละก็ คงต้องบอกว่าพ่อของหนูช่างมีพรสวรรค์ทางด้านนี้เอาเสียจริงๆ เอาละ.. พ่อคงต้องไปซ้อมบทก่อน หวังว่าทุกอย่างคงไปได้สวยภายใต้ท้องฟ้าอันอบอุ่นของแคลิฟอร์เนียนะลูก

จากพ่อที่รักของหนู

พ่อเอง

ถึง : เจ. ออสเตน

จาก : คุณนายช้อปกระจาย

เรื่อง : ป.ล.

ป.ล. : แม่บอกผิดไปนิดเกี่ยวกับคุณ เซนท์ เจอร์มาอีน ที่จริงแล้วเขาไม่ได้ผ่าตัดสมองหรอกลูก นั่นมันแค่บทที่เขาได้รับในละครโทรทัศน์ต่างหาก

** การตัดข่าวจากหนังสือพิมพ์หรือนิตยสาร แล้วแยกออกมาเก็บไว้เป็นแฟ้มอ้างอิง*

บทที่ 4

ฉันตื่นขึ้นมาในเช้าวันรุ่งด้วยเสียงเงี๊ยวง๊าวหวานหยดของเจ้าโพรแซ็ค ที่ส่งเสียงออดอ้อนเรียกหาอาหารเช้าเหมือนหิวเสียเต็มประดา..

หลังจากที่คลุกเครื่องในปลาแม็คคาเรลใส่ชามไว้ให้มันแล้ว ฉันก็ออกกำลังกายบริหารหน้าท้องเสียห้าสิบทีอย่างที่ทำเป็นประจำ ก่อนจะต้มกาแฟมาชงจิบคู่กับครัวซองส์เป็นอาหารเช้านิด ๆหน่อย ๆ

ก็ได้..! ก็ได้..! ฉันไม่ได้บริหารหน้าท้องอย่างว่านั่นหรอก การออกกำลังกายอย่างเดียวที่ฉันทำก็คือ.. ขยับแปรงสีฟันขึ้นลงเท่านั้นเอง แล้วอาหารเช้าของฉันก็ไม่ใช่กาแฟต้มอีกละ หากแต่เป็นกาแฟสำเร็จรูปกับขนมพายป๊อป ทาร์ตชิ้นหนึ่ง.. อึม.. ม.. โอ.เค..! สองชิ้นน่ะ

จากนั้น ฉันก็ไปนั่งขัดสมาธิอ่านอีเมล์ของพ่อแม่อยู่ที่หน้าเครื่องคอมพิวเตอร์

แม่ส่งเครื่องประดับที่สั่งซื้อทางทีวีมาให้อีกชิ้น และนั่นคือคุณสมบัติอีกอย่างของผู้ให้กำเนิดฉันที่คุณควรจะรู้เอาไว้.. ท่านเป็นโรคบ้าช้อปของจากทีวี.. ที่จริงก็คือ ที่ท่านชวนพ่อให้ย้ายไปใช้ชีวิตบั้นปลายที่เมืองแทมป้า รัฐฟลอริด้า ก็เพราะท่านจะได้ไปอยู่ใกล้ ๆกับฐานเครือข่ายขายตรงทางโทรทัศน์นั่นเอง ท่านบอกว่าวิธีนี้จะทำให้ท่านซื้อของครบชุดได้เร็วขึ้น ไม่วายที่ฉันจะเพียรอธิบายว่าของพวกนั้นไม่ได้ถูกส่งตรงออกมาจากสตูดิโอผลิตรายการอย่างที่แม่คิด แต่ท่านก็ยังยืนกรานที่จะย้ายลงไปอยู่ดี

แม่ของฉันท่านมีเครื่องประดับจำพวกนี้มากพอที่จะเปิดเหมืองแร่เซอร์โคเนียได้เองอยู่แล้ว ทั้งหมดที่มีเป็นพวกหินสีฉูดฉาด (แต่ไร้รสนิยม) ขนาดมะเล่งเท่งที่ชอบส่งมาให้ฉันอยู่เรื่อย ซึ่งฉันก็โยนโครมเก็บเข้าลิ้นชักชุดชั้นในไว้ทุกครั้งเหมือนกัน และแอบหวังว่ามันจะแปรสภาพกลายเป็นถุงน่องยาวให้ฉันได้ใช้บ้าง แต่ถึงอย่างไรก็นับว่าแม่มีเจตนาดีกับฉันเสมอ

แน่นอน.. ฉันทำได้โดยไม่ต้องอาศัยการเปรยเป็นนัย ๆของแม่หรอก ที่แสดงออกเสียชัดเจนว่ากังวลเรื่องการแต่งงานของฉันขนาดนั้น ฉันเองก็เคยออกเรือนมาแล้วครั้งหนึ่ง และพบว่ามันก็เป็นเรื่องน่ารำคาญพอ ๆกับการเป็นฮ่องกงฟุตนั่นแหละ

ฉันเรียกอดีตสามีว่าเป็น 'ความผิดพลาด'.. ส่วนมากแล้วก็เพราะว่าดอสโตเยฟสกี้* ก็ยังเคยทำผิดพลาดมาแล้วเลย ดังเห็นได้ในงานเขียนที่มีชื่อว่า ดิ อีเดียท.. หรือ.. ความปัญญาอ่อน.. มันหดหู่เกินกว่าจะมานั่งพูดถึง เอาแค่ว่าพ่อความผิดพลาดของฉันเขาเป็นชายหนุ่มประเภทที่ค่อนข้างจะคุ้นชินกับขี้หูของตัวเองมากกว่าของใคร หรืออีกนัยหนึ่งก็คือเป็นคนเห็นแก่ตัวที่นึกถึงแต่เรื่องของตนเองนั่นเอง

เรื่องที่พ่อคลั่งไคล้จดจ่ออยู่กับการแสดง ก็เป็นสิ่งที่ไม่ได้ทำให้ฉันรู้สึกประหลาดใจเท่าใดนัก พ่อเป็นนักแสดงที่ชอบแสดงอะไรเกินจริงอยู่เสมอ.. เมื่อครั้งที่ฉันยังเด็ก ท่านเคยแสดงเป็นตัวละครต่าง ๆเวลาที่เล่านิทานก่อนนอนให้ฟังจนฉันหลงคิดไปว่าซินเดอเรลล่าสูบซิการ์อยู่ตั้งนานสองนาน

และแล้ว.. เสียงกริ่งโทรศัพท์ก็ดังขึ้นขัดจังหวะความคิดเรื่องความทะเยอทะยานทางการแสดงของพ่อ เสียงเล็กจิ๊บ ๆอย่างกับนกกระจิบของผู้หญิงคนหนึ่งก็ดังมาตามสาย

"หวัดดีจ้า.. ฉันเอง.. เบ็คกี้"

---

* *นักประพันธ์นวนิยายคลาสสิคชาวรัสเซีย ผู้มีชื่อเสียงก้องโลก*

เสียงเธอฟังดูเด็กเป็นบ้า ตอนแรกฉันคิดว่าคนโทร.ผิด หรือเด็กมัธยมที่ไหนโทร.นัดเพื่อนไปเดินเที่ยวห้างเสียอีก

"เราเจอกันเมื่อวานนี้ที่ห้างแพสชั่นส์ไงจ๊ะ" เธอกล่าว

ถูกเผงเลย.. นางฟ้าผมทองสีส้มสดใสที่กำลังจะทำให้ฉันได้สัมภาษณ์งานไง

"ฉันคุยกับเกรซแล้วนะ เธอเป็นเจ้าของห้าง และเกรซก็บอกว่ายินดีที่จะเจอคุณด้วย"

"แจ๋วเลย.. ขอบคุณมากนะคะ"

"พรุ่งนี้คุณไปพบเธอตอนสิบโมงเช้าได้หรือไหม..?"

หลังจากที่ตกปากรับคำไปแล้วว่าฉันจะโผล่ไปตอนสิบโมงได้แน่ ฉันก็วางหูโทรศัพท์แล้วหันไปหาเจ้าโพรแซ็ค

"ทายสิลูกรัก.. แม่ได้สัมภาษณ์งานแล้วนะ"

"ขอแสดงความยินดีด้วยย่ะคุณนาย"

ไม่ใช่..! นั่นไม่ใช่เสียงเจ้าโพรแซ็คหรอก ถึงมันจะเป็นแมวฉลาด แต่ก็ไม่มีทางรอบรู้เรื่องศิลปะการใช้ถ้อยคำแน่ นั่นมันเสียงแลนซ์ต่างหากที่กำลังยืนคาประตูอยู่เห็นๆ

"เบ็คกี้เพิ่งจะโทร.หาฉัน" เพื่อนหญิงยืนฉี่ของฉันกล่าวในทันทีที่ฉันเชื้อเชิญให้เข้ามาข้างใน

"เอาละ.. สิ่งแรกที่เราต้องทำก็คือหาอะไรให้เธอใส่เสียหน่อย"

"แลนซ์.. ฉันมีเสื้อผ้าเยอะแยะแล้ว"

"ฉันจะเป็นคนตัดสินเองย่ะ" เขากล่าว พลางเดินผ่านหน้าฉันตรงไปยังตู้เสื้อผ้าในห้องนอน

"โอ๊ย..! ตายแล้ว.. คุณพระช่วย" เขาร้องครวญคราง ก่อนหยิบผ้าขนสัตว์ที่ส่องประกายแวววาวออกมาแกล้งถือไว้อย่างทะนุถนอม..

"นี่เธอซื้อไอ้นี่มาเมื่อไหร่กันยะ ซื้อต่อมาจากผู้บริหารห้างคาร์เตอร์

รึไงแม่คู้น..?” แลนซ์เหน็บ

“แล้วนี่ใครออกแบบละยะเนี่ย..?” เขากระแนะกระแหน พลางดึงเอาเสื้อครึ่งท่อนลายทางตัวหนึ่งออกมาจากตู้อย่างแรง ก่อนใช้สองนิ้วคีบมันไว้ราวกับเป็นซากหนูตายก็ไม่ปาน

“ฉันซื้อมาจากตลาดนัด ถึงป้ายยี่ห้อมันจะหลุดหายไปแล้ว แต่คนขายเขาสาบานว่ามันเป็นราล์ฟ ลอเรน นะ”

“แต่ฉันว่ามันน่าจะเป็น ‘ราล์ฟ ล้อเล่น’ มากกว่าย่ะ”

“ขำ..! ขำมาก..!”

“ฟังนะจาอีน.. เธอบ่นอยู่เรื่อยว่าไม่ค่อยมีงาน แล้วเธอเคยคิดบ้างหรือเปล่าว่าเหตุผลหนึ่งที่ทำให้เธอไม่ค่อยมีงานมากเท่าที่ควร นั่นเป็นเพราะภาพพจน์ของเธอเอง”

ฉันแสนจะเกลียดที่ต้องยอมรับ แต่.. บางทีเขาอาจมีประเด็นที่จะบอกก็ได้

“ของพวกนี้อาจจะทำให้พวกลูกค้าร้านส้วมของเธอร้องว้าว..!”

เขากล่าว พลางผายมือไปยังกองเสื้อผ้าในตู้..

“แต่สำหรับเกรซ ลินบรูค แล้วมันคนละเรื่องเลยทีเดียว เธอรู้รึเปล่าว่าหล่อนเป็นใคร..? เออ..! ไม่น่าถาม” เขาพูดเร็วเหมือนนึกได้

ฉันส่ายศีรษะดุกดิกแทนคำตอบ

“เกรซเคยเป็นหนึ่งในสุดยอดนางแบบชั้นนำของช่วงปี ค.ศ. เจ็ดสิบ ผู้หญิงคนนี้ใช้เวลาทั้งชีวิตอยู่กับนักออกแบบเสื้อผ้า.. ฉันเกลียดที่ต้องมาพูดอะไรแบบนี้กับเธอนะสาวน้อย แต่เธอทำให้เกรซประทับใจในการแต่งกายแบบนี้ของเธอไม่ได้แน่”

“แต่ฉันใส่ชุดบ้า ๆบอ ๆแบบที่หล่อนตุนไว้เต็มห้างนั่นไม่ได้หรอก”

ฉันกล่าว ตัวสั่นระริกเมื่อนึกถึงกางเกงตัวตลกเหล่านั้น

“เธอก็เห็นนี่นาว่าฉันใส่แล้วดูงี่เง่าขนาดไหน”

"อืม.. ม..!" เขาอดที่จะเห็นด้วยไม่ได้..

"เธอต้องแต่งให้ออกแนวคลาสสิคหน่อย เอาประเภทเรียบง่ายแต่โก้หรู ดูสะอาด และราคาแพง.. ทำให้หล่อนคิดให้ได้ว่าเธอไม่ต้องการงานนี้หรอก และเมื่อนั้นไม่ว่าใครก็จะต้องการเธอ ก็เวลาที่พวกเขาคิดว่าเธอไม่ต้องการพวกเขาไง.. เอาละ.. แต่งตัวได้แล้ว เราจะไปช้อปปิ้งกัน"

ครึ่งชั่วโมงต่อมา.. ฉันก็ระเห็จมาอยู่ในห้องลองของห้างบาร์นีย์ส กำลังลองชุดสูทพราด้า ราคาสามพันเหรียญ มันเป็นสูทสีเทาทะมึน ผ้าแคชเมียร์.. ที่นุ่ม.. ม.. เสียยังกับก้นเด็ก ฉันก้าวออกมาจากห้องลอง และโพสต์ท่าเป็นนางแบบให้แลนซ์ดู

"สวยมาก" เขากล่าว พลางพยักหน้าอย่างชื่นชม

ถ้าฉันต้องบอกอะไรกับตัวเองแล้วละก็.. คงต้องบอกว่า.. ฉัน 'โค-ตะ-ระ' จะดูดีเลยละ ไอ้เจ้าสูทแพงระยับนี่มันทำให้น้ำหนักฉันดูหายไปสิบปอนด์เลยทีเดียว ชุดอื่นๆของเขาก็ล้วนแต่ตัดเย็บเก็บรูปทรงได้เป็นอย่างดีเช่นกัน

"นี่ฉันบอกไปแล้วยังเนี่ย.. ว่าเธอดูดีมากๆ..?" แลนซ์ย้ำ ก่อนยิ้มกว้างด้วยสีหน้าปิติ

ทันใดนั้น.. ภาพลักษณ์ของฉันในรูปแบบใหม่ก็ปรากฏขึ้นมาในห้วงคำนึง ฉันกลายเป็นสาวสังคมสง่างาม กินอาหารกลางวันที่ภัตตาคารหรูอย่างสปาโก้ เจรจาธุรกิจกับค่ายหนังพาราเม้าท์ ย้ายบ้านไปอยู่เพนท์เฮ้าส์สุดหรูที่วิลไชร์ บูเลอวาร์ด ที่ๆฉันทำตัวเป็นสาวสังคมชั้นสูง มีความรู้เดินทางไปทั่วโลกจนคุ้นเคยกับหลายประเทศ หลายวัฒนธรรม และสามารถจะหย่อนอารมณ์ที่บาร์ในสระน้ำส่วนตัว ซึ่งทำจากหินอ่อนที่ฉันสั่งตรงมาจากต่างประเทศ..

แต่โชคไม่ดีที่ฟองสบู่แห่งความฝันนั้นต้องแตกวับไปกับตาเมื่อคิดถึงตอนที่ตัวเองได้รับบิลเรียกเก็บเงินค่าชุดจากบาร์นีย์ส

"แลนซ์.. ฉันไม่มีปัญญาจ่ายค่าสูทนี่หรอก"

"เธอไม่ต้องจ่ายมันหรอกยายโง่.. ยืมเอาสิยะ"

"หมายความว่าไง..?"

"ก็จ่ายด้วยเครดิตการ์ด.. ใส่มันไปสัมภาษณ์ เสร็จแล้วก็เอามาคืน* ไงเล่า"

"ฉันทำแบบนั้นไม่ได้หรอก"

"ทำได้สิยะ.. ใคร ๆเขาก็ทำกันทั้งนั้นแหละ ฉันยังเคยซื้อรองเท้าที่ห้างนีมานส์ จนใส่ไปย่ำหิมาลายาแล้วยังเอากลับมาคืนได้เลิ๊ย"

"เธอว่ามันไม่เป็นไรจริง ๆเหรอ..?"

"เออน่า.. รับรอง"

ฉันอยากจะให้มีเสียงเล็ก ๆกระซิบอยู่ในหัว แล้วบอกฉันว่าไม่ให้ทำอย่างนั้น เพราะมันเป็นเรื่องผิดศีลธรรมและไม่แฟร์ต่อห้างบาร์นีย์ส.. แต่เสียงเดียวที่ฉันได้ยินในขณะนั้นก็คือ.. เสียงที่ตะโกนบอกว่า..

"เธอดูผอมลงตั้งสิบปอนด์แน่ะ..!!"

นั่นละ.. คือสาเหตุว่าทำไมฉันถึงใช้บัตรวีซ่ารูดค่าชุดไปเสียสามพันเหรียญ ทั้ง ๆที่โดยปกติแล้วฉันใช้บัญชีนี้สำหรับใช้จ่ายเพื่อการดำรงชีวิตเท่านั้น เอาน่า.. หวังว่าจะเป็นการตัดสินใจตามความรู้สึกที่ถูกต้องก็แล้วกัน

"เราต้องทำอะไรสักอย่างกับทรงผมเธอด้วยนะ" แลนซ์ประกาศเมื่อเราลงลิฟท์มุ่งหน้าไปยังลานจอดรถของห้าง

"ผมฉันมีอะไรผิดปกติเหรอ..?"

"เปล่า..! แต่ถ้าเธออยากจะดูเหมือนเชอรี่ เทมเปิ้ล ในหนังเรื่อง กู้ด ชิป โลลลี่ป้อป ก็ตามใจ"

** ระบบการซื้อสินค้าในอเมริกาเป็นระบบ 'รับประกันความพึงพอใจ' หากซื้อไปแล้วไม่พอใจ ลูกค้าสามารถนำสินค้าที่ยังไม่ได้แกะป้ายราคาและไม่ชำรุดเสียหาย กลับมาคืนได้ภายในเจ็ดวัน*

เพื่อนร่วมลิฟท์ของเราสองคนเป็นเด็กสาวที่มีรูปร่างผอมเป็นไม้กระดาน เอวเล็กเท่าข้อเท้าฉันเห็นจะได้ ต่างก็มองมาที่ผมม้วนโรลเป็นกระเซิงของฉัน พลางกลั้นหัวเราะกันกิ๊กกั๊ก

"ผมดัดก็ทันสมัยได้น่า" ฉันพูด พลางทำจมูกฟุดฟิด

"ผมดัดน่ะไม่ใช่ปัญหาของหล่อนนะยะ แต่เป็นวิธีการตัดต่างหาก นี่มองดูยังกะใครเอาเลื่อยมาหั่นๆเอางั้นแหละ"

สองสาวไม้เสียบผีนั่นยิ่งกลั้นก๊ากกันเข้าไปใหญ่ ฉันละแอบหวังให้พวกหล่อนกลั้นหัวเราะกันจนทางเดินหายใจอุดตันไปเสียเลยจริงๆ

"โธ่..! จาอีน อย่าทำหน้ามุ่ยอย่างนั้นสิ.. ที่บอกเนี่ยก็เพราะฉันแคร์เธอนะ" แลนซ์กล่าว

"เอาละ.. มา.." เขาเอ่ยขึ้น พลางจับมือฉันไว้..

"เราจะไปทำให้เธอสวยเช้งกันเลย..!!"

แลนซ์โฉบมินิ คูเปอร์ สีแดงคันงามของเขาลัดเลาะเลี้ยวซ้ายปาดขวาไปมา กระทั่งถึงจุดหมาย.. ร้านซาลอนแต่งผมที่สง่างามและน่าดึงดูดแห่งหนึ่งแถบเบร็นวูดที่มีชื่อว่า 'กุนเทอร์ส'

"กุนเทอร์กับฉันเป็นเพื่อนที่ดีต่อกัน" เขากล่าว พลางหมุนตัวเข้าร้านไปก่อน

"แลนซ์.. ที่รัก"

ชายหนุ่มผมทอง ร่างสูง ผิวสีแทน เดินรี่เข้ามาหาเรา.. อุแม่เจ้า..! ช่างหล่อล้ำอะไรขนาดนั้น เล่นเอาฉันลืมหายใจไปเลยทีเดียว ยังกับเทพบุตรไวกิ้งยืนถือไดร์เป่าผมอยู่งั้นแหละ

ทั้งสองสวมกอดกันอย่างรักใคร่.. เหมือนคู่รักเก่าเปี๊ยบ.. ซึ่งฉันมารู้ทีหลังว่ามันก็เป็นอย่างนั้นจริงๆนั่นแหละ

"ไหน.. มาดูสิว่าเธอพาอะไรมาให้ฉันเอ่ย" เขากล่าว พลางหันมา

มองฉันเต็มตา

เขาจ้องฉันอย่างสำรวจตรวจตรา จากด้านซ้ายไปด้านขวา จากด้านหน้ามาด้านหลัง และตลอดเวลาก็ส่ายหัวดิก ๆ แถมยังทำเสียงจึ๊จ๊ะ ๆ อยู่ตลอดเวลา

"ไม่ต้องห่วงนะ" เขาเอ่ยขึ้นหลังจากที่หยุดหมุนไปรอบ ๆ ตัวฉันเสียที..

"ใคร ๆ ก็เรียกฉันว่าช่างผมมหัศจรรย์กันทั้งนั้นแหละ"

เพียงเขาดีดนิ้วสองสามที จู่ ๆ พนักงานสระผมก็โผล่ออกมาจากตรงไหนไม่รู้.. และหลังจากที่มีฟองมากมายฟูฟ่องอยู่บนศีรษะ และได้นอนฟัง 'เลคเชอร์' เรื่องพิษภัยของร้านจำหน่ายแชมพูโดยทั่วไปแล้ว ฉันก็ถูกนำตัวกลับมาให้กุนเทอร์ที่ถือกรรไกรรออยู่ เขาค่อย ๆ บรรจงเล็มผมที่ดัดโรลของฉันออก จนกระทั่งเส้นผมหนาดำร่วงลงมากองอยู่แทบเท้าเขาจนเต็มไปหมด จากนั้น เขาก็โบกไดร์ไปมา..

ฉันแทบไม่เชื่อสายตาตัวเอง เขาสามารถทำให้ผมของฉันนุ่ม ลื่นปลิวไสวดุจบ็อบไหมสีดำ ฉันไม่เคยเห็นผมฉันดูดีอย่างนี้มาก่อนเลยในชีวิต

กุนเทอร์พูดถูก.. เขาเป็นช่างผมหัศจรรย์จริง ๆ ด้วยสิ..

ฉันจ่ายเงินนับร้อยดอลล่าร์ที่เขาคิดเป็นค่าความมหัศจรรย์นั้นด้วยความเต็มใจ.. เอ่อ.. จริง ๆ ก็เสียดายอยู่หรอก.. แต่ก็อย่างที่แลนซ์บอกไง.. มันเป็นการเสริมความงามเพื่อการลงทุน

แต่ฉันก็อดคิดตอนที่เขียนเช็คจ่ายค่าทำผมไม่ได้ว่าขออย่าให้เด้งเล๊ย.. ย.. และฉันต้องทำทุกอย่างเพื่อให้ได้งานนั้นมา ไม่งั้นละแย่แน่.. เฮ้อ..!

"ต๊าย..! ดูดีมาก ๆ เลยนะยะ"

ฉันนั่งอยู่ตรงข้ามคานดิ โทโบโลฟสกี้ ผู้เป็นเพื่อนสนิท ในปาโก้ส์ทาโคส์ ซึ่งเป็นร้านอาหารเม็กซิกันร้านโปรดของเรา คานดิร้องอู้ ๆ อ้า ๆ

ตั้งแต่เมื่อเห็นฉันในมาดใหม่เดินเข้าประตูร้านมาเลยทีเดียว เธอไม่ละสายตาไปจากฉันแม้แต่น้อย ไม่เว้นแม้แต่พนักงานเสิร์ฟขาประจำ นั่นก็มองฉันไม่วางตาเหมือนกัน ซึ่งฉันอดสงสัยไม่ได้ว่าเขาอาจจะมองรอยกัวคาโมล* ที่ฉันทำหยดลงบนเสื้อก็ได้

"นี่.. เอาเบอร์โทร.ของนายกุนเทอร์มาให้ฉันด้วยเลยเชียว" คานดิกล่าว

"แพงไหมน่ะ..?"

"มาก.. ก.. เลยล่ะ" ฉันตอบ

ไม่เหมือนฉันหรอก..คานดิสามารถจ่ายให้ช่างอย่างกุนเทอร์ได้สบาย เธอเป็นคนเขียนบทการ์ตูนเรื่องบีนีย์ แอนด์ เดอะ ค็อกโรช ที่ออกอากาศทางโทรทัศน์ในทุกเช้าวันเสาร์ เป็นเรื่องเกี่ยวกับพ่อครัวที่ปรุงอาหารได้อย่างรวดเร็วนามบีนีย์ กับเฟร็ดแมลงสาบผู้เป็นสัตว์เลี้ยงของเขา

บางทีคุณอาจจะคิดว่าคนเขียนบทการ์ตูนเกี่ยวกับแมลงสาบไม่น่าที่จะมีรายได้ดี เอ่อ..! คิดผิดแล้วละค่ะ.. ขอบอก.. ในแผนกที่มีชื่อว่า 'ชีวิตไม่มีความยุติธรรม' นั้น พวกเขาได้เงินค่าจ้างกันมากอย่างน่ารังเกียจเลยละ ฉะนั้น การไปใช้บริการของกุนเทอร์ไม่มีทางทำให้เงินในบัญชีของคานดิสะท้านสะเทือนไปได้

แน่นอน..! คานดิไม่ได้ต้องการกุนเทอร์มากแบบฉันหรอก เพราะผมของคานดินั้นมีเส้นตรง ยาวสลวย เป็นสีน้ำตาลส่องประกายแวววาว เป็นผมที่สวยงามเหลือเชื่อ ประเภทที่เห็นได้ในงานโฆษณาแชมพูทุกยี่ห้อเชียวละ

"น่าตื่นเต้นจังนะ" คานดิกล่าว ก่อนยกมันฝรั่งทอดแผ่นบางๆขึ้นกัดอย่างเอร็ดอร่อย

---

* *ของว่างเม็กซิกันชนิดหนึ่ง*

"เรื่องที่เธอจะไปสัมภาษณ์งานพรุ่งนี้เนี่ยนะ แม้ว่าฉันจะยังนึกภาพเธอเขียนเรื่องแฟชั่นไม่ออกก็ตาม แต่ไม่ว่าเธอจะทำอะไรก็ตาม.. อย่า - ใส่ - กาง - เกง - เอว - ยาง - ยืด เชียวนะ"

"ไม่มีกางเกงเอวยางยืดแน่นอน" ฉันสัญญา

"แล้วก็เสื้อยืดคอกลมที่สกรีนอะไรบ้าๆบอๆด้วย"

"ฉันไม่ใส่เสื้อคอกลมอยู่แล้วละน่า"

ด้วยความสัตย์จริง.. ที่ฉันกำลังรู้สึกเหมือนถูกรุกรานนิดๆ ด้วยวิธีที่ทุกคนทำเหมือนฉันเป็นนังโง่เรื่องแฟชั่น

"ฉันรู้น่าว่าต้องใส่อะไรไปสัมภาษณ์"

ฉันเอ่ยออกมาด้วยน้ำเสียงที่เย็นเยียบเสียยิ่งกว่าน้ำแข็ง

"อะไร..? แล้วเธอจะใส่อะไรไป..?"

"สูท.."

"ประเภทไหน..?"

ฉันคงต้องยังรู้สึกผิดและละอายเรื่อง 'การขอยืม' เจ้าสูทพราด้าชุดนั้นอยู่แน่เลย เพราะตอบปัดๆไปว่า

"ก็เป็นสูทสวยชุดหนึ่งแล้วกัน.. นี่.. เรามาคุยกันเรื่องอื่นที่ไม่ใช่เรื่องเสื้อผ้าฉันจะได้ไหมเนี่ย..?"

"ก็ได้.." คานดิกล่าว..

"แล้วคิ้วเธอล่ะ..? เอาแหนบดึงออกเสียหน่อยก็ดีนะ หรือจะวาดเอาแบบแอนดี้ รูนีย์* ดีล่ะ..?"

"คาน - ดิ..!"

"แหม..! อย่าทำเป็นโกรธไปหน่อยเลยน่า ฉันก็แค่คิดว่าเธอน่าจะแต่งทรงคิ้วเสียหน่อยเท่านั้นเอง"

** นักเขียน - นักวิจารณ์ ผู้มากไปด้วยมุขขำขันที่มีชื่อเสียงคนหนึ่งของอเมริกา*

และไม่ว่าจะด้วยเหตุผลใดก็ตาม พนักงานเสิร์ฟเจ้าประจำของเราก็โผล่มารับออเดอร์อาหารเย็น

"รับกัวคาโมลเพิ่มอีกไหมครับ..?"

เขาถาม สายตาจับจ้องอยู่ที่รอยหยดบนเสื้อของฉัน

"ไม่เอาแล๊ว.. ว.." คานดิร้องเสียงสูง

เราทั้งสองสั่งไก่ทาโก้และสลัด ว่าจะหยุดข้าวกับถั่วเอาไว้สักมื้อ.. โอ.เค..! ที่จริงฉันไม่ได้อดข้าวกับถั่วหรอก จริง ๆแล้วฉันสั่งบูริโต้เนื้อแทนทาโก้ต่างหาก และนี่แหละคือเหตุผลที่ทำให้ฉันต้องใส่กางเกงเอวยางยืดแบบที่คานดิกับแลนซ์เห็นทีไรหัวใจจะวายทุกที

"ทายสิเพื่อนรัก..?"

คานดิกล่าวหลังจากที่พนักงานเสิร์ฟเดินจากไป..

"ฉันค้นพบวิธีใหม่ที่ดีมาก ๆเลยที่จะทำให้ได้พบหนุ่ม ๆด้วย"

คานดิพยายามเสมอที่จะทั้งลาก ทั้งเตะ และตะโกนเรียกให้ฉันก้าวเข้าไปในโลกของการออกเดทหาคู่ที่สุดวิเศษของเธอ ดูเหมือนเธอจะไม่พยายามเข้าใจเลยว่าการออกเดททำให้ฉันหวั่นใจมากขนาดไหน หรือถ้าจะพูดอีกอย่างหนึ่งก็คือ คานดินั้นเป็นนักออกเดทสายดำเลยทีเดียว และด้วยเหตุผลบางประการที่อธิบายไม่ได้ เธอก็พบว่ากระบวนการออกเดทนั้นเป็นสิ่งที่ช่างน่าสนุกเสียนี่กระไร

"เธอไม่อยากให้ฉันเล่าถึงวิธีเจ๋ง ๆที่จะได้เจอหนุ่ม ๆเหรอ..?" เธอถาม

"ไม่ละ"

"เดทสายฟ้าแลบไง..!!" เธอเดินหน้าพูดต่อไปอย่างไม่สนใจ..

"แบบที่ไปเจอหนุ่มยี่สิบคนในเย็นวันเดียวกันน่ะ"

"คานดิ.. แค่ผู้ชายคนเดียวฉันยังไม่อยากเจอเลย ฉะนั้น ไอ้ยี่สิบคนที่เหลือนั่นก็พับเก็บไปได้เลยนะ"

เธอส่ายหัวพลางทอดถอนใจ

"จาอีน.. ที่รัก.. แค่เพียงเพราะว่าเธอล้มเหลวเรื่องการแต่งงานมาหนหนึ่ง แต่มันก็ไม่มีเหตุผลที่จะที่เธอจะมาแขวนชีวิตของเธอทั้งชีวิตเอาไว้กับเจ้าแมวก้าวร้าวตัวนึงนี่นา"

"โพรแซ็คไม่ใช่แมวก้าวร้าวนะ" ฉันพูดอย่างขุ่นเคือง..

"มันแค่เป็นแมวที่ชอบสั่งการนิดหน่อย.. แค่นั้นเอง" ฉันพูดต่อ

"โปรดิวเซอร์คนหนึ่งที่บีนีย์ส ลองไปออกเดทสายฟ้าแลบมาด้วยนะ" คานดิกล่าวอย่างไม่ลังเลถึงภารกิจที่เธอกระทำ..

"เธอไปพบผู้ชายสามคน แล้วก็เป็นคนน่ารักทั้งสามคนเลยด้วย"

"โทษทีนะคานดิ.. ฉันไม่สนหรอก"

"แต่ฉันลงชื่อเธอไปเรียบร้อยแล้วนี่"

"งั้นก็ถอนออกเสีย"

"ไม่ได้หรอก.. ฉันก็จ่ายไปเรียบร้อยแล้ว และมันก็ไม่มีการคืนเงินเสียด้วย"

เราเถียงกันด้วยเรื่องนี้ตลอดช่วงเวลาอาหารค่ำ จนกระทั่งบ๋อยยกขนมทาร์ตสอดไส้คัสตาร์ดออกมาเสิร์ฟ นั่นแหละ.. ฉันถึงได้ตกหลุม

"ก็ได้.." ฉันทอดถอนใจ..

"ไปก็ได้"

สิ่งที่ทำให้ฉันตกลงไปก็คือ รู้สึกผิดเรื่องเงินที่คานดิจ่ายไป.. และ.. เพราะเธอปฏิเสธที่จะคืนส้อมขนมให้กับฉัน จนกว่าฉันจะตอบตกลงไปเสียก่อนนั่นเอง..

บทที่ 5

คืนนั้นฉันไม่ได้นอนมากนัก หากแต่ใช้เวลาที่มีอยู่น้อยนิดนั้นในการนั่งหลังแข็งตรงแหน่ว พยายามที่จะไม่ทำให้ผมเสียทรง ในที่สุด ฉันก็จัดการกับมันได้ด้วยการนั่งสัปหงกเอา ซึ่งก็เดาเอาว่าฉันคงจะกระสับกระส่ายพลิกไปพลิกมามากไปหน่อย เพราะเมื่อตื่นขึ้นมาในตอนเช้าปรากฏว่าปอยผมช่อใหญ่ก็หลุดลุ่ยแลบโค้งออกมาราวกับบูมเมอแรง แต่แหม..! ถึงอย่างนั้นฉันก็ใช้น้ำลูบมันจนลงมาได้

แต่ก่อนอื่น.. ฉันต้องการคาเฟอีนมากระชากสติยามเช้าสักถ้วย จึงได้เดินสะเงาะสะแงะไปในครัว โพรแซ็คเข้ามาร้องแง้ว ๆคลอเคลียร้องขออาหารอยู่แถวปลายเท้า ฉันเลยโยนแฟนซี แมคเคอเรล กัทส์ อาหารแมวผสมเสร็จให้มันไป ก่อนคว้ากาแฟซองสำเร็จรูปมาให้ตัวเอง

หลังจากนั้นสักประเดี๋ยว ฉันก็รู้สึกเหมือนอยากจะฉีกซองใช้ช้อนตักกาแฟเข้าปากไปเสียเลยโดยที่ไม่ต้องอาศัยน้ำร้อน แต่เอาเข้าจริง ๆ ฉันก็ชงกาแฟด้วยวิธีของมนุษย์สามัญทั่วไป คือ รอจนกว่าน้ำในกระติกจะร้อนแล้วค่อยรินลงไปในถ้วย

หลังจากที่จิบกาแฟไปได้สักสองสามจิบ ฉันก็รู้สึกได้เลยว่าอนุภาคเล็ก ๆที่งีบหลับอยู่ในร่างกายนั้นได้เด้งดึ๋งขึ้นมาแล้ว ฉันใช้เวลาชั่วโมงกว่า ๆ อยู่กับคอมพิวเตอร์ เพื่อปรับประวัติการศึกษาและประสบการณ์การทำงานให้ทันกับสภาพปัจจุบัน และพยายามอย่างยิ่งที่จะไม่ใช้คำว่า `ปรมาจารย์

งานสุขา' ให้มันมากนัก

ตอนที่ฉัน 'ขัดมัน' ประวัติงานให้มันแปลบแวบวาบให้มากที่สุดเท่าที่จะสามารถทำได้อยู่นั้น ฉันก็ใช้ผ้าขนหนูห่อผมเอาไว้และตั้งท่าจะไปอาบน้ำ ที่ฉันต้องการก็คือ.. ได้ลงไปนอนแช่แผ่หราอยู่ในอ่างอาบน้ำร้อน ๆ อย่างสบายอารมณ์ ฉันไม่มีทางเสี่ยงกับน้ำเย็นแน่ แม้การได้ลงไปนอนแช่ในอ่างจะเป็นเรื่องเย้ายวนเพียงใดก็ตาม

หลังจากที่อาบน้ำเสร็จ ฉันก็เดินช้า ๆกลับไปยังเตียงนอน ที่ซึ่งฉันหยุดยืนนิ่งสนิทราวกับร่างไร้วิญญาณ และกรีดร้องออกมาประดุจได้พบเห็นการฆาตกรรมอันนองเลือด.. เพราะนั่นมันคือโพรแซ็ค.. ที่ดูเหมือนจะกำลังนอนหลับอยู่บนสูทพราด้าราคาสามพันดอลล่าร์ของฉันอย่างสบายอารมณ์.. โง่ไหมล่ะ.. ที่ฉันดึงมันออกมาวางแผ่หราไว้บนเตียงก่อนไปอาบน้ำ แล้วตอนนี้.. เสื้อสูทนั่นก็มีแต่ขนแมวติดเต็มพรืดไปหมด

"โพรแซ็ค.. นี่แกกล้าดียังไงฮึ..?" ฉันร้องคร่ำครวญ พลางควักมันออกมาจากเตียง

มันก็แค่ร้องเงี๊ยวง๊าวใส่หน้าฉัน โชยกลิ่นจาง ๆของปลาแมคเคอเรลให้ลอยมาปะทะจมูกเอาอีกต่างหาก

ฉันบอกตัวเองว่าอย่าตกใจ สิ่งที่ต้องทำคือหาเทปห่อของมาพันมือเอาไว้ และ.. แต่นแต๊น..! ขนแมวก็จะหลุดออกไปโดยอัตโนมัติ.. ฉันรีบเข้าไปในครัวเพียงเพื่อจะได้พบว่า.. แต่นแต๊น..! ไม่มีเทปห่อของ.. แม้แต่สก็อตเทปก็ยังไม่มีเลย.. บ้าเอ๊ย..! ฉันต้องใช้เวลาตั้งสิบห้านาทีในการเอาขนแมวออกจากสูทด้วยแถบเหนียวเล็ก ๆของแผ่นกระดาษ 'โพสต์อิท'..!!

ในที่สุด สูทชุดนั้นก็เกลี้ยงเกลาปราศจากแม้ไรขนของเจ้าโพรแซ็คและฉันก็ได้สวมมันเป็นที่เรียบร้อย จากนั้นก็แต่งแต้มสีปากด้วยลิปสติกแต่งแต้มสีแก้มด้วยบลัชออน และจัดทรงผมที่หลุดลุ่ยฟูฟ่องนั้นด้วยสเปรย์ฉีดผม ก่อนที่จะตกแต่งคอสูทรูปตัววีด้วยสร้อยคอคริสตัลที่แลนซ์หยิบ

มาให้จากแผนกเครื่องประดับของห้างบาร์นีย์ส (ก็ใช้บัตรเครดิตของฉันรูดไปอีกสองร้อยเหรียญด้วยไง)

เมื่อการแต่งตัวเสร็จสิ้นเรียบร้อย ฉันก็สำรวจตัวเองผ่านกระจกเงาบานยาวที่ประตูตู้เสื้อผ้าอีกครั้ง และฉันก็ชอบในสิ่งที่เห็น.. ฉันนี่มันเจ๋งเป้งจริงๆเสียด้วย เก๋ซะไม่มี.. และนี่แหละฉันคนใหม่.. จาอีน ออสเตน ผู้ปั๊ดถะนาแล้ว..!

มีอย่างเดียวเท่านั้นที่เห็นแล้วไม่ชอบใจเอาเสียเลยก็คือ ไอ้เจ้าป้ายราคาเสื้อสูทที่ห้อยออกมานอกปลายแขนเสื้อนั่นไง แล้วนี่ฉันจะเอามันหลบขึ้นไปได้อย่างไรละเนี่ย..? ฉันจึงเริ่มใช้ความคิด.. ก่อนที่จะไปเอาหนังสติ๊กมารัดต้นแขนเอาไว้ แล้วเหน็บป้ายราคานั้นไว้ใต้หนังยาง.. ก็.. ค่อนข้างจะเป็นอุบายนิดหน่อย ซึ่งฉันต้องจำไว้ให้แม่นว่าอย่าพยายามเคลื่อนไหวแขนให้มากนัก

หลังจากที่ฉีดสเปรย์ผมครั้งสุดท้ายเรียบร้อยแล้ว ฉันก็คว้าแฟ้มประวัติเรซูเม่ แล้วเดินไปที่ประตู

"อวยพรให้แม่ด้วยนะลูก" ฉันร้องบอกโพรแซ็คที่กำลังหลับสบายอยู่บนผ้าเช็ดจานในห้องครัว

เจ้าแมวน้อยช้อนตาขึ้นมองแล้วร้องเหมียว.. ว..

อ๊ะ..! อย่ามัวทักข้าจะดีกว่า ประเดี๋ยวแม่เจ้าประคุณก็ร้องขอของว่างกินอีกจนได้..!!

ในเวลาที่ฉันมาถึงห้างแพสชั่นส์นั้น เบ็คกี้เป็นพนักงานคนเดียวที่อยู่ที่นั่น

"หวัดดีจ้ะ จาอีน" เธอส่งเสียงเล็กๆมาทักทายเมื่อฉันก้าวผ่านประตูเข้ามา ผมสีส้มของเธอช่างส่องประกายเจิดจ้าเสียฉันแทบตาบอดไปกับแสงสว่างของพระอาทิตย์ยามเช้าเลยเชียว

"เกรซกำลังพูดสายอยู่กับดีไซเนอร์จากนิวยอร์คจ้ะ แต่เดี๋ยวเธอจะออกมาพบคุณในทันทีที่วางสาย"

"ได้เลยจ้ะ" ฉันตอบ พยายามที่จะไม่จ้องต่างหูสีทองวงโตที่เบ็คกี้สวมติดหูอยู่ข้างเดียว สงสัยจะเป็นแฟชั่นใหม่ละมั้ง..? อย่างกับโจรสลัดในหนังดัง 'ไพเรทส์ ออฟ เดอะ แคริบเบียน' เลยแฮะ..

ฉันว่าต้องเป็นเพราะฉันจ้องเธอแน่เลย เธอจึงยกมือขึ้นตะครุบหูไว้และพบว่าต่างหูหายไปข้างหนึ่ง

"จึ๊..!" เธออุทานอย่างรำคาญ

"นี่ฉันทำตุ้มหูหล่นหายอีกแล้วรึเนี่ย เดี๋ยวโน่นเดี๋ยวนี่อยู่เรื่อยเลยอ้าว..! อยู่นี่เอง" เบ็คกี้กล่าว พลางก้มลงเก็บต่างหูห่วงสีทองกลมโตขึ้นมาจากพื้น

"วันไหนว่างต้องเอาไปซ่อมหน่อยแล้ว"

เธอใส่ต่างหูข้างที่หลุดแล้วมองมาที่ฉันอย่างพินิจพิเคราะห์

"ว้าว..! เธอดูดีมากเลยนะเนี่ย"

"แลนซ์เขาจับฉันแต่งตัวน่ะ"

"เขาทำได้เยี่ยม.. เริ่ดสะแมนแตนจริง ๆ"

เริ่ดสะแมนแตนอย่างนั้นหรือ..? ฉันไม่ได้ยินคำนี้มาตั้งแต่สมัยเพิ่งเริ่มตั้งไข่เป็นโน่นละมั้ง..?

"จริง ๆ นะ.. ฉันแทบไม่อยากเชื่อเลยว่าเธอดูเริ่ดขนาดนี้ได้ยังไง"

แม้การได้รับคำชมจากสตรีที่มีทรงผมอันไฉไล ทาเล็บมือสีม่วงและสวมเสื้อหนังเกาะอก อาจไม่ใช่ความเห็นจากนิตยสารแฟชั่นชั้นนำของโลกอย่างโว้คโดยตรง แต่ฉันก็ยินดีในคำเอ่ยเหล่านั้นอย่างล้นเหลือ

"ไหน.. หมุนตัวสิ" เธอบอก..

"ให้ฉันได้ดูเธอเต็ม ๆ ตาหน่อยเหอะ"

และนั่นแหละที่มันรบกวนความรู้สึก ฉันซ่อนป้ายราคาเสื้อเอาไว้ แต่

ดันลืมเรื่องป้ายราคากางเกง แล้วมันจะเป็นอย่างไรล่ะ ถ้าเกิดมันโผล่ออกมาฉีกหน้าฉันในระหว่างที่เรากำลังคุยกันอยู่..?

ฉันยิ้มแห้ง ๆแล้วหมุนตัวอย่างครึ่ง ๆกลาง ๆ

"เอ่อ..! ขอใช้ห้องน้ำหน่อยได้ไหมจ๊ะ..?" ฉันถาม

"ได้สิจ๊ะ เอาเลย"

ฉันรีบเผ่นแผล่วไปอย่างรวดเร็วในทันทีที่เบ็คกี้ชี้ทางไปห้องน้ำให้ มันเป็นเพียงห้องเล็ก ๆที่ไร้ซึ่งการประดับตกแต่งใด ๆ มีหน้าต่างบานกระจิดริดที่เปิดอ้าไว้ตรงซอกทางเดินแคบ ๆ ฉันตรวจดูกางเกงที่สวมอยู่ และมันก็เป็นจริงดังคาด ป้ายราคาห้อยหราอยู่จริง ๆเสียด้วย ฉันจึงยัดมันเข้าไปไว้ใต้ขอบเอวอย่างรวดเร็ว และในขณะที่กำลังเตรียมตัวจะกลับออกไปข้างนอก ฉันก็ได้ยินเสียงแว่วมาตามทางเดินแคบ ๆนั้น

ฉันจำไม่ผิดแน่ว่าหนึ่งในเสียงนั้นคือเสียงของเฟรนช์ชี่ และถ้าให้เดา.. อีกคนคงจะเป็นไทเลอร์ หนุ่มผู้น่ารักน่าชังที่แลนซ์แอบปิ๊งอยู่ แต่ฉันไม่ต้องเดาอะไรเลย เพราะตอนนี้.. ฉันกำลังยืนอยู่บนโถส้วม และแอบดูพวกเขาจากทางช่องหน้าต่างที่ว่า

จะบอกว่ายังไงดีล่ะ..? ก็มันอยากรู้อยากเห็นนี่นา..

เฟรนช์ชี่กำลังยืนพิงไทเลอร์ไว้ทั้งตัว พลางใช้มือทั้งสองข้างโอบรอบคอของเขาไว้ไม่ห่าง

"คิดถึงคุณจังเลยที่รัก" หล่อนออดอ้อน..

"เมื่อไหร่คุณจะกลับมาหาเฟรนช์ชี่เสียทีละจ๊ะ..?"

ดูเหมือนไทเลอร์จะอึดอัดอย่างเห็นได้ชัด

"นี่.. เฟรนช์ชี่" ไทเลอร์เอ่ย พยายามที่จะดึงมือหญิงสาวให้พ้นไปจากหัวไหล่

"เราคุยเรื่องนี้กันเป็นล้าน ๆครั้งแล้วนะ.. ว่าคุณน่ะแต่งงานแล้ว"

"แล้วไง..?"

"แล้วไง..? ก็โอเว่นเป็นคนดี.. มันไม่ยุติธรรมสำหรับเขาเลยนะ"

"โอเว่นไม่ถือหรอก เราน่ะเป็นคู่แต่งงานที่เปิดโอกาสให้แก่กันมาก ๆ"

"แต่ผมว่าเขาถือแน่นอน ผมเห็นแววตาที่เขามองผมนะ มันไม่ใช่แววตาของคนที่มีความสุขเลย แล้วอีกอย่าง.. ผมก็บอกคุณไปแล้วว่าผมมีคนอื่น"

"คุณไม่มีทางชอบหล่อนได้อย่างที่คุณชอบฉันหรอก" เธอพูด พลางไต่เรียวนิ้วไล้ริมฝีปากบนของเขาเล่น

"ผมว่าคุณคิดผิดไปแล้วล่ะ" ไทเลอร์กล่าวก่อนปัดมือเธอทิ้งไป

เมื่อไทเล่อร์ทำเช่นนั้น หญิงสาวก็เปลี่ยนทีท่าจากนางแมวยั่วสวาทมาเป็นนางมารร้ายในทันที

"ไม่มีใครทิ้งเฟรนช์ชี่ได้หรอก" เธอกล่าวแผ่วเบา.. เบาเสียจนฉันต้องเงี่ยหูฟัง

"แล้วคุณจะเสียใจ"

ห้องน้ำเล็ก ๆนั้นร้อนเป็นบ้า แต่ฉันกลับรู้สึกเสียวสันหลังเย็นวาบอย่างไรบอกไม่ถูก และไม่อยากจะไปข้องเกี่ยวกับความรู้สึกด้านเลวร้ายของเฟรนช์ชี่เอาเลยจริง ๆ

เฟรนช์ชี่ก้าวยาว ๆกลับเข้าไปในห้าง เสียงเดินกระแทกส้นรองเท้าหนัก ๆอย่างระบายอารมณ์ ก้องสะท้อนอยู่ตามทางเดินไล่หลังเธอไป ไทเล่อร์ยังคงยืนอยู่อย่างนั้น ถูริมฝีปากตรงที่นิ้วมือของหญิงสาวเพิ่งจะไล้เล่นไปมาอย่างไม่ชอบใจ

ฉันบอกไม่ถูกว่าไอ้ที่ฉันเห็นในแววตาของเขานั้น มันเป็นแววที่ส่อถึงความหวาดกลัวหรือขยะแขยงกันแน่.. บางทีอาจจะทั้งสองอย่างก็เป็นได้

จากนั้น ฉันก็ปีนลงมาจากโถส้วม แล้วไปพบกับเกรซ ลินบรูค..

สิ่งแรกที่ฉันสังเกตเห็นในตัวเกรซก็คือผมของเธอ.. มันแบบว่า..

คงต้องขอยืมคำของวอล์ท ดิสนีย์ มาละมั้ง.. อืม.. ม..! 'สโน ไวท์' น่ะ..

เห็นแล้วมันช่างขาวจั๊วะสะอาดตา ตัดกันฉึบฉับกับดวงตาสีฟ้าเข้มของเธอเหลือเกิน เกรซมีรูปคางที่แหลมคมอย่างกับมีดคินซู* และผิวพรรณก็เต่งตึงไร้รอยเหี่ยวย่น ฉันจำที่แลนซ์บอกได้ว่าเธอเคยเป็นสุดยอดนางแบบของยุคปีเจ็ดสิบมาก่อน ฉันว่าเธอต้องทำศัลยกรรมพลาสติกมาแน่ๆ ไม่งั้นไม่สวยพริ้งได้ขนาดนี้หรอก แต่ดูอีกทีก็ไม่เห็นว่าจะมีรอยมีดหมอโผล่มาให้จับผิดได้ตรงไหน ส่วนดวงตาของเธอก็ไม่มีลักษณะหรู่หรุบ คิ้วก็ไม่วาดยกขึ้นเสียจนดูเหมือนประหลาดใจอะไรอยู่ทั้งตาปีตาชาติ

"จาอีน..?" เธอเอ่ยทัก พลางยื่นมือเข้ามาสัมผัสทักทาย..

"ยินดีที่ได้พบค่ะ"

เธอสวมชุดลินินสีขาวทั้งตัวกับเสื้อเกาะอกสีดำตัวใน ตอนนี้ฉันเชื่อแล้วละที่วีนัส เดอ มิโล บอกไว้ว่ามีผู้หญิงไม่กี่คนหรอกที่จะสวมใส่ชุดขาวทั้งตัวได้สวยอย่างไม่มีที่ติ และไม่ดูปลุกเร้าเหมือน พิลส์เบอรี่ ดั๊กบอย** ซึ่งเกรซ ลินบรูค นั้น จัดการกับเครื่องแต่งกายของเธอได้ดีจริงๆ ไม่เพียงแต่เท่านั้น เสื้อผ้าลินินทั้งชุดของเธอแทบจะไม่มีรอยยับเอาเสียเลยด้วยซ้ำท่าทางกฎธรรมชาติแห่งความยับย่นคงจะไม่กล้ามากรายกร้ำผู้หญิงที่สวยสง่าอย่างเกรซก็เป็นได้

ฉันยื่นมือออกไปสัมผัสตอบการทักทายของเธอ ภาวนาขออย่าให้ป้ายราคาที่ซ่อนไว้ หลุดกระเด็นออกจากหนังยางมาเสนอหน้าให้อับอาย

"เชิญนั่งค่ะ" เธอกล่าว พลางผายมือไปยังเก้าอี้ที่ทำจากผ้าสีสว่างเป็นเงามัน

สำนักงานของเธอช่างไม่เหมือนกับการตกแต่งด้วยโครเมี่ยมสีน้ำตาล

** มีดทำครัวยี่ห้อหนึ่ง ที่โฆษณาขายทางโทรทัศน์ในอเมริกา*

*** ชื่อตัวตุ๊กตาอนิเมชั่นที่ออกอากาศทางโทรทัศน์*

ทองของแผนกขายด้านนอกเอาเสียเลย หากแต่ตกแต่งไว้ในสไตล์ชนบทที่อบอุ่น โต๊ะทำงานของเธอเป็นไม้สนขัดเงา เก้าอี้เป็นหวายสานขอบโค้งสีขาว ประตูหลังถูกเปิดอ้าเอาไว้ให้อากาศบริสุทธิ์ และสายลมที่พัดบางเบาผ่านเข้ามาถ่ายเท มันให้ความรู้สึกเหมือนเป็นเวลาน้ำชาในหนังเรื่องแมนฮัตตัน ไอวอรี่ ยังไงไม่รู้

สิ่งเดียวที่ดูขัดหูขัดตาในห้องนั้นก็คือ หุ่นจำลองนางแบบที่ดูเหมือนจะผ่านสนามรบมาแล้วอย่างโชกโชน มันวางพิงกำแพงอยู่ในชุดกางเกงขาบานสีซีดกับเสื้อยืดคอกลมที่ใช้เทคนิคการย้อมสีแบบอินเดียนแดง

"นั่น.. เบสซี่ค่ะ" เกรซบอกเมื่อมองตามสายตาของฉัน

"มันเป็นหุ่นตัวแรก ๆที่ใช้โชว์หน้าร้าน และนั่นก็เป็นชุดที่ฉันใช้โชว์ในงานวันเปิดห้างครั้งแรก ดูเหมือนว่าฉันจะผูกพันกับมันจนทิ้งไม่ลง แม้ว่ามันจะแตกออกเป็นเสี่ยง ๆแล้วก็ตาม จริง ๆแล้วฉันใช้สก็อตเทปพันมันเอาไว้ทั้งตัวเลยนะคะนั่น"

"โถ..! เบสซี่ผู้น่าสงสาร" ฉันพูดกลั้วหัวเราะ..

"แก่แล้วไม่สนุกเลยเนอะ.."

ฉันไม่รู้อะไรเกี่ยวกับเบสซี่เลย แต่เกรซก็จัดการส่งผ่านความเข้าใจอันดีถึงกันได้ค่อนข้างสวยงาม

"ดื่มอะไรดีคะ..?" เธอเสนอขึ้น

"ไม่เป็นไรค่ะ ขอบคุณมาก"

ดวงตาสีน้ำเงินคมปลาบคู่นั้นกวาดผ่านชุดสูทของฉันไปชั่วแวบหนึ่ง

"พราด้าหรือคะ..?" เธอถาม

ฉันพยักหน้ารับคำ

"สวยมากค่ะ" เธอกล่าว

ต้องขอบคุณแลนซ์ละงานนี้..

"เอ่อ.." เธอเริ่ม พลางยิ้มให้ด้วยรอยยิ้มที่ฮอลลีวู้ดแทบจะยกถ้วย

ให้เลย..

"เล่าเรื่องของคุณให้ฉันฟังสิคะ"

ฉันจ้อเรื่องงานอาชีพที่ตอนนี้เป็น 'มือปืนรับจ้าง' รับงานเขียนอิสระอยู่กับบ้าน และพยายามที่จะหลีกเลี่ยงไม่พูดถึงคำว่า 'ปรมาจารย์งานสุขา' มากนัก

"แล้วประสบการณ์ทางด้านแฟชั่นละคะ..?" เธอถาม

"เอ่อ.. ใช่ค่ะ.." ฉันตอบ พยายามที่จะปั๊มเอาความมั่นใจออกมาโชว์ในน้ำเสียง

"ฉันเคยเขียนงานโฆษณาแฟชั่นอยู่บ้างเหมือนกัน"

"จริงเหรอคะ..? แล้วคุณเขียนให้ใครกันล่ะ..?"

"มาริด้าค่ะ"

"มาริด้าเหรอ..? ฉันไม่เคยได้ยินมาก่อนเลย"

"เป็นบริษัทของอิตาลีนะค่ะ"

"อ้อ..! แล้วเขาผลิตอะไร..?"

"รองเท้าค่ะ..!!"

คุณน่ะน่าอายมากนะ ถ้าคิดว่าฉันมุสากับไอ้เรื่องแค่เนี้ย.. จริงนา.. ฉันเคยทำงานให้กับบริษัทมาริด้าจริง ๆ โอ.เค..! ถึงมันจะไม่ใช่เฟอรากาโม่ก็เหอะ..

'มาริด้า' ย่อมาจากชื่อเจ้าของบริษัท 'มาร์ตี้' กับ 'ไอด้า' และแม้ 'รองเท้า' ที่พวกเขาผลิตจะเป็นรองเท้าแบบกว้างพิเศษสำหรับผู้มีความผิดปกติทางกระดูกก็ตาม แต่โดยทางเทคนิคแล้วฉันก็ไม่ได้โกหกละกัน ฉะนั้น ฉันก็ไม่อยากได้ยินคำกระแนะกระแหนเรื่องนี้.. เข้าใจ๋..?

"ฟังดูน่าสนใจนะคะ" เกรซเอ่ย

จากนั้น เธอจึงเปล่งเสียงออกมาสามคำ ซึ่งเป็นคำที่ฉันกลัวจะได้ยินมากที่สุด..

“มีพอร์ตไหม..?”

โอ๊ะ..! ไม่นะ.. ไม่.. เธออยากจะดูตัวอย่างงานเขียน

ฉันถอนหายใจยาว ก่อนดึงสมุดตัวอย่างงานสีดำเล่มเล็กออกมาจากแฟ้ม ข้างในนั้นเต็มไปด้วยแอดโฆษณามากมาย ทั้งของบริษัททอยเล็ตมาสเตอร์ โบรชัวร์ร้านซักแห้งทิปท้อป และแคตาลอกรองเท้ามาริด้า รวมถึงสารคดีเรื่อง *‘การสวมรองเท้ารัดส้นเพื่อบรรเทาอาการตาปลา’* ที่โด่งดังของเขาด้วย

ฉันยื่นมันให้กับเกรซ.. รอว่าต้องถูกตีกลับมาแน่นอน แต่เธอก็ทำให้ฉันประหลาดใจด้วยเสียงหัวเราะนั้น

“เป็นแคมเปญที่ยอดมากเลยค่ะ” เธอกล่าวพลางพลิกสมุดนั้นดูทีละหน้า

“นี่คุณเป็นคนคิดสโลแกน.. *‘ชักโครกติดขัด.. ปวดจัดด่วนจี๋’*.. นี่จริง ๆเหรอ..? ฉันเห็นมันในสมุดหน้าเหลืองอยู่ตลอดเวลาเลยนะ”

“แล้วก็.. *‘ขยะอุดตัน.. ป้องกันเองได้’*.. ด้วยค่ะ..” ฉันเสริม

“ของฉันเหมือนกัน ซึ่งอันหลังนี้ได้รับรางวัลท่อน้ำทิ้งทองคำ จากสมาคมช่างประปาแห่งมหานครลอส แองเจลิส ด้วยค่ะ”

เธอหยุดพลิกสมุดของฉันแล้วปิดมันลงวาง

“คุณไม่ใช่แบบที่ฉันหวังเอาไว้ในใจมากนัก” เธอกล่าว

“แต่ช่างมันปะไร.. ไอเดียงานเขียนของคุณค่อนข้างดีทีเดียว อืม..! คุณกลับมาอีกทีอาทิตย์หน้า พร้อมกับแนวคิดเรื่องแคมเปญโฆษณาทางนิตยสารได้ไหม..? ฉันจะจ่ายคุณห้าร้อยเหรียญ และจะจ่ายอีกห้าพันถ้าเราเลือกความคิดคุณมาทำโฆษณา”

ห้าพันดอลล่าร์อย่างนั้นหรือ..? ฉันไม่เคยเห็นเลขศูนย์ในสมุดเช็คมากขนาดนั้นมานานหนักหนาแล้ว

“ฟังดูแจ๋วมากเลยค่ะ” ฉันกลืนน้ำลาย

“เบ็คกี้จะเป็นคนเอาแอดโฆษณาที่เราเคยทำมาแล้วให้คุณดู แต่อย่ารู้สึกจำกัดกับสิ่งที่เราเคยทำนะคะ ขอให้ใช้จินตนาการของคุณให้มากที่สุด”

จินตนาการของฉันมันมีพลังขับที่รุนแรงเกินไปอยู่แล้ว.. ลองนึกภาพฉัน.. จาอีน ออสเตน สตรีผู้ซื้อชุดแต่งงานราคาถูกจากร้านแอล. แอล. บีน แต่ต้องมาเขียนงานโฆษณาให้กับบูติคนำสมัยอย่างห้างแพสชั่นส์ ดูเอาเองก็แล้วกัน..

เบ็คกี้อยู่ที่แผนกขาย ส่วนไทเลอร์กำลังยืนพับเสื้อเกาะอก อยู่อย่างขะมักเขม้น เห็นได้ชัดว่าพยายามที่จะไม่สบตากับเฟรนช์ชี่ที่นั่งอยู่หน้าเคาน์เตอร์ประชาสัมพันธ์ และกำลังทิ้งหนังข้างเล็บพลางเคาะส้นรองเท้าจิมมี่ ชูว์ เล่นเป็นจังหวะไม่ต่อเนื่องอย่างระบายอารมณ์ ฉันว่าคุณอย่าไปเครียดกับเรื่องแปลก ๆที่ไร้เหตุผลของคนพวกนี้เลย

ในทางตรงกันข้าม.. ฉันเป็นคนที่ปราศจากความตึงเครียดได้อย่างน่าประหลาดจริง ๆนะ ถึงฉันจะชวดงานนี้ หรือได้จากเกรซ ลินบรูค มาแค่ห้าร้อยเหรียญเพราะไอเดียไม่ผ่าน แต่อย่างน้อย.. ฉันก็มีเงินดำรงชีวิตไปได้อีกหน่อยละน่า

ฉันบอกข่าวดีนั้นกับเบ็คกี้..

“ยอดเลยจ้ะ” เธอกล่าว..

“ทำไมเธอไม่มาทานอาหารเย็นกับฉันในคืนพรุ่งนี้ล่ะฉันจะได้เตรียมข้อมูลทุกอย่างที่เธอต้องการไว้ให้ไง”

“เธอไม่ต้องทำอาหารเย็นเผื่อฉันหรอกเบ็คกี้” ฉันกล่าว..

“ทำเท่าที่เธอทานนั่นแหละ”

“อย่าโง่ไปหน่อยเลยน่า ฉันชอบทำกับข้าวออก แล้วฉันก็หวังว่าเธอจะได้งานด้วย”

“งานอะไรกันเหรอ..?”

เฟรนช์ชี่มายืนอยู่ข้าง ๆเราพลางยิ้มให้ด้วยรอยยิ้มที่ชาเย็น ทำไมฉันถึงมีความรู้สึกว่าหล่อนจะมองทะลุผ่านแขนเสื้อเข้าไปถึงป้ายราคาที่ซ่อนไว้ได้ก็ไม่รู้..

"จาอีนอาจจะได้เขียนแอดโฆษณาชิ้นใหม่ให้กับห้างแพสชั่นส์น่ะสิ" เบ็คกี้ตอบ

"เธอจะกลับมาใหม่อาทิตย์หน้าเพื่อขายไอเดียให้เกรซ"

เฟรนช์ชี่ทำตาโตด้วยความประหลาดใจ

"ล้อเล่นใช่ไหมเนี่ย..? ก็เห็นได้ชัดอยู่แล้วว่าเกรซทำได้ดีกว่ายายนี่ตั้งเยอะ"

ก็ได้.. เธอไม่ได้พูดออกมาแบบนั้นหรอก เธอไม่มีเวลาจะพูดเพราะในทันทีที่เห็นลูกค้าเดินเข้ามา เธอก็ปล่อยฉันทิ้งกระจายอย่างกับอุ้มของร้อนไว้งั้นแหละ

นั่นเป็นลูกค้าสตรีสูงวัยจากวันก่อน คนที่แต่งตัวราวกับวัยรุ่นย้อนยุคนั่นไง มาวันนี้เธอสวมชุดของคาปรี และเสื้อขนสัตว์ตัวเล็ก เส้นผมอันบางจ๋อยน้อยนิดของเธอถูกรวบสูงขึ้นเป็นหางม้าอย่างน่ารักน่าชัง

"คุณนายทัคเคอร์" เฟรนช์ชี่ทำเสียงเล็กเสียงน้อย..

"ฮู้ย..! ดีใจจังค่ะที่ได้พบคุณอีก ฉันมีเสื้อคล้องคอแบบใหม่ที่เพิ่งเข้ามาวันนี้เอง มันต้องเหมาะกับคุณแน่ ๆเลย"

และนั่นแหละ.. เธอก็เริ่มรื้อเสื้อออกมาจากราวแขวน คุณนายทัคเคอร์มองตามอย่างกระหาย.. เธอมักจะกระหายแฟชั่นกิ๊บเก๋ยูเรก้าที่คิดว่าเหมาะเหม็งกับเธออย่างที่สุด

หลังจากที่ดันคุณนายทัคเคอร์เข้าไปอยู่ในห้องลองกับเสื้อผ้าหลากวัยที่สุดแสนจะไม่เหมาะกับเธอไปตั้งพะเรอแล้ว คุณนายฝรั่งเศสก็ยุรยาตรกลับมาหาเรา

"ช่างเป็นนังวัวแก่ที่โง่เง่าอะไรขนาดนั้น" เธอกล่าว พลางกลอกตา

ไปมา

"ผู้หญิงคนนี้นอนให้มีดกรีดหน้า มากเสียกว่าเนื้อสเต็กเบอร์นิฮาน่าเสียอีก"

"เฟรนช์ชี่.." เบ็คกี้ร้องเตือน..

"พูดอย่างนั้นไม่ดีเลยนะ"

"เธอรู้ไหมฉันเรียกหล่อนว่าไง..?" คุณนายฝรั่งเศสยังแผลงฤทธิ์ไม่หยุด

"ฉันเรียกหล่อนว่าคุณนายนิป แอนด์ ทัคเคอร์* หรือคุณนายเฒ่าทันไงยะ"

"พอที.. เฟรนช์ชี่" เบ็คกี้กล่าวด้วยน้ำเสียงที่ตักเตือนอย่างเห็นได้ชัด

แต่คุณนายฝรั่งเศสก็ไม่สนใจ..

"ฉันต้องมานั่งโกหกหล่อนไม่รู้กี่ครั้งต่อกี่ครั้ง ว่าดูดีอย่างโง้น สวยอย่างงี้ จนแทบจะอ้วกอยู่แล้ว"

"ไม่ต้องห่วงนะเฟรนช์ชี่.. คุณไม่ต้องมานั่งโกหกฉันอีกต่อไปแล้วละ"

เฟรนช์ชี่หมุนตัวอย่างรวดเร็ว และได้เห็นว่าคุณนายทัคเคอร์ยืนอยู่นอกห้องลอง ดวงตาของเธอส่องประกายเจิดจ้าด้วยอารมณ์รุนแรง

"คุณเอาเสื้อผิดขนาดมาให้ฉัน" เธอกล่าวในขณะที่ถือเสื้อคล้องคอนั้นไว้ในมือ

เฟรนช์ชี่เสหัวเราะออกมาเหมือนประสาทจะกิน

"โอ้..! ฉันไม่ได้กำลังพูดถึงคุณนะคะ คุณนายทัคเคอร์"

นี่เป็นครั้งแรกที่ดูเหมือนเฟรนช์ชี่จะพูดไม่ออก..

"ไม่ต้องเลย.. คุณไม่ต้องมาโกหกฉันหรือแม้กระทั่งโกหกใครๆ ใน

** nip and tuck เป็นคำแสลง แปลว่า ใกล้จะทันกัน หรือเกือบทันกัน*

ร้านนี้อีกต่อไปแล้วเฟรนช์ชี่ ไม่แน่ๆ.. หลังจากที่ฉันได้คุยกับเกรซ เราเคยเดินแบบมาด้วยกัน.. และในกรณีที่คุณอาจจะลืมไปนะ.. เราเป็นเพื่อนกัน.. เพื่อนรักเสียด้วย"

เธอถลันออกไปยังห้องทำงานของเกรซด้วยความโกรธราวกับพายุ ใบหน้าที่เต่งตึงด้วยแรงศัลยกรรมนั้น ดูจะยิ่งตึงเปรี๊ยะเข้าไปใหญ่ด้วยความเดือดดาล

"ฉันพยายามจะเตือนเธอแล้วนะ" เบ็คกี้เอ่ย

"ฉันไม่กลัวหรอกย่ะ" เฟรนช์ชี่กล่าวอย่างคล่องแคล่ว

"เกรซไม่ไล่ฉันออกแน่ ฉันน่ะมีค่าต่อห้างนี้เสียยิ่งกว่าอะไร"

จากนั้น เธอก็นวยนาดกลับไปนั่งพิเคราะห์หนังด้านข้างเล็บต่ออย่างไม่สนใจ

"เธอคิดว่าไงน่ะ..?" ฉันถามเบ็คกี้เมื่อคุณนายฝรั่งเศสเดินคล้อยหลังไป

"เกรซจะไล่เธอออกไหม..?"

"โธ่เอ๊ย..!" เบ็คกี้อุทานออกมาอย่างดีใจ..

"แล้วไม่ดีหรือไงเล่า..?"

ชะตากรรมของเฟรนช์ชี่ไม่ได้ทำให้ฉันสนใจมากนัก ตอนที่ขับรถกลับบ้าน ฉันคิดถึงแต่เงินห้าพันเหรียญที่เกรซจะมายื่นให้ต่อหน้าต่อตา

ฉันจอดรถไว้ที่ลานจอดหน้าบ้าน ก่อนเดินขึ้นอพาร์ตเม้นท์ แล้ววิ่งไปหาแลนซ์ด้วยความดีใจ

"เฮ้..! ว่าไงจ๊ะคนสวย" เขาทัก ก่อนมองฉันตั้งแต่หัวจรดเท้าอย่างสำรวจตรวจตรา

"การสัมภาษณ์เป็นไงบ้าง..?"

"ยอดมาก..! ฉันจะกลับไปใหม่อาทิตย์หน้า เพื่อขายไอเดียโฆษณา

ชิ้นใหม่ให้เขาล่ะ"

"ยินดีด้วยจ้า..! งั้นเดี๋ยวเราต้องหาชุดใหม่ให้เธอแล้วละ อืม.. ม.. เอาพราด้าไปคืนแล้วหาชุดใหม่ดีกว่าเน้อะ.. อาร์มานี เป็นไง..? ถ้าใส่อาร์มานีละก็ ไม่มีวันพลาดแน่"

"ไม่มีทางเลยแลนซ์" ฉันตอบ

"ฉันจะไม่ใช้เล่ห์อะไรแบบนั้นอีกแล้ว แค่นี้ก็รู้สึกผิดพอแล้วน่า"

"แล้วงั้นเธอจะใส่อะไรล่ะยะ..?"

"ก็สูทพราด้านี่ไง ฉันจะใส่มันอีกครั้ง เสร็จแล้วถึงจะค่อยเอาไปคืน"

"แต่เธอจะใส่ชุดเดิมสองครั้งติดกันไม่ได้นะ"

"ทำไมล่ะ..? ฉันจะเปลี่ยนเสื้อตัวใน แล้วก็เปลี่ยนเครื่องประดับเสียหน่อยก็ใช้ได้แล้ว"

"ก็.. คงได้มั้ง" เขายอมตาม

"ไม่เป็นไรหรอก"

"เธอแน่ใจนะว่าไม่อยากให้ฉันเลือกเสื้อตัวใหม่ให้..?"

"แน่ใจสิ.. ฉันมีเสื้อสวยๆของแอน เทเลอร์ ด้วยนะ"

"หวังว่ามันจะไม่ใช่ผ้าสังเคราะห์ลื่นๆนะยะหล่อน"

"ผ้าไหมจ้ะ.. ร้อยเปอร์เซ็น.. สาบานต่อหน้าหนังสือวีเมนส์ แวร์เดลีย์ ฉบับนี้ก็ได้เอ้า..!"

หลังจากที่ได้ชักจูงใจแลนซ์ให้เห็นว่า การสวมชุดเดิมติดกันสองครั้งไม่ใช่เรื่องเสียหายได้สำเร็จแล้ว เราส่งจูบให้กันเป็นการร่ำลาก่อนที่ฉันจะหันหลังกลับเข้าอพาร์ตเม้นท์ไป

สิ่งแรกที่ฉันทำคือเอาสูทพราด้าชุดนั้นใส่ถุงสูทเข้าตู้แขวนไว้ให้แน่ใจว่ามันจะห่างไกลจากเจ้าโพรแซ็คและ 'อุ้งตีนนรก' ของมัน..

สิ่งต่อมาที่ฉันทำคือ เปลี่ยนตัวเองกลับมาทรงชุดเสื้อยืดคอกลมกับกางเกงเอวยางยืดเหมือนเดิม

ฉันใช้เวลาตลอดบ่ายนั้นในการชำระหนี้ค้างต่าง ๆ และเก็บโน่นทำนี่ไปรอบ ๆ บ้าน

ก็ได้.. ก็ได้.. แหม..! ฉันใช้เวลาตลอดบ่ายนั้นแผ่หราอยู่บนโซฟานอนดูรายการบ้านและสวนในทีวี แต่ฉันก็เห็นชาวบ้านชาวช่องแถวนั้นเขาเก็บโน่นทำนี่อยู่รอบ ๆ บ้านของเขาเหมือนกันนี่นา.. นับด้วยไม่ได้เหรอ..?

หลังจากที่สวาปามอาหารจีนจานด่วนสำหรับมื้อเย็นด้วยเกี๊ยวน้ำกับบะหมี่ไก่ (ที่เจ้าโพรแซ็คใจดีพอที่จะให้ฉันแบ่งของมันมากิน) แล้ว ฉันก็จุ่มตัวเองลงในอ่างอาบน้ำอย่างสบายใจ จมอยู่ในฟองแชมพูกลิ่นสตรอเบอรี่ จนฉันรู้สึกได้เลยว่าผมบ๊อบเหยียดตรงที่กุนเทอร์เซ็ตไว้ให้นั้นมันกลับมาหงิกเป็นลอนอีกแล้ว โธ่เอ๊ย..! ไม่สนละ.. ก็ฉันมีเวลาอีกตั้งหนึ่งอาทิตย์ข้างหน้าที่ค่อยไปทำเอาใหม่ได้นี่นา

เมื่อกล้ามเนื้อของฉันเริ่มลีบเหี่ยวเท่าเส้นบะหมี่ ฉันจึงได้ลากตัวเองขึ้นมาจากอ่าง แล้วคลุมร่างไว้ด้วยเสื้อคลุมอาบน้ำสีชมพู ทอด้วยกำมะหยี่เทียม ตัวที่มีคราบกาแฟเป็นรูปกระบวยอันใหญ่ติดอยู่นั่นไง จากนั้น จึงได้เดินเอื่อยเฉื่อยไปยังห้องครัว ที่ฉันทำขนมพายแช่แข็งเป็นขนมเอสกิโมขุนตัวเองไปอีกชิ้น

ฉันแทบจะคลานขึ้นเตียงตอนที่เหลือบเห็นสารรูปตัวเองในกระจกห้องนอน.. หัวหยิกยุ่งเหยิง ใส่รองเท้าแตะกระต่ายบั๊กบันนี่ แถมยังมีคราบไอศครีมติดเลอะอยู่ที่เสื้อคลุมอีกต่างหาก

ภายในระยะเวลาเกือบสิบสองชั่วโมงเชียวนะ ที่ฉันแปลงสภาพจาก 'สาวพราด้า' มาเป็น 'นังบ้า' แบบนี้ แต่พูดก็พูดเหอะ.. ฮู้ย..! รู้สึกดีกว่ากันเป็นกองเลย..

อีเมล์ที่ได้รับ

ถึง : เจ. ออสเตน

จาก : แดดดี้ โอ.

เรื่อง : งานใหม่

ปิ๊บ - ปิ๊บ แอนด์ เชียริโอ, โอลด์ บีน..!

(นั่นเป็นภาษาอังกฤษแบบอังกฤษ สำหรับคำว่า สวัสดีจ้ะ แม่ถั่วน้อยแสนหวาน..!)

ช่วงนี้พ่อกำลังง่วนอยู่กับการฝึกออกสำเนียงแบบคนอังกฤษ และซ้อมคิวแสดงอยู่ไม่ได้ขาด พ่อว่าพ่อต้องมีความจำเป็นเลิศแน่ ถึงจำบทได้ทั้งหมดแบบนั้น และพ่อก็แน่ใจว่าทำได้เสียด้วยสิลูก แม่ของหนูมาซ้อมกับพ่อด้วยนะ เพื่อนๆที่โรงละครบอกว่าแม่เขาเป็นคนป้อนบทให้พ่อจ้ะ

ถ้าจะให้บอกกับตัวเองแล้วละก็.. พ่อทำได้ดีขึ้นทุกครั้งที่อ่านบทนั่นแหละ ที่จริงแล้ว.. พ่อคิดมากนะ แล้วก็ซีเรียสเรื่องที่จะเป็นนักแสดงอาชีพด้วย พ่ออาจได้ทำในส่วนของโรงครัวที่ทำอาหารเลี้ยงคนทั้งคณะก็ได้ ใครจะรู้..? มันอาจจะเป็นจุดเริ่มต้นก็ได้ หนูจำผู้หญิงคนนั้นได้ไหมล่ะ..? คนที่เคยถามหาว่าเนื้ออยู่ไหน..? ก็นั่นเธอมิใช่รึที่แตกไลน์มาเริ่มต้นธุรกิจการแสดงเอาเมื่ออายุแปดสิบ..? บ้าเอ๊ย..! นี่พ่อหาญกล้าเอาตัวเองไปเปรียบกับเธอเชียวหรือนี่

ความปรารถนาคือสิ่งชักนำให้พ่อเขียนมาหาหนูในวันนี้ หนูมีเพื่อนที่ทำธุรกิจการแสดงบ้างหรือเปล่าลูก..? เพื่อนหนูคนที่เขียนบทการ์ตูนล่ะ..? เรื่องเกี่ยวกับปลวกใช่ไหม..? บางทีเธออาจจะหาบทให้พ่อเล่นในเรื่องของเธอได้มั้ง..? พ่อเลียนแบบเจ้าเป็ดแด๊ฟฟี่ ดั๊ก ได้เหมือนนะ ถึงมันจะไม่ใช่แมลงแต่ก็ใกล้เคียงละน่า บอกพ่อทีสิว่าหนูคิดยังไง..

ถึง : แดดดี้ โอ.

จาก : เจ. ออสเตน

หวัดดีค่ะพ่อ.. ที่จริงแล้ว งานของคานดิเป็นเรื่องเกี่ยวกับแมลงสาบ

ค่ะ ไม่ใช่ปลวก แล้วก็ใช่..! หนูจำท่าเลียนแบบเจ้าเป็ดแด๊ฟฟี่ ดั๊กของพ่อได้.. ตลกมากๆ.. แต่เท่าที่หนูรู้ งานของคานดิใช้เฉพาะนักแสดงจากสหภาพเท่านั้น ฉะนั้น ก็เลยเกรงว่าจะช่วยพ่อไม่ได้

แต่อย่างไรก็ตาม ขอให้พ่อโชคดีในการคัดเลือกตัวนักแสดงนะคะ

ถึง : เจ. ออสเตน

จาก : แดดดี้ โอ.

เรื่อง : ไม่ต้องห่วง

ไม่เป็นไรหรอกลูกรัก เพราะถึงอย่างไร การได้เล่นเป็นแมลงก็อาจทำให้ประวัติการแสดงของพ่อดูไม่ค่อยดีเท่าไหร่ และไม่ต้องห่วงเรื่องการคัดตัวนักแสดง ก็อย่างที่บอกไว้นั่นแหละจ้ะ .. พ่อนอนมาอยู่แล้ว จะห่วงก็แต่แม่ของหนูเท่านั้น ขานั้นทำท่าจะมาขึ้นเวทีกับพ่อเสียด้วยซ้ำ พ่อก็ได้แต่หวังว่าแม่จะไม่มาประหม่าลนลานจนเล่นผิดคิวเอาได้

ถึง : เจ. ออสเตน

จาก : คุณนายช้อปกระจาย

เรื่อง : ฉันจะบ้า..!

จาอีน.. ลูกรัก.. พ่อของลูกกำลังจะทำให้แม่เป็นบ้าอยู่รอมร่อ แม่ต้องมานั่งอ่านบทละครงี่เง่ากับเขานับสิบๆครั้งแล้วนะ ไอ้ที่เขาต้องอ่านเพื่อไปคัดตัวน่ะมันมีแค่สองหน้าเท่านั้นเอง แต่พ่อเจ้าประคุณยืนยันที่จะท่องจำบทละครทั้งเรื่องให้จงได้ แม่อยากจะบอกว่าถ้าแม่ต้องอ่านผ้าพันคอของลอร์ดวอร์ธิงตันแม้อีกเพียงเที่ยวเดียว แม่จะทึ้งผมแม่ทิ้งให้หมดหัวเลย (ซึ่งมันทำให้แม่จำได้ว่าแม่ซื้อแชมพูสุดวิเศษมาจากทีวีช่องช้อปปิ้งขวดหนึ่งสุดจะคุ้มเลยลูก.. ความจุแปดออนซ์ในราคาเพียงสิบเก้าเหรียญเก้าสิบห้าเท่านั้น นี่รวมค่าส่งแล้วด้วยนะ..)

กลับมาคุยเรื่องพ่อของลูกกันดีกว่า เดี๋ยวนี้ไม่ว่าจะไปไหน เขาก็จะพูดจาเสียงดังเกินจริงอย่างกับกำลังแสดงอยู่ตลอดเวลาเลยทีเดียว เขาบอกว่าเขาน่ะกำลัง 'นำเสนอ' แล้วพูดเสียงดังมากเลยนะ แม่ละสงสัยจริงว่าลูกไม่เคยได้ยินเสียงพ่อที่ดังไปถึงลอส แองเจลิส บ้างหรือไง..? เมื่อวานตอนที่เราไปตลาด เขาถามแม่เสียลั่นว่า..

"ที่รักจ๊ะ.. อยากได้นมมั๊ย..?"

ผู้หญิงแถวนั้นตั้งเจ็ดคนแน่ะ ตอบพร้อมกันเลยว่า..

"อยากจ้ะ..!!"

แย่จริง ๆที่ต้องมานั่งซ้อมบทให้เขา แถมตอนนี้พ่อหนูเขาก็ต้องการให้แม่ขึ้นไปช่วยต่อบทเป็นเลดี้ วอร์ธิงตัน กับเขาเวลาที่คัดเลือกตัวแสดงด้วยนี่สิ เขาบอกว่าเขาชินกับการที่ได้ซ้อมกับแม่ ลูกรัก.. แม่จะประสาทกินตายอยู่แล้ว เมื่อไหร่การคัดเลือกตัวแสดงงี่เง่านี่จะจบสิ้นไปเสียทีก็ไม่รู้

รักลูก.. จาก..

แม่ผู้แสนเหนื่อยอ่อน

ถึง : คุณนายช้อปกระจาย

จาก : เจ. ออสเตน

ใจเย็นไว้แม่.. แม่ก็รู้จักพ่อดีนี่นา การแสดงครั้งนี้ก็เหมือนกับของสนุกชั่วครั้งชั่วคราวนั่นแหละ เดี๋ยวพ่อก็จะเบื่อไปเอง แค่ทำเป็นนิ่ง ๆไว้แล้วก็อย่าหงุดหงิดจนแตกตื่นไปเสียก็แล้วกัน

ถึง : เจ. ออสเตน

จาก : คุณนายช้อปกระจาย

เรื่อง : ท่านผู้ชมทั้งหลาย

โอ..! พระเจ้า.. ลูกต้องเดาไม่ถูกแน่เลยว่าแม่ไปเจออะไรมา ตอนที่

แม่เดินผ่านห้องนอนนะ เห็นพ่อของลูกอยู่ที่นั่น และกำลังทำท่าโค้งคำนับอยู่หน้ากระจก กล่าวคำขอบคุณต่อ..

"ท่านผู้ชมทั้งหลาย ที่เป็นแรงสนับสนุนให้กระผมได้รางวัลอันทรงเกียรตินี้มาครองในที่สุด"..

ถึง : คุณนายช้อปกระจาย

จาก : เจ. ออสเตน

โอ. เค..! ค่ะแม่.. เริ่มแตกตื่นได้แล้ว..!!

บทที่ 6

ฉันขับรถไปหาเบ็คกี้ในคืนถัดมา พลางครุ่นคิดถึงแต่เรื่องข่าวสารที่ได้รับจากพ่อแม่ คุณเชื่อไหมเนี่ยว่าพ่อฉันเป็นไปได้ถึงขนาดนั้น..? เขายังไม่ทันได้รับบทจริงๆด้วยซ้ำไป แต่นี่ดันไปเขียนคำปราศรัยกล่าวขอบคุณรางวัลในงานออสการ์เสียแล้ว.. ด้วยความสัตย์เลยนะ.. ไม่รู้เหมือนกันว่าแม่อยู่กับพ่อได้ยังไงไหวมาตั้งสี่สิบปีเข้านี่แล้ว ฉันว่าในช่วงเวลาที่ผ่านมาแม่คงต้องสร้างภูมิคุ้มกันขึ้นมาปกป้องตนเองบ้างแหละน่า

ฉันจอดรถไว้ที่หน้าอพาร์ตเม้นท์ของเบ็คกี้ในย่านฮอลลีวู้ดตะวันตก มันเป็นตึกเดี่ยวตึกหนึ่งในบรรดาหลายตึกที่สร้างขึ้นมาในช่วงระหว่างยุค ค.ศ. เจ็ดสิบ ที่ดูเหมือนห้องแต่ละห้องนั้นจะถูกยึดให้ติดกันไว้ด้วยกาวหรือไม่ก็แค่ฉากกั้นบางๆเท่านั้น ในขณะที่ฉันเดินไปตามโถงทางเดินของตัวตึก มันก็มีเสียงหึ่งๆอยู่รอบตัวไปหมด และยังได้ยินเสียงสเตอริโอดังกระหึ่มลอดผ่านกำแพงห้องอันแสนบางนั้นออกมาอีกด้วย

นี่ก็เป็นเวลาทุ่มกว่าแล้วและฉันก็หิวเป็นบ้า รู้สึกผิดกับเอสกิโมพายที่กินไปชิ้นหนึ่งเมื่อคืนก่อน (อืม.. ม..! สองชิ้นก็สองชิ้น..) แล้วก็ไม่ได้กินอะไรอีกเลยตลอดวัน ยกเว้นเบเกล* กับขนมอัลโทดส์อีกสามชิ้น ฉะนั้นเมื่อตอนที่ฉันไปกดออดหน้าห้องของเบคกี้นั้น ฉันก็พร้อมที่จะกินผ้าม่าน

---

* *ขนมปังที่มีลักษณะเป็นก้อนกลมเล็กๆ*

ได้ทั้งผืนอยู่แล้ว

"หวัดดีจ้ะ.. จาอีน เข้ามาข้างในก่อนเร็ว" เธอกล่าวทักทาย

ฉันก้าวเข้าไปภายใน และต้องกระพริบตาถี่ ๆอย่างมหัศจรรย์ใจ สีของกำแพงห้องนั้นไม่ได้มีอะไรต่างไปจากสีผมของเธอเลย เป็นสีส้มซันคิสท์ที่ส้มที่สุดเท่าที่ฉันเคยพบ ส่วนเฟอร์นิเจอร์ก็.. เป็นเศษไม้หัก ๆที่เธออาจจะไปขนซื้อมาจากร้าน `เปิดท้าย' แล้วมาทาสีใหม่เป็นสีดำ.. จนฉันรู้สึกเหมือนตายแล้วเป็นวิญญาณล่องลอย ที่ถูกปล่อยออกมาเที่ยวในวันฮาโลวีน

"ทริค ออร์ ทรีต..!!*" ฉันเอ่ยขึ้น

เปล่าหรอกน่า.. ใครจะไปกล้าพูดแบบนั้น ที่ฉันพูดออกไปก็คือ..

"อพาร์ตเม้นสวยจังจ้ะ"

"ฉันแต่งเองแหละ" เบ็คกี้ยิ้มกว้าง

"แต่งได้ค่อนข้างลงตัวทีเดียว" ฉันกล่าว พลางยิ้มแหย ๆและคิดว่าห้องมันอาจจะอยากบอกว่าช่วยแต่งฉันใหม่ทีเห๊อะแม่คู้นก็ได้..!!

"เดาสิ.." เบคกี้กล่าว..

"ฉันทำสเต็กสำหรับเรากินกันค่ำนี้ด้วยนะ"

สเต็กสำหรับมื้อค่ำเหรอ..? โหย..! น้ำลายฉันสอไปหมดแล้ว

"แหม..! เธอไม่น่าต้องลำบากเลย"

จริง ๆนะ.. เธอไม่ต้องทำก็ได้.. เพราะมันกลับกลายเป็นว่าเบ็คกี้เป็นมังสวิรัติ และไอ้เจ้าสเต็กที่เธอว่า ก็คือก้อนเต้าหู้สีโคลนที่ถูกพอกปิดบดบังเอาไว้ด้วย `ส่วนผสมลับ' อีกหลายชนิด ที่ทำให้มันออกมาเหมือนชิ้นเนื้อไร้กระดูกชิ้นเล็ก ๆ ซึ่งมีรสชาติไม่ต่างอะไรจากน้ำมันเครื่องที่แข็งตัวจับเป็นก้อนหนา.. ไม่อ่ะ.. ฉันไม่เคยกินน้ำมันเครื่องที่จับตัวแข็งจนหนาแน่.. แค่เดา

---

* *คำเอ่ยทักทายเวลาที่เด็ก ๆแต่งตัวแฟนซีไปเคาะประตู ขอขนมตามบ้านในเทศกาลฮาโลวีน*

เอาเท่านั้นเอง..

แต่ฉันก็ล้ำหน้าไปกว่านั้นแล้ว ให้ฉันเริ่มเล่าตั้งแต่ต้นมาเลยดีกว่า ว่าท้ายที่สุดแล้วอะไรที่ทำให้มันออกมาเป็นหนึ่งในอาหารสิบชนิดที่มีรสชาติเลวร้ายที่สุดในชีวิตของฉัน

เบ็คกี้พาฉันไปนั่งที่โต๊ะอาหารสีดำ ซึ่งมีเสื่อรองจานเป็นสีส้มแปร๊ด

"เดี๋ยวฉันยกของว่างมาให้นะ" เธอกล่าว ก่อนถลาเข้าครัวไปอย่างรวดเร็ว จนรองเท้าดีดใส่ส้นเวลาเดินดังปล้อบแปล้บ ๆ

อีกไม่กี่นาทีต่อมา เธอก็กลับมาพร้อมด้วย 'กุ้งค็อกเทล' สองจาน ซึ่งจริง ๆแล้วก็คือเต้าหู้ม้วนด้วยปาปริก้านั่นแหละ

"ฉันทนที่จะกินเจ้ากุ้งน่าสงสาร ที่ช่วยเหลืออะไรตัวเองก็ไม่ได้ไม่ลงหรอก" เธอกล่าว พลางคว้าค็อกเทลชิ้นหนึ่งขึ้นใส่ปาก

"เอาสิ.. ลองดู.. อร่อยนะ.. แล้วคุณจะสาบานได้เลยว่านี่แหละกุ้ง"

ฉันกัดเข้าไปคำหนึ่ง มันเหมือนกลีนปาปริก้ารสขี้มูกยังไงก็ไม่รู้

"อร่อยจ้ะ.." ฉันจัดแจงขยับปาก ใบหน้าฉาบไปด้วยรอยยิ้มที่แสนจะแข็งทื่อ ไร้ชีวิตชีวา มีเพียงวิธีเดียวเท่านั้นที่จะทำให้ฉันผ่านอาหารมื้อนี้ไปได้.. ฉันตัดสินใจแล้ว.. และจากการช่วยเหลือของ 'มิสเตอร์แอลกอฮอล์' เพื่อนรัก

ฉันก็เอื้อมมือไปหยิบไวน์แดงมาหนึ่งแก้ว แล้วกระดกเข้าไปอึกใหญ่ เพียงเพื่อจะได้รู้ว่ามันไม่ใช่ไวน์แดง.. หากแต่เป็นน้ำองุ่นต่างหาก..!!

รัดเข็มขัดให้ดีนะว้อย..! ฉันบอกกับตัวเอง คืนนี้สุดเหวี่ยงแน่ตู..

"กินอีกสิจ๊ะ.. กิน.." เบ็คกี้ส่งเสียงจ๊อกแจ๊ก

ฉันมองไปที่กองก้อนเมือกเหนียว ๆสีชมพูในจาน.. ไม่มีทางเสียละที่ฉันจะกินเข้าไปลง.. ฉันกระดกน้ำเข้าไปเต็มคอแล้วถือแก้วไว้ในมือ

"เอ่อ.. ขอน้ำเพิ่มอีกหน่อยได้ไหมจ๊ะ..?"

เบ็คกี้ก้าวยาว ๆเข้าไปในครัว และในนาทีที่เธอหันหลังเดินไป ฉัน

ก็คว้าเจ้าก้อนกุ้งนั่นมาใส่ไว้ในกระเป๋ากางเกง จริงๆกางเกงนี่สมควรที่จะต้องส่งซักแห้ง แต่ฉันไม่สนแล้ว ตอนนี้มันมีประโยชน์มากๆเลย

"ตายละ.. เธอกินเสร็จเร็วจัง" เบ็คกี้เอ่ยทักเมื่อกลับมาที่โต๊ะพร้อมน้ำดื่มที่ฉันต้องการ

"เติมอีกหน่อยไหมจ๊ะ..?"

อย่าว่าแต่ท้องจะร้องว่าไม่เอาเลย.. ปากฉันเองก็แทบจะปิดมิดไม่ยอมอ้าเหมือนกัน

"ไม่แล้วละจ้ะ.. พอแล้ว" ฉันยิ้มให้อย่างกะปลกกะเปลี้ย..

"พุงกางแล้วละ"

"นั่นสินะ.." เธอกล่าว..

"เธอต้องเก็บท้องไว้กินสเต็กอีก"

เธอจัดการเจ้าก้อนเมือกชิ้นสุดท้ายในจานเสียเกลี้ยงเกลา

"มันไม่สนุกหรือไงนะ..? ฉันแทบจะไม่เคยทำกับข้าวให้ใครกินเลย และทุกครั้งที่ชวนเพื่อนๆมา ก็มีแต่คนอยากจะออกไปกินที่ร้านอาหารกันอยู่เรื่อย"

ก็แหงละ..!!

"ฉันไปเอาสเต็กออกมาให้นะจ๊ะ" เบ็คกี้ยิ้มกระหายที่จะทำดังว่า

แล้วสาวเจ้าก็ออกมาจากห้องครัวพร้อมกับจานเต้าหู้อบสีน้ำตาล ในขณะที่ประตูหน้าถูกเปิดขึ้น พร้อมๆกับที่หญิงสาวร่างเล็กผมสีเข้มในชุดกางเกงยีนส์กับเสื้อเกาะอกเดินดึ๋งดั๋งเข้ามาในห้อง ผมของเจ้าหล่อนตัดสั้นแบบเด็กผู้ชายโบราณยุคสองศูนย์ เป็นผมหน้าม้าหนา ส่งให้กรอบหน้าของเธอดูแบบบางเยาว์วัยยิ่งนัก แต่ในนาทีนั้นเอง ฉันก็หยุดมองผมเธอไม่แม้แต่จะมองตาหรือดวงหน้าที่แสนจะงามลักษณ์พักตร์พริ้งนั้นด้วยเพราะสิ่งที่กระชากความสนใจทั้งหมดของฉันออกไปก็คือ.. มือเล็กๆของเธอที่กำลังกำถุงแม็คโดนัลส์อยู่นั่นเอง

"หวัดดี นีน่า.." เบ็คกี้เอ่ยทัก..

"จาอีน.. นี่นีน่า เพื่อนร่วมห้องของฉันจ้ะ"

นีน่ากับฉันแลกเปลี่ยนคำสวัสดีกันอยู่ชั่วครู่ นัยน์ตาของฉันยังคงตรึงแน่นอยู่กับโลโก้ยอดโค้งสีทองตรงหน้า

จากนั้น นีน่าก็มาร่วมโต๊ะอาหารกับเรา เธอเปิดถุงแม็คโดนัลส์ แล้วหยิบเอาเบอร์เกอร์ห่อโตกับมันฝรั่งทอดถุงใหญ่ออกมา.. พระเจ้า..! กลิ่นมันช่างหอมยั่วยวนใจเสียจริง ๆ..

"จาอีนกำลังจะเขียนแอดโฆษณาให้ร้านฉันล่ะ" เบ็คกี้เล่า

"เหรอ.. ดีจัง" นีน่าเอ่ย พลางยิ้มเปิดเผยให้ฉัน..

"ฉันชื่นชมนักเขียนมากนะ"

นั่นมันคำเดียวกับที่เบ็คกี้พูดที่ห้างแพสชั่นส์เมื่อวานนี้นี่นา ทำไมฉันถึงมีความรู้สึกว่าใครคนใดคนหนึ่งในสองคนนี่ ถ้าจะอ่านอะไรสักอย่าง ก็คงเป็นเพียงคำแนะนำพื้น ๆข้างขวดแชมพูแคลรอลเท่านั้นก็ไม่รู้..!!

"ฉันไม่รู้ว่าเธอกินไอ้อาหารที่น่ารังเกียจแบบนั้นเข้าไปได้ยังไง"

เบ็คกี้กล่าว ในขณะที่นีน่าบีบซ้อสมะเขือเทศลงไปบนก้อนแฮมเบอร์เกอร์

"ง่ายจะตาย.. เอ้า..! ดูนะ"

เธอกัดมันเข้าไปคำโตจนล้นออกมาที่มุมปากทั้งสองข้าง สิ่งที่ฉันอยากทำก็คือเข้าไปคว้าไอ้แฮมเบอร์เกอร์นั่นออกมาจากมือของเธอเสียจริง ๆ

"มา..! กินกันต่อดีกว่า" เบ็คกี้หันมาบอกฉัน

ฉันมองไปที่ก้อนเต้าหู้อบสีน้ำตาลที่กองพะเนินอยู่บนจานถัดจากกองเต้าหู้ก็เป็นกองผักสีเหลืองและกองผักสีเขียว ผักสีเหลืองนั้นเบ็คกี้บอกว่ามันเป็น สควอช ซูเฟล* ส่วนกองสีเขียวนั้นก็คือถั่วงอกนั่นเอง

** พืชจำพวกน้ำเต้า ชุบไข่ผสมกับนม แล้วนำมาทอดฟู*

นีน่ามองมาที่จานอาหารของเรา และทำจมูกย่นอย่างขยะแขยง

"ฉันก็ไม่รู้เหมือนกันว่าเธอกินอาหารแบบนี้เข้าไปได้อย่างไร.. ฉันอ่านหนังสือเจอ.. เขาว่าผู้หญิงที่กินถั่วงอกมาก ๆจะทำให้อวัยวะภายในอุดตันด้วยนะ พวกเขาต้องผ่าตัดเอาลำไส้ออกมาตั้งสองฟุตแน่ะ แล้วก็เจออึที่เน่าอยู่ในนั้นมาตั้งหกเดือนแล้วด้วย"

ไม่มีอะไรอีกแล้วที่จะมีชีวิตชีวาเหมือนหัวข้อการสนทนาบนโต๊ะอาหารในค่ำคืนนี้ แวบหนึ่งที่ดิฉันเห็นประกายแววตาสงสารที่นีน่าส่งมาให้

"เอามันทอดหน่อยไหม..?"

"ไม่นะ..!" เบ็คกี้ขัดคอเสียงหลง..

"เธอไม่อยากได้มันทอดอะไรทั้งนั้นแหละ รวมทั้งอาหารหยะแหยงแบบนั้นด้วย ใช่ไหมจาอีน..?"

"เอ่อ..! บางที.. สักนิดก็.." ฉันเอ่ยอย่างติดขัด

เฮ้อ..! ฉันน่าจะแอบฝึกสูดอาหารเข้าทางจมูกไว้บ้างนะ

นีน่าหม่ำเบอร์เกอร์คำสุดท้ายเข้าปาก แถมยังดูดนิ้วด้วยอีกต่างหาก ทำไมหนอ.. ความทรมานถึงได้ไม่จบไม่สิ้นเสียที..?

"ฉันแต่งตัวไปทำงานดีกว่า" นีน่ากล่าว

"นีน่าเป็นพยาบาลจ้ะ" เบ็คกี้อธิบาย..

"เธอเข้างานเวรดึก"

ฉันเพียงแต่หวังว่าเธอจะไม่เลี้ยงต้อนรับด้วยอาหารอันโอชะกับเรื่องเล่าเกี่ยวกับลำไส้อุดตันและอุจจาระแข็งเป็นหินอีก

นีน่าลุกไปเปลี่ยนเสื้อผ้า และด้วยวิธีใดก็ตาม ฉันก็พยายามที่จะจัดการกับอาหารมื้อยัดเยียดนี้ให้จบไปโดยเร็วที่สุด ซึ่งในเต้าหู้สารพัดชนิดนี่ มันก็มีเอสโตรเจนมากพอที่จะทำให้ฉันผ่านช่วงวัยหมดประจำเดือนไปได้อย่างราบรื่นแล้วล่ะ

เมื่อฉันจัดการกับมันเป็นที่เรียบร้อย เบ็คกี้ก็แจ้นไปเอาของหวาน

มาเสิร์ฟอีก มันเป็นขนมที่น่าหดหู่ เพราะคุ๊กกี้นั้นทำด้วยส่วนผสมที่ไร้น้ำตาลและไขมัน รับประทานคู่กับชาสมุนไพรที่ออกสีเขียว ๆ

ในขณะที่ฉันกำลังแทะคุ๊กกี้อยู่นั้นเอง เบ็คกี้ก็เริ่มอธิบายถึงแอดโฆษณาของแพสชั่นส์ที่ผ่านมาในอดีต

"มันก็ไม่มีอะไรที่จะบอกมากนักหรอก" เบ็คกี้เอ่ย

"เกรซพูดเสมอว่าเธอต้องการอะไรที่แตกต่าง แต่เธอก็ชอบให้มีแฟชั่นอย่างสม่ำเสมอ และเน้นการโชว์โลโก้ของห้างด้วย"

แค่นี้น่ะหรือ..? ถ้าแค่นี้เธอเล่าให้ฉันฟังแค่สองวินาทีที่ด้านหลังห้างก็เสร็จแล้ว แต่เอาเหอะ.. ตอนนี้ฉันรู้แล้วละว่าทำไมเบ็คกี้ถึงชวนฉันมาที่นี่ เธอแค่ต้องการใครสักคนที่เธอจะได้ทำกับข้าวให้กินเท่านั้นเอง และฉันก็ยินดีที่ได้ตกเป็นเหยื่อการทำครัวของเธอ.. อืม.. ม..! จริง ๆ ก็ไม่ค่อยจะยินดีนักหรอก แต่ในทางเทคนิคแล้ว คุณน่าจะบอกว่าฉันนี่มันช่างยากแค้นลำเค็ญเสียเหลือเกิน แต่ฉันก็ย้ำเตือนตัวเองอยู่ตลอดเวลาว่าเบ็คกี้เป็นคนดีที่น่ารัก ถ้าไม่มีเธอ.. ฉันก็คงไม่มีโอกาสได้เข้าสัมภาษณ์มาตั้งแต่ต้น

"เฮ้..!" เบ็คกี้เรียก เมื่อตอนที่ฉันทำท่าจะสำรอกเอาคุ๊กกี้นั้นออกมา

"เธออยากดูที่ฉันออกแบบเสื้อผ้าไว้ไหม..?"

"โอ้..! อยากสิจ๊ะ" ฉันตอบ.. อะไรก็ได้ที่จะทำให้มื้อเย็นนี้สิ้นสุดลงเสียที

เบ็คกี้กระโดดเข้าไปในห้องนอน และอีกไม่กี่นาทีต่อมาเธอก็ออกมาพร้อมด้วยกองงานออกแบบเสื้อผ้าหอบใหญ่ ตอนนี้ฉันยังไม่ใช่ผู้เชี่ยวชาญทางด้านแฟชั่น ไม่เหมือนแลนซ์.. ขานั้นเขาเป็นคนแรกที่จะตอบคุณในเรื่องนี้ได้.. แต่เท่าที่เห็น.. แบบเสื้อของเบ็คกี้ค่อนข้างแปลก เธอจับเอาลายดอกเยอะแยะมาใส่คู่กับชุดหนังสีดำ เหมือนกับเอาดาราหวานอย่างลอร่า แอชเลย์ มายืนคู่กับมาร์ควิส เดอ ซาเด ยังไงยังงั้น

"ไม่แจ่มเหรอ..?" นีน่าถาม พลางก้าวออกมาจากห้องนอนในชุด

พยาบาล

"แจ่มจ้ะ" ฉันตอบล้อเลียน

นัยน์ตาของเบ็คกี้ฉายโชนไปด้วยวี่แววแห่งความภาคภูมิใจ ใครจะไปรู้..? บางทีเธออาจจะมีพรสวรรค์จริงๆก็ได้ เสื้อผ้าของเธอดูดีกว่าทีมงานหลายคนที่ผ่านการชุบตัวด้วยการผ่านไปออกแบบเสื้อผ้าที่ปารีสมาประเดี๋ยวประด๋าวเสียอีก

ฉันแสดงท่ากระตือรือร้นออกมาอย่างดีที่สุด และในตอนที่ฉันเออออห่อหมก อู้ๆอ้าๆไปกับงานของเธออยู่นั้น เสียงออดที่ประตูก็ดังขึ้น

ไทเลอร์นั่นเอง.. เขาดูน่ารักกว่าตอนที่เห็นที่ห้างแพสชั่นส์เป็นไหนๆ เวลาอยู่ห้างเขาต้องสวมเสื้อผ้ารัดรูปตามแบบที่ทางห้างมีไว้ขาย แต่ตอนนี้เขาเปลี่ยนมาเป็นนุ่งกางเกงสีกากีกับเสื้อผ้าฝ้ายปล่อยชายธรรมดาๆ มองดูเหมือนนักเขียนนิยายที่เต็มไปด้วยความใฝ่ฝันอย่างที่เบ็คกี้เคยเล่าให้ฟัง เขาล้างเจลออกจากศีรษะ แล้วปล่อยให้ผมสีทรายออกน้ำตาลนั้นหายลื่นเป็นมันเยิ้ม และตอนนี้มันก็ห้อยลงมาปรกหน้าผากเหมือนเด็กผู้ชายคนหนึ่งเท่านั้นเอง

เขาอ่อนกว่าฉันสักทศวรรษหนึ่งเห็นจะได้กระมัง แต่ฉันก็ยังว่าเขาน่ารักอยู่ดี และเห็นได้ชัดด้วยว่าไม่ใช่ฉันคนเดียวที่คิดแบบนั้น เพราะทันใดนั้น เบ็คกี้ก็ยกมือขึ้นโอบรอบตัวเขาไว้และจูบเขาที่ริมฝีปาก เขาจูบตอบเธอด้วยความกระตือรือร้นในกันและกัน

ความรู้สึกพิลึกๆบางอย่างบอกกับฉันว่านี่มันไม่ใช่ความสัมพันธ์ฉันท์เพื่อนเสียแล้ว

"นี่เธอเป็นแฟนของไทเลอร์เหรอเนี่ย..?" ฉันโพล่งถามออกมา..

"คนที่เขาทิ้งเฟรนช์ชี่มาหาเนี่ยนะ..?"

เขาทั้งสองพยักหน้าพร้อมกัน

"เวลาที่อยู่ห้าง.. เราพยายามที่จะเก็บเรื่องนี้เป็นความลับ" ไทเลอร์

กล่าว..

"เฟรนช์ชี่ต้องคลั่งแน่ถ้ารู้เรื่องนี้เข้า"

"ปล่อยให้เธอคลั่งไปเถอะ ถึงอย่างไรเกรซก็คงไล่เธอออกอยู่แล้วละ" เบ็คกี้กล่าว

"เราก็ได้แต่หวังเท่านั้นแหละ" ไทเลอร์เสริม

"เฮ้..! ที่รัก..อยากได้สเต็กถั่วสักหน่อยไหมจ๊ะ..? ยังมีเหลืออยู่แยะเลยนะ" เบ็คกี้ถาม

"ไม่ละเบ็ค.. ขอบใจจ้ะ" ชายหนุ่มตอบอย่างรวดเร็ว..

"ผมทานมาแล้ว"

แววตาของเขาเปลี่ยนเป็นร้อนรนกระวนกระวาย เหมือนกวางที่เพิ่งจะหนีรอดมาจากลูกปืนของนายพราน

"เอาละ.. ฉันไปทำงานก่อนนะ" นีน่าพูด พลางฉวยกุญแจรถมาถือไว้

"ฉันด้วยจ้ะ" ฉันรีบเสนอหน้า

ฉันรู้สึกว่าเบ็คกี้และไทเลอร์คงอยากอยู่ด้วยกันตามลำพังมากกว่า เพราะเท่าที่เห็น.. ทั้งสองแทบจะไม่สามารถแกะมือออกจากกันได้เลย

"อย่าเพิ่งไปสิ" เบ็คกี้ท้วงอย่างไม่จริงจังอะไรนัก

"ไม่ละ.. ฉันต้องไปแล้วเหมือนกัน ขอบคุณสำหรับทุกสิ่งนะจ๊ะ"

"เธอชอบอาหารค่ำวันนี้หรือเปล่า..?"

มันไม่ง่ายนักหรอก.. แต่ฉันก็จัดแจงพูดคำว่าชอบออกมาจนได้

นีน่าและฉันต่างก็กล่าวคำอำลาแก่หนุ่มสาวทั้งสอง ก่อนที่จะมายืนคอยลิฟท์อยู่ด้วยกัน

"ไทเลอร์เป็นคนดีมากนะ" นีน่ากล่าว

"ใช่..! ดูเขาหวานทีเดียวละ"

"นางฟ้าจ๋า.. ถึงเวลาแล้วนะ"

"หมายความว่าไงเหรอ..?"

"เบ็คกี้เจอกับผู้ชายเลว ๆมาเยอะ และเธอก็พยายามทุกวิถีทางที่จะให้ได้คนดี นั่นมาจากความไม่มั่นใจในตัวเอง"

"จริงเหรอ..?"

"ใช่..!" นีน่ากล่าว พลางใช้ลิ้นดุนหมากฝรั่งให้พลิกกลับไปกลับมาอยู่ในปาก

"ฉันลงวิชาจิตวิทยาสมัยที่เรียนพยาบาล และนั่นละคือปัญหาของเธอละ" เธอกล่าว ก่อนเป่าหมากฝรั่งออกมาเป็นลูกโป่งสีชมพูขนาดใหญ่

เอาเลย.. ด็อกเตอร์ ฟรอยด์..

"แต่ตอนนี้มันก็ไม่เป็นไรแล้วละ" นีน่าพูดต่อ..

"เพราะอย่างน้อยเธอก็ชนะแล้ว"

เมื่อลิฟท์มา เราก็ลงมาข้างล่าง นีน่าเป่าหมากฝรั่งเล่นตลอดทาง ฉันได้แต่หวังว่าเธอจะไม่ได้ทำงานที่แผนกศัลยกรรมสมอง..!!

หลังจากที่เอ่ยคำอำลากับนีน่าแล้ว ฉันก็ล้วงเอากองเต้าหู้กุ้งนั่นออกมาจากกระเป๋ากางเกง แล้วขว้างมันทิ้งลงถังขยะไป จากนั้น จึงขับรถออกมาอย่างเร็ว เพื่อจะได้ไปร้านแม็คโดนัลส์ที่อยู่ใกล้ที่สุด.. ให้เร็ว.. ว..ที่สุด..!

บทที่ 7

งานชิ้นเดียวที่นอนรอฉันอยู่ก็คืองานเขียนเรซูเม่ งานนี้เป็นของนักศึกษาจบใหม่ที่ตั้งเป้างานที่ต้องการเอาไว้ว่า..

'อยากทำอะไร แบบที่.. มันส์สะแด่วแห้ว'

ฉันเขียนมันจบอย่างรวดเร็ว ซึ่งทำให้มีเวลาเหลืออีกเกือบอาทิตย์ไว้นั่งคิดแคมเปญโฆษณาให้ห้างแพซชั่นส์

และสำหรับคนที่สนใจใคร่รู้ว่ามือโปรงานโฆษณาเขาทำงานกันอย่างไรนะคะ.. นี่เลยค่ะ.. มาดูตารางงานของดิฉันได้เลย..

ก่อนอื่น.. ต้องเหลาดินสอให้แหลมเปี๊ยวเอาไว้ก่อน จากนั้นก็นั่งเล่นเกมต่อคำศัพท์เสียให้สบายใจ จะได้เป็นการลับสมองประลองเชาว์เพื่อเตรียมความพร้อมไปในตัว เสร็จแล้วค่อยไปคว้าอะไรมารองท้องเสียหน่อย แล้วก่อนจะลงมือทำงานจริงก็แวะไปนอนเกาพุงให้โพรแซ็ค เป็นการเอาฤกษ์เอาชัย เกาเรียบร้อยก็ไปหยิบของว่างมาใส่ปากเสียอีกชิ้น แล้วจากนั้นก็เปิดเน็ตเข้าเว็บ เอ.โอ.แอล. ไปเช็คหัวข้อข่าวต่าง ๆ ก่อนจะกลับมาเหลาดินสอเพิ่มอีกสองสามแท่ง วนเวียนอยู่อย่างนั้นจนถึงเวลาที่รายการทีวีของโอปราห์ กับจัดจ์ จูดี้ เริ่มฉาย ก็นอนดูเสียหน่อย พอรายการจบก็จะถึงเวลาอาหารค่ำพอดี๊.. พอดีเชียว..

มันเป็นเรื่องน่าอัปยศ.. ฉันรู้..!! แล้วจะให้ฉันพูดว่ายังไงล่ะ..? ฉันทำงานภายใต้ความกดดันได้แจ่มแจ๋วที่สุดอย่างงั้นเหรอ..?

และนี่แหละคือเหตุผลที่ว่าทำไม คืนก่อนที่ฉันจะเข้าไปเสนอไอเดียกับเกรซ และโชว์ให้เธอได้เห็นในสิ่งที่ฉันอุตสาหะพากเพียรทำด้วยความยากลำบากอย่างหามรุ่งหามค่ำ ฉันถึงได้มัวแต่นั่งเหลาดินสอให้แหลมกับเกาพุงแมวอยู่นั่นเอง เฮ้อ..!

เพิ่งจะหกโมงเย็นเท่านั้น ถ้าฉันทำงานไม่หยุดในอีกห้าชั่วโมงข้างหน้า แน่นอนเลยว่าฉันต้องได้อะไรสักอย่าง และจากนั้น ฉันก็นึกขึ้นมาได้ว่ามีงานสอนในช่วงค่ำนี่นา ตายละวา..! งั้นฉันคงต้องนั่งทำงานทั้งคืนเสียแล้ว

รำคาญตัวเองเหลือเกินที่ดันปล่อยเวลาให้ล่วงเลยไปเฉยๆ ขนาดนี้ ฉันหาอาหารค่ำให้โพรแซ็ค แล้วคว้ามันฝรั่งเทเทอร์ ท็อดส์ เก่าเก็บที่เจอในช่องแช่แข็งมากินอย่างตะกละตะกราม ก่อนรีบบ่ายหน้าไปยังบ้านพักคนชราชาลอม

เมื่อฉันไปถึงที่นั่น.. ฉันก็เห็นขนมกรุบกรอบทวิงกี้ส์ ที่กินไปแล้วครึ่งอันวางอยู่หัวโต๊ะทำงาน

"สำหรับหนูจ้ะ.. ที่รัก" คุณตาโกล์ดแมนเอ่ย พลางขยิบตาให้

"ขอบคุณค่ะ" ฉันตอบ ก่อนยิ้มให้อย่างเหนื่อยอ่อน

"หวังว่าจะไม่รังเกียจนะจ๊ะ" เขาพูดต่อ แล้วปัดเศษขนมชิ้นเล็กชิ้นน้อยออกจากเสื้อกั๊ก..

"ฉันชิมไปชิ้นหนึ่งแล้ว"

อา..! คงไม่มีการ 'บอกรัก' ด้วยวิธีใดที่เก๋ไปกว่าการให้ขนมกินแล้วอีกละกระมัง.. พ่อคุณเอ๋ย..!!

"เอาละค่ะนักเรียน.. " ฉันเอ่ยขึ้น..

"ใครจะอ่านเป็นคนแรกคะ..?"

เหมือนเคย.. คุณตาโกล์ดแมนเป็นคนแรกที่ยกมือขึ้น

ฉันมองไปรอบๆห้อง หวังว่าจะมีใครอื่นที่อาสา แต่ก็ไม่มี.. อย่าว่าแต่จะยกทั้งแขนเลย เอาแค่ชูนิ้วก้อยก็ยังไม่เห็น..

"ตกลงค่ะ.. คุณตาโกล์ดแมน" ฉันถอนหายใจ..

"เอาเลยค่ะ"

เขาคลี่สมุดโน๊ตออกกวัดแกว่งไปมา และเริ่มอ่าน..

"เรื่อง.. เมื่อผมต้องผ่าตัดถุงน้ำดี.. โดย.. เอ็บ โกล์ดแมน"

คุณตาโกล์ดแมนได้เล่าให้เราฟังถึงเรื่องการผ่าตัดถุงน้ำดีของเขาด้วยการอ่านอย่างมั่นใจในตัวเองตามแบบฉบับของลินคอล์น เมื่อครั้งกล่าวสุนทรพจน์ที่เมืองเก็ตตี้ส์เบิร์ก เขาเล่าว่านางพยาบาลหลายต่อหลายคนมาจี๊จ๊ะกับเขาอย่างไรและหมอศัลยกรรมบอกว่าก้อนเนื้อของเขานั้นมโหฬารที่สุดเท่าที่หมอเคยผ่าเอาออกมาขนาดไหน และท้ายสุด เมื่อหมออนุญาตให้ญาติเข้าเยี่ยมได้.. เด็บบี้ เรย์โนล์ด ก็มาเยี่ยมเขาพร้อมกับดอกกุหลาบช่อโต

"ต๊าย..! ขอร้องละย่ะ" คุณยายเพ็ชเทอร์ขัดคอ พลอยทำให้หน้าอกหน้าใจอันใหญ่บึ้มของเธอกระเพื่อมไหวด้วยความขุ่นเคือง..

"อย่ามาเริ่มเรื่องด้วยยายเด็บบี้ เรย์โนล์ด นี่อีกเลย"

"ช่าย.. ย..!" คุณยายรูบิ้นสอดขึ้นมา..

"พอแล้วน่า"

"แน่ใจนะว่าคุณไม่ได้ประสาทกลับจนเห็นภาพหลอนน่ะ" คุณยายซาท์เลอร์ถามขึ้น

"ไม่..! ฉันไม่ได้เห็นภาพหลอนสักหน่อย" คุณตาโกล์ดแมนขบฟัน..

"เด็บบี้ เรย์โนล์ด มาเยี่ยมฉันที่โรงพยาบาลจริงๆ..!"

"แหงละ..!" คุณยายเพ็ชเทอร์แดกดัน..

"ก็เหมือนที่ทอม ครุยซ์ มาเยี่ยมตอนที่ฉันเจ็บตาปลาละมั้ง"

คุณยายคนอื่นๆพากันหัวเราะขำอย่างร่าเริง ทำเอาคุณตาโกล์ดแมน

ถลึงตาใส่เพื่อนๆแล้วปิดสมุดโน้ตดังปึง..!

เอาไปเลยหนึ่งคะแนนสำหรับคุณยายเพ็ชเทอร์..!!

"โอ.เค.! ใครจะอ่านเป็นคนต่อไปคะ..?" ฉันถาม

ความพ่ายแพ้และอับอายของคุณตาโกล์ดแมนในสงครามปากกับคุณยายเพ็ชเทอร์นั้น ดูเหมือนจะทำให้คุณยายคนอื่นๆเกิดความกล้าหาญมากขึ้น คราวนี้ยกมือกันสลอน.. และฉันก็รู้สึกตื่นเต้นที่ได้เห็นว่าหนึ่งในคนที่ยกมือขึ้นอาสานั้น คือ คุณยายสเตน

ลิเลียน สเตน เพิ่งจะมาเป็นสมาชิกใหม่ทั้งของที่บ้านพักคนชราชาลอม และในชั้นเรียนของฉัน เธอเป็นหญิงชราร่างท้วมที่มีดวงตากลมโตหากแต่แฝงแววเศร้าสร้อยเอาไว้ตลอดเวลา คุณยายทำให้ฉันนึกถึงเด็กอนุบาลที่ต้องเข้าโรงเรียนวันแรก และเป็นเวลาหลายสัปดาห์ทีเดียวที่ฉันเฝ้าหวังให้หญิงชราผู้นี้ได้อ่านอะไรให้เราฟังบ้าง แต่เธอก็เพียงนั่งเงียบๆอยู่ที่เก้าอี้ หรือไม่ก็คุยเบาๆกับเพื่อนที่นั่งข้างๆ

แต่วันนี้.. เธอกำลังยกมือขึ้น..

"คุณยายสเตน.." ฉันเอ่ย..

"ดีใจจังค่ะที่คุณมีอะไรมาแชร์กับพวกเรา.. เอาเลยค่ะ"

หญิงชราท่านอื่นๆบ่นพึมพัมกับการให้กำลังใจของพวกเขา

คุณยายสเตนคลี่กระดาษแผ่นหนึ่งออกด้วยมืออันสั่นเทา

"สามีของฉัน.. แม็กซ์.." เธออ่านด้วยน้ำเสียงที่แสนเบาและบางเฉียบ

"ดังๆหน่อย..!" คุณตาโกล์ดแมนตะโกนออกมา..

"เราไม่ได้ยินหรอก"

"ใช่ค่ะ.. คุณยายสเตน" ฉันกล่าว..

"กรุณาดังอีกนิดนะคะ"

เธอเริ่มต้นอีกครั้ง..

"สามีของฉัน.. แม็กซ์.. และฉัน แต่งงานอยู่กินกันมาร่วมห้าสิบสองปี ก่อนที่เขาจะจากไปด้วยโรคหัวใจ"

คลื่นเสียงหึ่งๆนั้นกระเพื่อมไปทั้งห้อง..

"เราพบกันเมื่อครั้งที่ฉันทำงานอยู่ในแผนกเสื้อผ้าบุรุษของห้างเมซี่ และแม็กซ์เดินเข้ามาซื้อเน็คไท ฉันรู้ว่าเขาชอบฉันเพราะเขาซื้อเน็คไททีเดียวถึงห้าเส้น กับสูทอีกสองชุด และเสื้อโค้ทอีกตัวด้วย"

คุณยายทั้งหลายพากันหัวเราะเบาๆอย่างชื่นชม..

"เขาชวนฉันออกเดทด้วยการไปโยนโบว์ลิ่ง ฉันไม่ชอบโยนโบว์มากนัก แต่ก็ตอบรับคำเขาไปโดยอดตั้งตัว"

คุณตาโกล์ดแมนยกมือขึ้นทันที..

"ผิดแล้ว..!" เขาร้องขึ้น..

"มีที่ไหนกันคำว่า 'อดตั้งตัว'..!"

แค่นี้ฉันก็เห็นแล้วว่าอะไรกำลังจะเกิดขึ้นบ้าง.. ไอแห่งการเอาชนะของคุณยายเพ็ชเทอร์ยังคงลอยล่องอบอวลอยู่ในห้องนั้น และคุณตาโกล์ดแมนก็กำลังใช้ความน่ารำคาญของเขาทำร้ายคุณยายสเตนผู้น่าสงสาร แต่มันก็ถูกของเขานะ.. มันไม่มีคำว่า 'อดตั้งตัว' จริงๆนั่นแหละ..

"เอาไว้เถียงกันทีหลังดีไหมคะ..?" ฉันพูด..

"ต่อเลยค่ะคุณยายสเตน คุณทำได้ดีแล้ว"

หลังจากที่ถูกทำให้ว้าวุ่นใจ คุณยายสเตนเริ่มกลับมาพรรณนาใหม่อีกครั้ง.. และเล่าให้เราฟังถึงเรื่องการดื่มน้ำผึ้งพระจันทร์ เล่าว่าเธอและแม็กซ์ขับรถข้ามประเทศโดยใช้เส้นทางสายหกสิบหกกันอย่างไร อีกทั้งยังได้ไปชมทัศนียภาพที่สวยงามของแกรนด์ แคนยอน และหุบเขาดำ ของรัฐนอร์ธ ดาโกต้า อีกด้วย

"ผิดอีกแล้ว..!" คุณตาโกล์ดแมนตะโกนออกมา

"คุณไปแบล็ค แคนยอน ด้วยเส้นทางสายหกสิบหกไม่ได้หรอก"

"อะพิโธ่.. อะพิถัง.. ตาเอ็บเอ๊ย..! ตาเอ็บ.. ปากเก่งเหลือเกินนะ.." คุณยายเพ็ชเทอร์เอ่ยอย่างรำคาญ

"ผมก็แค่แก้ไขในสิ่งที่เห็นว่าผิด.. ก็เท่านั้นเอง.. แล้วผมเป็นพนักงานขายที่ท่องไปทั่วมานานถึงห้าสิบปี ย่อมต้องรู้สิว่าทางสายหกสิบหกมันอยู่ตรงไหนแน่"

แต่ตอนนี้.. คุณยายสเตนกำลังน้ำตาร่วงอย่างน่าสงสาร

"คุณยายสเตนไม่ได้กำลังเขียนแผนที่แอทลาสอยู่นะคะคุณตาโกล์ดแมน" ฉันกล่าว

"แต่แกเขียนเรื่องที่รื้อออกมาจากความทรงจำต่างหาก ฉะนั้น ฉันว่าเรามาฟังกันต่อดีไหมคะ..?"

ไม่มีความโมโหโกรธาเจืออยู่ในน้ำเสียงของฉันแม้แต่น้อย

"ต่อดีกว่าค่ะคุณยายสเตน" ฉันพูดด้วยรอยยิ้มที่ให้กำลังใจเธอสุด ๆ

คุณยายสเตนหยิบกระดาษที่ตอนนี้เปียกชื้นไปด้วยหยาดน้ำตาขึ้นมาถืออย่างไม่เต็มใจนัก ก่อนที่จะอ่านมันต่อไป..

"แม็กซ์ของฉันเป็นพ่อครัวที่เก่งกาจเสมอ และหลังจากที่เราตั้งรกรากลงที่ลอส แองเจลิส แล้ว เขาก็ได้เปิดร้านอาหารขึ้นแห่งหนึ่ง เขาตั้งชื่อมันว่า.. 'แม็กซ์ เดลิเคทส์เซ่น' หรือ 'ร้านอาหารนำเข้าของแม็กซ์' นั่นเอง.."

อีกแล้ว.. คุณตาโกล์ดแมนดูจะมีชีวิตชีวาขึ้นมาในทันที

"คุณเป็นเจ้าของร้านแม็กซ์ เดลิ อย่างนั้นหรือ..?" เขาถาม

คุณยายสเตนพยักหน้ารับ

"บนถนนแฟร์แฟ็กซ์ นะ.."

หญิงชราพยักหน้ารับอีก

"ฉันไปกินที่นั่นประจำเลย" คุณตาโกล์ดแมนบอก

คุณยายสเตนยิ้มออกมาด้วยความตื้นตันใจ

"แต่มันไม่ค่อยฮิตนักหรอก" คุณตาโกล์ดแมนพูด พลางยักไหล่

"พาสต้าแบบนั้นกินแล้วอ้วนจะตาย"

ริมฝีปากที่เบ่งบานของคุณยายสเตนหุบลง และเริ่มสั่นเทิ้ม และก่อนที่ฉันจะทันรู้เรื่อง.. แกก็ร้องไห้ออกมาเสียแล้ว นี่ฉันต้องใช้เวลานับเดือนกว่าที่จะทำให้แกยอมอ่านอะไรให้ฟังได้.. ขอบใจนะคุณตาโกล์ดแมน.. แล้วนี่ฉันจะได้เจอแกในห้องเรียนนี้อีกไหมเนี่ย..?

"คุณตาโกล์ดแมน.. คุณนี่เป็นคนที่น่ารำคาญและน่าโมโหที่สุดเท่าที่ฉันเคยพบมาในชีวิตเลยจริงๆนะ ไม่รู้จะเปรียบกับอะไรแล้ว.. คุณนี่มันเกะกะเหมือนหมุดติดกระดานดำ เป็นไอ้พวกขับช้าแต่อยู่เลนขวา แล้วยังน่ารำคาญเหมือนโทรศัพท์ในโรงหนังอีกด้วย ขอที.. ช่วยหุบปากแล้วปล่อยให้คุณยายที่น่าสงสารได้อ่านต่อจนจบได้ไหม..?"

ใช่..! คราวนี้ฉันโพล่งออกไปแบบนั้นจริงๆ..

ทั้งห้องเงียบกริบในบัดดล.. ไม่มีใครจะตะลึงงันได้เท่าพ่อหนุ่มหนึ่งเดียวในห้องนั้นอีกแล้ว และใบหน้าของเขาก็เริ่มเปลี่ยนสีเป็นแดงก่ำอย่างเห็นได้ชัด..

"หัวใจฉัน..!" เขาร้อง พลางยกมือขึ้นกุมหน้าอก

และที่เห็น.. ร่างของชายชราก็ทรุดฮวบ แล้วล้มคว่ำลงพื้นไปในที่สุด

"คุณพระช่วย..!" คุณยายเพ็ชเทอร์ร้องลั่น..

"เขาหัวใจวายแล้ว.."

"ใครก็ได้โทร.ตาม 911 ที.." เสียงใครคนหนึ่งร้องตะโกนอย่างเสียสติ และนั่นเอง.. ฉันถึงได้รู้ตัวว่ามันเป็นเสียงของฉันเองนี่นา ฉันคว้าโทรศัพท์ขึ้นมาโทร. อีกไม่กี่นาทีต่อมา รถพยาบาลก็มาถึงและยกร่างของคุณตาขึ้นเปลออกไป

"เดี๋ยว..!" เขาเอ่ยขึ้นด้วยเสียงที่แผ่วเบา ขณะที่กำลังจะถูกเข็นออกไปทางประตู..

"ฉันมีอะไรจะบอก.."

"อะไรคะคุณตา..? อะไร..?" ฉันถามตะกุกตะกัก

"หุบเขาดำน่ะ มันอยู่ที่ เซ้าธ์ ดาโกต้า ต่างหาก..!!!" เขากล่าวด้วยรอยยิ้มละไมบนใบหน้า..

"ไม่ใช่ นอร์ธ ดาโกต้า เสียหน่อย"

บทที่ 8

แม้การนอนหลับจะเป็นการหลีกหนีออกจากคำถามทั้งปวง แต่คืนนั้นฉันก็หลับไม่ลง อีกทั้งยังเฝ้าแต่โทรศัพท์ไปที่โรงพยาบาลทั้งคืน ขอร้องให้เขาช่วยบอกฉันทีว่าคุณตาโกล์ดแมนเป็นอย่างไรบ้าง แต่ความที่ฉันไม่ใช่ญาติ ทางโรงพยาบาลจึงปฏิเสธที่จะให้ข้อมูลใด ๆกลับมา

คงต้องบอกว่าฉันมีปัญหากับเรื่องของสมาธิในการคิดงานให้ห้างแพสชั่นส์นิดหน่อย และรู้สึกเหมือนตัวเองสร้างสรรค์พอ ๆกับผ้าเช็ดตัวอย่างไรไม่รู้ หลังจากที่นั่งรากงอกอยู่หน้าคีย์บอร์ดมาเป็นชั่วโมง ๆ สิ่งเดียวที่กลั่นออกมาได้ก็คือ..

"คิดถึงแฟชั่น.. คิดถึงแพสชั่นส์..!"

ฉันรู้ว่ามันห่วย.. แต่คุณมันก็ห่วยด้วยนั่นแหละ.. ถ้าคิดว่าช่วยอะไรคนแก่น่ารำคาญ ที่เกิดจะหัวใจวายขึ้นมาไม่ได้เลย

ในตอนที่ดวงอาทิตย์โผล่ขึ้นจากขอบฟ้าของเบเวอร์รี่ ฮิลล์ นั้นฉันก็รู้ดีว่าฉันได้ทุบหม้อข้าวแห่งโอกาสที่จะได้งานนี้ไปเสียแล้ว พอเก้าโมงเช้าฉันก็พิมพ์สิ่งที่ 'กลั่น' ออกมาได้ลงกระดาษ เดินไปให้อาหารโพรแซ็คแล้วโดดขึ้นเตียง กะงีบเอาแรงให้สดชื่นสักครึ่งชั่วโมง

พอลืมตาตื่น.. ฉันก็นวยนาดไปเปิดฝักบัว ซึ่งเป็นที่ ๆฉันยืนนิ่งอยู่ใต้ละอองของสายน้ำอันเย็นฉ่ำ ด้วยหวังว่ามันจะสามารถคืนชีวิตกลับมาให้ฉันได้ มันเหนื่อยหน่ายเกินกว่าจะคว้าไดร์มาเป่าผมที่หยิกหยอยนั้นให้

เหยียดตรงเหมือนคราวก่อน จึงเพียงกระชากผมเผ้าที่ยุ่งเหยิงให้รวบเป็นหางม้าไว้ลวก ๆ

คุณต้องดีใจแน่เลย.. ถ้ารู้ว่าเช้านี้โพรแซ็คไม่ได้เฉียดกรายเข้ามาใกล้สูทพราด้าของฉันแม้แต่น้อย.. แต่ที่ฉันเห็นก็คือ.. มันนั่งอยู่บนถุงน่องเต็มตัวตัวสุดท้ายที่ฉันมี แถมกำลังกางเล็บตะปบฉีกถุงน่องนั้นเล่นอย่างมีความสุขตะหาก เฮ้อ..! เยี่ยมเลย.. ทีนี้ฉันก็ต้องออกไปทั้งขาเปลือย ๆอย่างนั้นน่ะสิ

หลังจากที่ดูดกาแฟที่ต้มจากน้ำก็อกไปสักสองสามอึกแล้ว ฉันก็เดินกลับมาแต่งตัว..ด้วยความระมัดระวังที่จะไม่ให้ป้ายราคาโผล่ออกมาได้ก่อนที่จะสำรวจตัวเองในกระจกอีกครั้ง.. ไหน.. ดูสิ.. สะพายกระเป๋าสตางค์ที่คะเนเอาจากสายตาแล้ว น่าจะใบใหญ่พอ ๆกับกระเป๋าเดินทาง.. อ้อ..! น่องเปลือย ๆที่ขนเพียบ.. แล้วที่สุดยอดก็คือ.. ผมหยอย ๆบนหัวฉันนั่นเองนี่ถ้าพวกสาวกพราด้ามาเห็นสารรูปฉันเข้า คงไม่ยอมให้ฉันได้ใส่ชุดเขาแน่เลยเชียว

ฉันพยายามที่จะโทร.ไปโรงพยาบาลอีกครั้ง แต่พวกเขาก็ยังไม่ยอมให้ข้อมูลใด ๆเหมือนเดิม จากนั้น ฉันจึงคว้ากุญแจรถเดินออกประตูไปโดยภาวนาให้คุณตาโกล์ดแมนปลอดภัยและได้กลับมายั่วประสาทฉันอีกครั้ง

"เกิดอะไรขึ้นกับเธอเนี่ย..?" เบ็คกี้ถามขึ้น เมื่อฉันโผล่ไปถึงห้าง..

"สารรูปโทรมสิ้นดี..!"

เปล่าหรอก.. เธอแค่ทักว่า..

"สวัสดีจ้ะ..จาอีน" แต่.. แค่มองฉันก็รู้แล้วว่าเธอคิดอะไรอยู่

"ทายสิ..?".. เธอกล่าว..

"เฟรนช์ชี่อยู่ในห้องเกรซมาตั้งชั่วโมงแล้ว ปิดประตูด้วย เกรซนะเดือดมากเลย พอรู้ว่าเฟรนช์ชี่ไปทำกิริยาแบบนั้นกับคุณนายทัคเคอร์.. แจ๋ว

เลยเน้อะ..? ดูเหมือนคราวนี้ยายฝรั่งเศสโดนเตะโด่งแน่"

"พูดอะไรน่าเกลียดอย่างนั้นน่ะ..!" เราหันไปทางต้นเสียง

แม็กไซน์น่ะเอง.. พนักงานบัญชีที่กำลังยืนกอดแฟ้มไว้แนบอก คนที่มีอะไรแปลก ๆ และมีความสามารถพิเศษในการปรากฏตัวออกมาจากมุมที่ไม่เคยมีใครเห็น

"เสียใจด้วยนะแม็กไซน์.. แต่ฉันก็พูดอย่างที่คิดนั่นแหละ และจะดีใจมากถ้าเฟรนช์ชี่ต้องไปจริง ๆ"

"เธอพูดอย่างนั้นออกมาได้ยังไงน่ะ..?" แม็กไซน์พูด แววแห่งความโกรธฉายโชนอยู่ในดวงตาเล็ก ๆคู่นั้น

"เฟรนช์ชี่เป็นคนวิเศษ..! และเป็นคนน่ารักที่สุดเท่าที่ฉันเคยรู้จักมา"

"ถ้าเธอคิดว่าเฟรนช์ชี่เป็นคนวิเศษแล้วละก็.. นั่นยิ่งน่าไปให้พ้น ๆ ใหญ่"

"ไทเลอร์อยู่ไหนน่ะ..?" แม็กไซน์ถาม พลางก้มลงมองแฟ้มที่กอดไว้

"เขาควรจะอยู่ที่นี่มาตั้งชั่วโมงแล้วนะ"

"ไม่รู้เหมือนกัน" เบ็คกี้ตอบ..

"ฉันก็สงสัยเหมือนกันนั่นแหละ"

"ถ้าเขามาแถวนี้ก็บอกฉันด้วยแล้วกัน ฉันต้องคุยเรื่องรายจ่ายกับเขาหน่อย"

เมื่อประตูห้องเกรซเปิดออก เธอจึงเริ่มเร่งฝีเท้ากลับไปยังห้องเล็ก ๆ ที่เธอเก็บเอกสารของบริษัท

เฟรนช์ชี่เดินร่อนออกมา รอยยิ้มกว้างปรากฏชัดอยู่บนใบหน้า มองยังไงก็ดูไม่เหมือนคนที่เพิ่งถูกไล่ออกเลยสักนิด

เกรซเดินตามหลังลูกน้องออกมาด้วยใบหน้าแดงก่ำ ราวกับเพิ่งถูกมะเหงกเหล็กเคาะหัวมาอย่างแรง

"ฟังนะทุกคน.. เกรซมีอะไรจะประกาศ" เฟรนช์ชี่เอ่ยขึ้น

เกรซก้าวออกมายืนข้างหน้า ก่อนกระแอมเบาๆ

"หลังจากที่ทำธุรกิจนี้มาสามสิบปี" เธอกล่าว เสียงค่อยจนแทบจะไม่ได้ยิน..

"ฉันตัดสินใจที่จะเกษียณแล้ว"

จากนั้น เธอก็หันไปมองเฟรนช์ชี่ เหมือนนักแสดงลืมบท

"และ.....?" เฟรนช์ชี่ต่อให้

"และฉันจะขายห้างนี้ให้แก่เฟรนช์ชี่"

"อะไรนะ..?" เบ็คกี้อ้าปากตาค้าง

"พวกเธอได้ยินที่เกรซพูดแล้วนี่" เฟรนช์ชี่กล่าว..

"เธอกำลังจะขายห้างนี้ให้กับฉัน"

เบ็คกี้ยืนอยู่ตรงนั้น ดวงตาเบิกกว้างอย่างไม่เชื่อหู ในทางตรงกันข้าม ดูเหมือนแม็กไซน์จะไม่ประหลาดใจเอาเสียเลย.. นี่ฉันจินตนาการไปเอง หรือฉันเห็นเธอแอบขยิบตาให้เฟรนช์ชี่จริงๆกันนะเนี่ย..?

"คุณค่อยกลับมาเก็บของทีหลังก็ได้นะเกรซ" เฟรนช์ชี่กล่าว..

"ทำไมไม่กลับบ้านไปก่อนล่ะ..?"

เกรซพยักหน้าตอบเงียบๆ ในขณะที่คุณนายฝรั่งเศสยื่นกระเป๋าถือให้กับเธอ

ฉันไม่เคยเห็นคนเดินละเมอมาก่อน แต่ฉันว่าพวกนั้นต้องมีอาการเหมือนเกรซอย่างที่ฉันเห็นเธอโซเซออกประตูไปเป็นแน่

"อ้อ..! เธอกลับมาแล้วนี่.." เฟรนช์ชี่หันมาพูดกับฉัน..

"มาเสนอไอเดียเรื่องงานโฆษณาไม่ใช่เหรอ..?"

ฉันพยักหน้าเงียบๆเหมือนเกรซเปี๊ยบ ดูเหมือนเฟรนช์ชี่จะทำให้ทุกคนมีอาการแบบนี้กันไปหมด

"มาคุยในออฟฟิศฉันก็แล้วกัน" เธอพูด.. จงใจเน้นคำว่า 'ฉัน' อย่างชัดแจ้ง

ฉันเดินตามหลังเธอเข้าไปในห้องทำงานของเกรซ ขณะที่เฟรนช์ชี่เปิดหีบไม้สนขนาดใหญ่ออก ในหีบนั้นมีตัวอย่างผ้าหลายชนิดที่หนีบคลิปแยกไว้อย่างเป็นหมวดหมู่ และนอกจากตัวอย่างผ้ากองนั้น ก็ยังมีขวดไวน์ซุกอยู่อีกหลายขวดด้วย เฟรนช์ชี่ค้นจนเจอขวดที่เธอต้องการ

"ชาโต เนิร์ฟ ดู พาพพ์" เธอบอก ขณะถือขวดไวน์แดงที่ชื่นชอบนั้นไว้ในมือ

"เกรซมักจะเก็บขวดนี้ไว้สำหรับโอกาสพิเศษๆเท่านั้น และฉันว่านี่ละโอกาสพิเศษแล้ว"

เธอเปิดขวดแล้วรินไวน์นั้นลงในแก้วเล็กน้อย จากนั้นจึงจับก้านแก้วเหวี่ยงเบาๆแล้วยกขึ้นดม ก่อนผงกศีรษะด้วยอาการชื่นชม แล้วดื่มเพื่อสุขภาพเข้าไปอีกใหญ่

"อร่อยจริงๆ" เธอกล่าว ไม่มีเสียละที่จะเชิญชวนฉันให้ร่วมดื่มสักแก้ว

ไม่ใช่ว่าฉันจะต้องการดื่มไวน์แดงตอนสิบโมงครึ่งหรอกนะ แต่เธอจะดูดีกว่านี้มากถ้าคิดจะถามฉันสักคำ.. แน่นอน.. ตอนนี้มันทำให้ฉันรู้แล้วว่าเฟรนช์ชี่ไม่ค่อยเคยคุ้นกับกรอบความคิดของคำว่า 'ดี.. มีมารยาท' สักเท่าใดนัก

เธอดื่มไวน์อีกอึก ก่อนมองไปรอบๆอย่างสำรวจอาณาจักรใหม่

"สิ่งแรกที่ฉันจะทำพรุ่งนี้ก็คือ.." เธอกล่าว..

"กำจัดไอ้นั่นทิ้งไปซะ"

เธอชี้ไปยังหุ่นที่โชกโชนตัวนั้น.. ตัวที่เกรซเก็บรักษาไว้ตั้งแต่ได้นำออกวางโชว์ที่หน้าห้างเป็นครั้งแรก

"ได้ยินมั้ยยะ.. นังเบสซี่..?" เธอกล่าวคิกคัก..

"แกกำลังจะถูกเตะโด่งให้ไปนอนในกองขยะ"

เบสซี่ผู้น่าสงสารยืนมองเราด้วยดวงตาที่ทาสีไว้แตกกะเทาะ ราว

กับรู้ถึงชะตากรรมที่เกิดขึ้น

"คุณจะโยนไอเดียที่คิดมาเสนอทิ้งไปเสียก็ได้นะ" เฟรนช์ชี่กล่าว

"เพราะฉันคิดเอาไว้แล้วเป็นล้านๆแคมเปญเลยละ"

เธอทิ้งตัวนั่งอย่างแรงลงบนเก้าอี้สานสีขาวของเกรซ

"เราจะใช้คำขวัญว่า.. *'จงทิ้งความตาย เพื่อความโอ่อ่าสง่างาม..!'"*

ฉันเดาว่ามันน่าจะดูดีกว่า *'คิดถึงแฟชั่น.. คิดถึงแพสชั่นส์..!'* แต่มันก็ไม่ได้ดีไปกว่ากันสักเท่าใดเลย

"และนี่คือส่วนที่แจ่มแจ๋วที่สุด.." เธอกล่าว..

"เราจะมีคนตายอยู่ในงานโฆษณาทุกชิ้น ในหน้าต่างห้างทุกบานด้วย.. เข้าใจไหม..? คนตายน่ะ..? เหมือนในสโลแกนที่ว่า.. จงทิ้งความตายเพื่อความโอ่อ่าสง่างามยังไงล่ะ"

"เข้าใจค่ะ" ฉันรับประกัน

ถึงฉันจะลังเล แต่ยังไงก็ต้องรับประกันออกไปก่อน

"มันไม่ต้องเป็นคนตายจริงๆหรอก" เธอพูดอ้อแอ้

"เอาเป็นหุ่นนั่นแหละมานอนในโลงศพ นั่งเก้าอี้ไฟฟ้า หรือนอนบนเตียงผ่าตัด อะไรแบบเนี้ย.. แล้วก็จับแต่งตัวสวยๆ ใส่ชุดแฟชั่นล่าสุดของห้างแพสชั่นส์ สนุกจะตาย.. ว่าไหมล่ะ..?"

เอา..! เอาเข้าไป..! คงสนุกพอๆกับการนอนควักมดลูกเล่นละมั้งนั่น..!

คุณนายฝรั่งเศสยกเท้าทั้งสองข้างของเธอขึ้นพาดไว้บนโต๊ะไม้สนของเกรซ ก่อนที่จะไขว้จิมมี่ ชู์ว (ที่เกือบจะเหมือนจริง) คู่นั้นไว้ด้วยกันพลางจ้องมองข้อเท้าเข้ารูปเรียวเล็กของเธอเองอย่างชื่นชม

"ที่ฉันต้องการจากเธอคือคำโฆษณา.. ที่เกี่ยวกับฉัน.. ว่าฉันเข้ามารับช่วงห้างนี้ได้ยังไง.. แล้วก็.. ประเด็นเก๋ๆเรื่องรสนิยมอันวิไลของฉันด้วย"

หูย..! นี่เธอไม่ได้หลงตัวเองสักกะนิดเลยนะเนี่ย.. ว่าไหม..?

"เกรซบอกจะจ่ายเธอเท่าไหร่..?" เธอถาม

"ห้าพันเหรียญค่ะ"

เธอหัวเราะเบาๆอย่างจริงใจในทันทีที่ได้ยิน

"ฉันให้เธอสามร้อย" เธอกล่าวหลังจากหยุดหัวเราะ

"และฉันต้องการให้งานชิ้นนี้มาวางอยู่บนโต๊ะภายในพรุ่งนี้เช้า"

"เร็วอย่างงั้นเชียวหรือคะ..?"

"ฉันให้เวลาเธอคิดนานกว่านี้ไม่ได้หรอก" เธอกล่าว..

"มาเจอฉันที่นี่เจ็ดโมงเช้าก็แล้วกัน"

"เจ็ดโมงเช้า..?"

"ฉันเป็นคนตื่นเช้า.. ถ้าเธอไม่ชอบก็ไม่เป็นไร ฉันจะได้หาคนอื่น"

ไม่มีทางที่ฉันจะทำงานให้กับยายห่วยแตกนี่แน่ และในขณะที่ฉันกำลังจะบอกเธออยู่นั่นเอง ประตูห้องก็เปิดผลั๊วะออกอย่างแรง.. ไทเลอร์ยืนอยู่ที่นั่น.. ลักษณะของเด็กหนุ่มใสๆได้ถูกความเดือดดาลทำให้บิดเบี้ยวไปจนไม่เหลือซาก

"นังเลว..!" เขาแผดเสียงลั่น ก่อนเอาคำพูดที่ติดอยู่ที่ปากฉันไปพูดแทนให้จนหมด

"แกทำอย่างนี้กับฉันได้ยังไง..?"

"เธอพูดอะไร.. ฉันไม่เห็นรู้เรื่อง" เฟรนช์ชี่ตอบพลางทำท่าไร้เดียงสา

"แกรู้แน่ละ.. แกบุกรุกเข้าไปในอพาร์ตเม้นท์ของฉัน โยนคอมพิวเตอร์ฉันลงขยะ แล้วยังขนแผ่นดิสค์ฉันไปเผาในเตาผิงอีกด้วย"

ถึงตอนนี้.. เส้นเลือดที่คอเขาก็ปูดโปนออกมาจนขมึงเกลียว..

"แกทำลายนิยายของฉัน นิยายที่ฉันใช้เวลาเขียนมาถึงสามปี"

"แล้วไง..?" เฟรนช์ชี่ยิ้มเยาะ

"ฉันจะไปแจ้งความ"

"เอาเลย.. เธอพิสูจน์ไม่ได้อยู่แล้วว่าเป็นฉัน" เธอกล่าว ก่อนยกไวน์

ขึ้นจิบด้วยรอยยิ้มที่ส่อแววดูถูก และเต็มไปด้วยเล่ห์เหลี่ยม

"เก๊าะ.. ฉันบอกแล้วว่าเธอไม่ควรทิ้งฉันนี่นา"

เท่านั้นเอง.. ชายหนุ่มก็ไม่สามารถระงับอารมณ์ได้อีกต่อไป ดวงตาของเขาเบิกกว้าง ก่อนถลาพุ่งเข้าใส่พร้อมๆกับขว้างแก้วไวน์ข้ามห้องร่อนมาใส่เธอ

"ฉันจะฆ่าแก..!" เขาตะโกน พลางยกมือขึ้นขย้ำคอหญิงสาวไว้แน่น

คุณพระช่วย..! เขากำลังจะบีบคอเธอตายแล้ว..! ไม่ใช่ว่าฉันจะว่าอะไรเขาหรอกนะ แต่มันน่ากลัวจริงๆนะจะบอกให้

ถ้าเฟรนช์ชี่รู้สึกกลัวจริงๆละก็.. เธอคงต้องซ่อนอาการนั้นไว้อย่างมิดชิดเป็นแน่

"เอาเลย.." หญิงสาวท้า..

"เธอไม่กล้าหรอก"

เฟรนช์ชี่พูดถูก.. ไทเลอร์คลายมือออกจากคอช้าๆ ไหล่ของเขาตกฮวบอย่างพ่ายแพ้

"ออกไปจากที่นี่เดี๋ยวนี้.. อ้อ..! แล้วก็รู้ไว้เสียด้วยว่าเธอน่ะถูกไล่ออกแล้ว"

เขาหันกลับมามองเธออีกครั้งอย่างไม่เต็มใจ ก่อนที่จะเดินหายลับประตูออกไป

ถึงตอนนั้น.. ฉันก็เริ่มร้องตะโกนออกมาอย่างเสียสติ.. ไม่ใช่หรอก.. มันไม่ใช่ปฏิกิริยาโต้กลับที่ช้ากว่าปกติเมื่อเห็นไทเลอร์ขย้ำคอหอยเฟรนช์ชี่แน่.. แต่มันเป็นเพราะฉันเหลือบไปเห็นว่าสูทพราด้าราคาสามพันเหรียญของฉันนั้น ตอนนี้มันโดนไวน์แดงสาดเลอะจนเต็มไปหมดต่างหาก..

"เป็นอะไรของเธอ..?" เฟรนช์ชี่ถาม

"สูทฉัน.." ฉันครางออกมา..

"พังหมดแล้ว"

"ไม่ใช่แค่นั้นหรอกย่ะ.. ป้ายราคาโผล่ออกมาโน่นด้วยไง"

เธอพูดถูกเผงเลย.. ทั้งหมดนี่มันเป็นเรื่องของความตื่นเต้นแท้ ๆ ป้ายราคาเลยขยับหลุดออกมาจากหนังยาง และตอนนี้มันก็ห้อยโตงเตงอยู่ที่ข้อมือของฉันอย่างน่าอายที่สุด

"นี่เธอคงใช้วิธีเก่า ๆ ละสิ.. *'ซื้อ - ใส่ - แล้วคืน'* .. ฉันเองก็ทำแบบนี้มาตลอดเหมือนกัน" เธอกล่าว

ความคิดที่ว่าต้องมาทำเรื่องผิดศีลธรรมแบบเดียวกับคนอย่างเฟรนช์ชี่ ทำให้ฉันหน้าแดงก่ำด้วยความละอายแก่ใจ

"ฉันคิดอยู่แล้วว่าสูทนี่ต้องไม่ใช่ของเธอจริง ๆ แน่" เธอเอ่ยเสริม

"เธอไม่ใช่คนแบบที่จะใส่พร้าด้าหรอก.. ใช่ไหมล่ะ..?"

ถึงตอนนี้ ฉันละอยากจะเป็นคนขย้ำคอเธอเองเสียจริง ๆ.. ไม่จำเป็นต้องพูดอะไรทั้งสิ้น ฉันยั้งตัวเองเอาไว้เต็มกำลัง

จากนั้น.. ก็มีเสียงเคาะประตูดังขึ้นจากประตูที่เปิดทิ้งไว้ทางด้านหลัง ชายกำยำสองคนยืนจังก้าอยู่ที่นั่น

"ของประกอบฉากจากฮอลลีวู้ดครับ" หนึ่งในนั้นเอ่ยขึ้น

สีหน้าของเฟรนช์ชี่สดใสขึ้นมาในทันที

"โลงศพของฉันเหรอ.. เอาเข้ามาเลยหนุ่ม ๆ"

พวกเขาจึงเริ่มเข็นโลงศพไม้มะฮอกกานีเคลือบเงาแว้บเป็นประกายเข้ามา

"เอาไปด้านหน้าเลย" เฟรนช์ชี่สั่ง

คุณนายฝรั่งเศสและฉันเดินตามชายทั้งสองที่กำลังเข็นโลงศพออกไปยังแผนกขาย

"เอาไว้ตรงนั้นเลย.. ตรงหน้าต่างน่ะ" เฟรนช์ชี่กล่าว

"เราจะเอาศพมาใส่ไว้ในโลง" เธอรำพึงเสียงดัง ในขณะที่พวกเขาชักรอกโลงศพขึ้นไปไว้ที่หน้าต่าง

"บางทีอาจจะใช้เชือกสักเส้นห้อยมันออกมาจากห่วงก็ได้นะ ว้าว..! นี่ต้องมีคนพูดมันถึงมากกว่าการใช้หุ่นเก๋ๆเสียอีก..!"

แม็กไซน์วิ่งอย่างเร็วรวดเดียวมายืนอยู่ข้างคุณนายฝรั่งเศส เหมือนไอกอร์ในหนังเรื่องแฟร้งเกนสไตนส์เลย

"โอ้..! เฟรนช์ชี่" เธอเอ่ยยอ ดวงตาเปล่งประกายด้วยแววชื่นชม..

"เธอนี่ช่างสร้างสรรค์จริงๆ"

ถึงตอนนี้ ลูกค้าหลายคนเริ่มเข้ามาจับจ่ายกันอย่างหนาตา และพากันมองไปยังโลงศพที่ห้อยต่องแต่งอยู่กลางหน้าต่างห้างอย่างสนใจ พวกเขาคงได้ยินฉากต่อปากต่อคำกันในออฟฟิศเกรซอย่างไม่ต้องสงสัย และต่างคนก็ต่างจะเป็นพยานให้แก่กัน เพราะหลังจากนั้น เบ็คกี้ก็เดินตรงเข้ามาหาเฟรนช์ชี่ พลางขบกรามแน่นด้วยความโกรธ

"ไทเลอร์บอกฉันว่าเธอทำอะไรกับนิยายของเขา และฉันว่ามันทุเรศสิ้นดี"

"มันก็ทุเรศพอๆกับที่เธอคิดนั่นแหละ" เฟรนช์ชี่ตอบอย่างสง่างาม

"ไปเถอะที่รัก.. ไปจากนี่กันดีกว่า" เบ็คกี้บอกกับไทเลอร์ ก่อนพากันเดินออกประตูไป

"ที่รักงั้นเหรอ..?" เฟรนช์ชี่ทักขึ้น..

"เดี๋ยว..! อย่าบอกนะว่าเธอเป็นแฟนใหม่ของเขา"

"ใช่..!" เบ็คกี้ตอบ เชิดคางขึ้นอย่างท้าทาย..

"ฉันเอง..!"

"นี่เธอทิ้งฉันเพราะยายผู้หญิงที่ไม่สำคัญคนนี้เนี่ยนะ..?" เฟรนช์ชี่หัวเราะ

"นับเป็นความสูญเสียของเธอแล้วละไทเลอร์"

"แต่ฉันว่าไม่ใช่หรอกเฟรนช์ชี่" ไทเลอร์กล่าว..

"สิ่งเดียวที่ฉันรู้สึกสูญเสียก็คือการได้รู้จักผู้หญิงอย่างเธอนั่นแหละ"

และนั่น.. ดูเหมือนจะจี้ใจคุณนายฝรั่งเศสสุดๆ

"ไปให้พ้นนะ.. ทั้งคู่เลย" เธอขู่ฟ่อ..

"ฉันไล่แกออกทั้งคู่..!"

จากนั้น เธอจึงหันกลับมาหาฉัน แสร้งทำเป็นไม่สนใจเบ็คกี้

"ใช่..! เราจะเอาศพไปใส่ไว้ที่หน้าต่าง หรือบางทีอาจจะแต่งให้กระจายไปทั่วๆห้างก็ได้"

แต่ดูเหมือนเบ็คกี้จะไม่ยอมถูกละเลยเสียงั้น..

"ขอเสนอความคิดหน่อยนะเฟรนช์ชี่.. ฉันว่าหนึ่งในศพพวกนั้นเนี่ย ถ้าจะมีร่างของเธอปนอยู่ด้วยก็น่าจะไม่เลวนะ"

ห้องทั้งห้องเงียบไปถนัดใจ ขณะที่เบ็คกี้ดึงศอกไทเลอร์ให้เดินตึงตังออกนอกประตูไปด้วยความเดือดดาล.. มันเงี๊ยบ.. เงียบ.. เงียบเสียจนแทบจะได้ยินเสียงความดันโลหิตของเฟรนช์ชี่สูบฉีดดังตึง.. ตึง.. ไปทั่วบริเวณ หญิงสาวหน้าแดงด้วยความโกรธ ก่อนจะเตะมาที่แพะรับบาปอย่างแรง.. ซึ่งก็ไม่ใช่ใครที่ไหน.. ฉันนี่แหละ

"เธอควรที่จะเริ่มงานของเธอได้แล้วนะ.. จาอีน" เธอกระแทกเสียงแหลม..

"ถ้าหวังจะส่งงานให้ตรงเวลาละก็"

"นี่คุณล้อเล่นหรือเปล่า..? คุณเอางานคืนไปเลยนะ ถ้ายกโลงขึ้นไปแบบนั้นละก็"

นั่นเป็นคำพูดที่ฉันปรารถนาจะกล้าเอื้อนเอ่ยออกไปเหลือเกิน แต่ด้วยเกรงว่าคุณจะลืมไปเสียก่อนว่า.. ฉันน่ะมีหนี้อยู่สามพันดอลล่าร์ แถมยังต้องขอบคุณไอ้เจ้าคราบไวน์บนสูทนั่นอีกต่างหาก ถ้าตกงานแล้วฉันจะเอาที่ไหนไปจ่าย แม้งานนั่นจะได้มาจากยายตัวแสบสุดเลวอย่างเฟรนช์ชี่ก็ตาม ฉะนั้น สิ่งเดียวที่หลุดออกมาจากปากฉันก็คือ..

"เจอกันเจ็ดโมงเช้าก็ได้ค่ะ..!!"

บทที่ 9

ดีใจจังที่หลุดออกมาจากเฟรนช์ชี่เสียได้ (ซึ่งฉันเริ่มจะคิดว่าเธอเป็นฮิตเลอร์น้อยเสียแล้ว) ฉันเดินออกมาที่ลานจอดรถ ที่ซึ่งฉันเจอเบ็คกี้กับไทเลอร์ยืนอยู่ใต้ร่มต้นไม้ใหญ่ต้นหนึ่ง

ไทเลอร์ยืนแข็งทื่อหน้าซีดเผือดราวกับปลาดุกโดนทุบหัว

"พวกคุณเป็นไงมั่ง.. โอ.เค. กันไหม..?" ฉันถาม

ช่างเป็นคำถามที่ปัญญาอ่อนเสียจริงๆ พวกเขาจะ 'โอ.เค.' ไปได้ไงในเมื่อเพิ่งจะตกงานมาด้วยกันทั้งคู่ แถมไทเลอร์ยังเสียนิยายที่เขาบรรจงรังสรรค์ขึ้นมาอีกต่างหาก

"เดี๋ยวผมก็หาย" ไทเลอร์ตอบ..

"ถ้าได้มาร์ตินีสักสองสามแก้ว"

"โธ่..! ไทเลอร์" เบ็คกี้บ่น พลางทำหน้านิ่วคิ้วขมวด..

"นี่คุณคิดว่ามันเป็นความคิดที่ดีนักหรือไง.. ฮึ..?"

เว้ากันซื่อๆเลยนะ.. ฉันว่ามันก็ไม่เลวนักหรอก

ฉันไม่อยากดื่มตอนที่ท้องว่างอยู่หรอก ไปหาอะไรรองท้องกันดีกว่าเดินข้ามไปที่ร้านพิงค์สก็ได้ ไปกับเราไหมจาอีน..?" เบ็คกี้ถาม

สิ่งสุดท้ายที่ฉันและต้นขาอันอวบอั๋นของฉันจะต้องการก็คือ การไปกินอาหารที่ร้านพิงค์ส..

ตั้งแต่ลอส แองเจลิส ถือกำเนิดขึ้นในปี ค.ศ. 1939 ร้านพิงค์ส

ก็ถือเสมือนเป็นร้านอาหารแบบที่คนแอล. เอ. ผู้คลั่งไคล้ ฮอท ดอก รอคอยมานาน ผู้คนหลั่งไหลกันมาเป็นไมล์ๆเพื่อมาชิม ชิลลี่ ชีส ด็อก* ที่อุดมไปด้วยแคลอรี่ประมาณเก้าล้าน.. ล้าน.. ล้าน.. กิโลแคลอรี่ต่ออันเห็นจะได้ ไม่ได้แน่.. ฉันต้องจับตามองตัวเองให้ดี ถ้าหวังจะได้ใส่เสื้อผ้าไซส์เลขตัวเดียวแล้วละก็ ฉะนั้น.. ไม่ต้องเอาร้านพิงค์สมาพูดกับฉันเลย.. ไม่แน่นอน..

"เอาสิจ๊ะ.." ฉันตอบ..

"ฟังดูไม่เลวทีเดียว..!!"

น่าน..! เอาอีกแล้ว..

สิบห้านาทีต่อมาพวกเราก็พากันไปนั่งอยู่ที่โต๊ะปิกนิกของร้านพิงค์สแล้วกินชิลลี่ ชีส ด็อกกับมันฝรั่งทอดกันอย่างเอร็ดอร่อยจนมันเยิ้มไหลย้อยลงมาถึงคาง.. ถูกต้องแล้วคร้าบ.. สิบห้านาทีต่อมาที่ฉันไปนั่งกินชิลลี่ ชีส ด็อก กับมันฝรั่งทอดอย่างมูมมามอยู่คนเดียวตะหาก..

ส่วนเบ็คกี้กับไทเลอร์ก็ต่างอารมณ์เสียเกินกว่าจะกินอะไรลง ก็เลยดมๆเอาเสียละมากกว่า ทำไมหนอ.. ฉันถึงไม่เป็นคนโชคดีที่จะหัดรู้จักอารมณ์เสียจนกินอะไรไม่ลงกับเขาบ้าง..?

เบ็คกี้นั้นเป็นมังสวิรัติ เธอจึงพยายามขัดขวางคนข้างๆด้วยการสั่งชิลลี่ ชีส ด็อกแต่ไม่ใส่ไส้กรอกและซ้อสพริก.. มันเลยกลายเป็นภูเขาชีสเหลวที่กองอยู่บนก้อนขนมปัง

"ไทเลอร์ เธอต้องบอกตำรวจเรื่องที่เฟรนช์ชี่ทำกับนิยายของเธอนะ" เธอกล่าว

"เสียเวลาเปล่า" เขาตอบพลางส่ายหัว.. า

"เฟรนช์ชี่ไม่ใช่คนโง่ ผมแน่ใจว่าหล่อนไม่ทิ้งรอยนิ้วมือเอาไว้แน่"

"ถ้างั้น.. แล้วคุณจะทำยังไงต่อไปล่ะ..?" ฉันถาม

** อาหารอเมริกันประเภทหนึ่ง เป็นขนมปังทรงยาวผ่ากลาง ใส่ไส้กรอก ชีส และซ้อสพริก*

"แผน เอ. บีบคอเธอให้ตาย.. แต่ดูเหมือนจะไม่ได้ผลนะ" เขาทอดถอนใจ

"แผน บี. ผมกลับไปที่คอมพิวเตอร์ แล้วเริ่มลงมือเขียนนิยายใหม่ทั้งหมด แต่เดี๋ยว.." เขาหยุดหัวเราะอย่างขมขื่น..

"ผมไม่มีคอมพิวเตอร์อีกแล้วนี่นา"

"ฉันอยากจะฆ่านังบ้านั่นนักเชียว" เบ็คกี้กล่าวด้วยความโกรธ

ไทเลอร์จิ้มเฟรันช์ ฟรายด์ ในถ้วยซ้อสมะเขือเทศเล่นอย่างใจลอย

"แล้วเรื่องแปลก ๆที่เกี่ยวกับเกรซล่ะ..?" เขาเอ่ยขึ้น

"ผมไม่เชื่อสักนิดว่าเกรซจะยกห้างให้เฟรนช์ชี่ด้วยความเต็มใจ"

"คุณไม่คิดว่าเกรซพร้อมที่จะเกษียณแล้วจริง ๆเหรอ..?" ฉันถาม

"ไม่มีทางหรอก" เบ็คกี้กล่าว..

"แพสชั่นส์น่ะเป็นชีวิตของเกรซเลยเชียวนะ เธอไม่มีทางถอยออกไปแน่"

"แล้วเฟรนช์ชี่จะเอาเงินที่ไหนมาซื้อห้าง..? หล่อนไม่มีเงินขนาดนั้นหรอก" ไทเลอร์กล่าว

"แบล็คเมล์แหงเลย" เบ็คกี้ออกความเห็น พลางโบก ฮอท ดอกมังสวิรัติของเธอประกอบท่าทาง จนชีสที่แสนอร่อยหยดแหมะอยู่บนจานเต็มไปหมด กลิ่นมันหอมชวนดม และฉันก็แอบมองมันอย่างหิวโหย พลางสงสัยว่าถ้าฉันแอบตักมันขึ้นมาจะมีใครสังเกตเห็นบ้างไหม

"เฟรนช์ชี่ต้องรู้อะไรบางอย่างของเกรซแน่เลย" เบ็คกี้พยายามปะติดปะต่อ..

"ฉันแน่ใจนะ เพราะผู้หญิงคนนี้มีลักษณะของแมวตาทิพย์อยู่ด้วย"

"โธ่เอ๊ย..! ขอร้องละ.." ไทเลอร์กล่าว..

"ก็ว่ากันไปเรื่อย.. ไอ้เรื่องแมวตาทิพย์อะไรเนี่ย"

"เธอคิดว่าเกรซโดนแบล็คเมล์จริง ๆเหรอ..?" ฉันถาม

"แน่อยู่แล้ว.. เฟรนช์ชี่น่ะเป็นพวกชอบโฉบลงไปปู้ยี่ปู้ยำของของคนอื่น แล้วจากนั้นก็ขโมยมันมา"

"ขโมยอย่างนั้นหรือ..?"

เบ็คกี้พยักหน้า

"เธอรู้จักไม้กางเขนแบบมอลทีสที่หล่อนห้อยคออยู่ไหมล่ะ..?"

"รู้..!" ฉันกล่าว พลางนึกถึงไม้กางเขนสีทองหนา ๆสั้น ๆที่เห็นเฟรนช์ชี่ซุกมันไว้ในร่องอก

"ฉันว่าเธอต้องขโมยมาจากลูกค้าแน่ ๆ"

"จริงเหรอ..?"

"วันหนึ่ง มีลูกค้ามาที่ห้างแล้วบอกว่าลืมไม้กางเขนสีทองแบบมอลทีสเอาไว้ในห้องลอง เขาถอดไว้ตอนที่ลองเสื้อหนาว เฟรนช์ชี่กับฉันเข้าไปหาด้วยกันแต่ก็ไม่พบ.. อย่างน้อย.. ฉันก็หามันไม่เจอ และเฟรนช์ชี่ก็บอกว่าหล่อนก็หาไม่เจอเหมือนกัน หลังจากนั้นอีกสองวันคุณนายฝรั่งเศสก็เดินนวยนาดเข้ามาในห้าง แล้วทายสิ.. ว่าเจ้าหล่อนห้อยอะไรมา..? ไม้กางเขนสีทองแบบมอลทีสย่ะ หล่อนบอกว่าเป็นของขวัญจากสามี แต่ฉันไม่เชื่อหรอก ไม่เชื่อสักกะติ๊ด.."

"ทำไมเธอไม่บอกเกรซล่ะ..?" ฉันถาม

"จะไปบอกได้ไง ไม่มีหลักฐาน แล้วฉันก็ไม่เคยเห็นไม้กางเขนของลูกค้ามาก่อนด้วย เลยไม่แน่ใจว่ามันจะเหมือนกับที่เฟรนช์ชี่ใส่หรือเปล่า ได้แต่หวังว่าลูกค้าจะกลับมาแล้วเห็นเวลาที่เฟรนช์ชี่สวมสร้อยเส้นนั้น แต่เขาก็ไม่กลับมาสักที แต่ถึงยังไง ฉันก็ไม่สงสัยเรื่องที่เฟรนช์ชี่แบล็คเมล์แน่"

"หล่อนต้องไปรู้เรื่องอะไรของเกรซมาแน่เลย เพียงแต่ผมสงสัยว่าเรื่องอะไรเท่านั้น" ไทเลอร์กล่าว

"โธ่เอ๊ย..!" เบ็คกี้บ่น พลางมองลงไปในจาน..

"นี่ฉันแทบจะไม่ได้แตะอาหารกลางวันเลยนะเนี่ย คุณก็เหมือนกัน

นะไทเลอร์"

จากนั้น เธอก็หันมามองในจานของฉัน ซึ่งไม่มีแม้แต่เศษเล็กเศษน้อย

"เอาของฉันไปกินด้วยสิจาอีน" เบ็คกี้กล่าว พลางยื่นภูเขาชีสลูกนั้นมาให้

ฉันชั่งใจอยู่ครู่หนึ่ง ก่อนที่จะตัดสินใจไม่เอา.. แต่.. ก็คว้ามันฝรั่งทอดของเธอมาเข้าปากแทนจนหมด

"ดูสูทของฉันสิ..! พังหมดแล้ว โธ่เอ๊ย..!"

ฉันยืนหมุนไปหมุนมาอยู่หน้ากระจกในห้องนอน เพื่อสำรวจความเสียหายที่เกิดขึ้น นอกจากคราบไวน์แล้วก็ยังมีรอยหยดมันเยิ้มของชิลลี่ชีส ด็อก อยู่ตรงบริเวณข้อศอกของแขนเสื้ออีกด้วย

โพรแซ็คช้อนสายตาขึ้นจากหมอนของฉัน (ที่มันใช้เป็นที่ซุกตัวแอบงีบอยู่) ขึ้นมามองแล้วหาวใส่

"ทำยังไงดีเนี่ย..?" ฉันคร่ำครวญ

ดูเหมือนมันจะส่งเสียงเหมียว ๆ มาแทนคำตอบว่า..

"หาอะไรให้ฉันกินก่อนสิ..!"

เพราะนั่นคือคำตอบสุดโปรดเวลาที่มันต้องตอบคำถามอะไรยาก ๆ ของฉัน ก่อนจะเดินเข้ามาเคล้าแข้งเคล้าขาทำท่าประจบ

"นี่แกไม่เคยไม่หิวมั่งหรือไงนะ.. ฮึ..?" ฉันถาม

ไม่ต้องสงสัยเลย.. มันกำลังจ้องฉันด้วยสายตาที่บอกว่า..

"พูดอะไรอย่างนั้นยะ.. ยายขาหมู" อยู่แหง ๆ

ฉันเดินเข้าไปในครัวแล้วค้นอะไรกะรุ๊กกุ๊กกิ๊กมาให้มันกิน ก่อนที่เสียงโทรศัพท์จะดังขึ้น.. แลนซ์น่ะเอง..

"หมายความว่าไง ที่ว่าสูทเธอพังหมดแล้วน่ะ..?" แลนซ์ถาม

ฉันเล่าเรื่องทุกอย่างให้เขาฟัง

"แหม..! จาอีน.. เธอก็พูดเกินไปอยู่เรื่อย ฉันว่ามันไม่แย่ขนาดนั้นหรอก งั้นเดี๋ยวฉันไปหาเธอเลยก็แล้วกัน"

อีกไม่กี่นาทีต่อมา เขาก็มายืนเคาะประตูอยู่ที่หน้าห้อง

"คุณพระช่วย..!" เขาอุทานออกมาเมื่อเห็นฉัน..

"มันพังจริงๆด้วย"

"เก๊าะ.. บอกแล้ว" ฉันทำปากเบะ

"บางทีร้านซักแห้งอาจจะซักออกก็ได้นะ"

ใจหนึ่งฉันคิดว่าจะเอาไปให้ร้านทิป ท้อป ที่เป็นลูกค้าเก่าทำให้ แต่อีกใจก็ไม่อยาก เพราะยังคงโกรธพวกเขาอยู่ที่เขี่ยฉันทิ้งแล้วไปจ้างบริษัทโฆษณามาทำงานแทน

"ฉันจะเอาไปส่งร้านซักแห้งของฉันก็แล้วกัน เขาฝีมือดีทีเดียว เคยซักรอยน้ำมันเพลาออกจากผ้าปูที่นอนของฉันได้ด้วยล่ะ" แลนซ์กล่าว

"แล้วน้ำมันเพลาบ้าอะไรมันจะมาเกี่ยวกะผ้าปูที่นอนเธอยะ..?"

"เรื่องมันยาวน่า.. เก๊าะ.. เกี่ยวกะพ่อหนุ่มนักซิ่งแฟนเก่าฉันก็แล้วกัน"

ถ้าเปรียบกับแลนซ์แล้ว.. ฉันใช้ชีวิตยังกับแม่ชีในคอนแวนต์ หรือถ้าจะพูดให้ถูก.. ว่าเปรียบกับคนทั้งโลกนั่นแหละ ฉันก็ยังใช้ชีวิตเหมือนแม่ชีในคอนแวนต์อยู่ดี.. แต่ถึงอย่างไร ชีวิตรักของฉันมันก็ไม่ได้เรียบขนาดนั้นหรอก ตอนนี้สิ่งที่ฉันแคร์มีอยู่เรื่องเดียวเท่านั้น นั่นก็คือเงินสามพันเหรียญที่ฉันเป็นหนี้แม่เจ้าประคุณห้างบาร์นีย์สอยู่

แลนซ์นั่งรออยู่ในห้องรับแขกตอนที่ฉันเปลี่ยนชุดจากสูทพราด้าเป็นกางเกงกีฬาอยู่บ้าน

"เธอแน่ใจนะว่ายินดีที่จะช่วยเอาไปซักให้น่ะ?" ฉันถามก่อนยื่นสูทชุดนั้นให้

"เดี๋ยวจัดการให้เอง อย่าลืมสิ.. ว่าฉันเป็นคนบอกให้เธอยืมมันมาเองนี่นา"

เชื่อขนมกินได้ว่ายังไงฉันก็ไม่มีทางลืมแน่นอนละย่ะ..

"อย่าทำหน้าอย่างนั้นสิ" เขาเอ่ย..

"ฉันว่าร้านซักแห้งขจัดรอยพวกนี้ได้แน่.. เอ่อ..! แต่ถึงจะไม่ค่อยมั่นใจนัก.. อืม..! มั่นใจสิ.. มั่นใจ.. แหม..! ซักได้แน่นอนน่า.. เอ่อ..! คงซักได้มั้ง"

เฮ้อ..! นั่นช่วยสร้างความหวังให้ฉันได้มากเลยมั้งน่ะ.. แลนซ์กลับไปยังอพาร์ตเม้นท์ของเขา ก่อนที่ฉันจะไปค้นขนมมาให้โพรแซ็คกินอีกชิ้น

ฉันโยนอาหารแมวเทนเดอร์ ทิดบิตส์ รสไก่ใส่ลงไปในชามของมันสองสามชิ้นตอนที่เสียงโทรศัพท์ดังขึ้น คราวนี้เป็นคุณยายเพ็ชเทอร์โทร.มาส่งข่าวเรื่องคุณตาโกล์ดแมน

ขอบคุณพระเจ้า.. แกยังคงมีชีวิตอยู่.. ขอบคุณพระเจ้าภาคสองด้วยที่แกหัวใจวายอย่างไม่รุนแรง

"อย่ากังวลไปเลยนะหนู" คุณยายเพ็ชเทอร์กล่าว

"เดี๋ยวเขาก็ได้กลับมาชาลอมก่อนที่เราจะทันรู้ตัวเสียอีก เดี๋ยวตานั่นก็ได้กลับมาอ่านเรื่องตลกเหลวไหลของเขาให้เราฟังได้อีกละ"

ฉันวางหูแล้วถอนหายใจอย่างโล่งอก.. เย้..! คุณตาโกล์ดแมนไม่เป็นไรแล้ว..

ฉันพักสมองอยู่สามวินาทีครึ่ง ก่อนที่ความรู้สึกผิดจะกลับมาเยี่ยมเยือนอีกครั้ง แกยังมีชีวิตอยู่แล้วไง..? แต่แกก็หัวใจวาย.. และนั่นมันก็เป็นเพราะฉัน..! ถ้าฉันไม่ได้ตะโกนใส่หน้าแก ถ้าแกจะไม่ต้องนอนหลังติดเตียงให้หมอใส่สายนุ่นนี่เต็มตัวไปหมด มีแต่พระเจ้าเท่านั้นแหละที่จะรู้ว่ากี่ท่อต่อกี่ท่อที่หมอแยงเข้าไปในตัวแก..

สักวัน.. ฉันจะชดใช้ให้แกไม่ว่าจะด้วยวิธีใดก็ตาม แต่คงไม่ใช่วันนี้แน่.. เพราะฉันมีแคมเปญโฆษณาที่ต้องคิดต้องเขียน..

เฟรนช์ชี่พูดถูก.. ฉันใช้เวลาไม่นานเลยที่จะเขียนงานที่มีเนื้อหา

ประจบประแจงอย่างที่เธอต้องการ โดยดึงเอารสนิยมทางแฟชั่น (ที่เธอคิดว่าวิไล) มาผสานเข้ากับความเป็นตัวเธอ ฉันปั่นอยู่สองสามชั่วโมงก็เสร็จเรียบร้อย แต่ฉันอาจทำไม่เสร็จเร็วขนาดนี้ก็ได้ ถ้าไอ้เจ้าชิลลี่ ชีส ด็อก นั่นไม่ได้โหมกระหน่ำมาป่วนลำไส้ใหญ่ฉันเร็วขนาดนั้น

หลังอาหารเย็น.. (ขนมพายสามชิ้นกับไวน์ขาวชาร์ดอนเน่ต์อีกแก้ว) ฉันก็พังพาบแผ่หราอยู่บนเตียงโดยมีกระเป๋าน้ำร้อนวางทับพุงเอาไว้โพรแซ็คคงจะสัมผัสได้ถึงความไม่สบายกายของฉัน เลยมาทิ้งตัวลงนั่งข้าง ๆแล้วใช้ลิ้นสาก ๆเลียพุงให้

พอกระเป๋าน้ำร้อนเริ่มเย็นลงและฉันก็เหวี่ยงมันไปไว้ข้าง ๆ ความเหน็ดเหนื่อยจากค่ำคืนที่ผ่านมา ทำให้ฉันผล็อยหลับสนิทไปอย่างง่ายดาย สิ่งสุดท้ายที่จำได้ก่อนสติจะค่อย ๆลับไปก็คือ โพรแซ็คกำลังนอนขดอยู่แถว ๆซอกคอของฉัน และขนที่อ่อนนุ่มราวเส้นไหมของมันก็คลอเคลียอยู่แถว ๆคางด้วย

บางที.. ชีวิตที่เหมือนนางชีของฉันก็อาจจะไม่ได้เลวร้ายไปเสียทั้งหมดหรอก

ตอนที่ฉันขับรถไปห้างแพสชั่นส์ในเช้าวันรุ่งขึ้นนั้น ท้องฟ้ายังคงมืดมิดและมีฝนตกปรอย ๆช่างเป็นบรรยากาศที่เหมาะกับอารมณ์ที่มืดมัวหมองหม่นของฉันเสียจริง วิทยุรายงานสภาพอากาศว่ามีฝนตกมาตลอดทั้งคืน

ก็แหงละ.. ใน แอล.เอ. นี่.. แค่วิทยุเปรย ๆว่าจะมีความชื้นในอากาศก็ทำให้ผู้ใช้รถหลายคนประสาทปั่นหัวหมุนแล้ว การจราจรก็เหมือนกันแทนที่จะลื่นไหลเพราะยังเช้าตรู่อยู่แท้ ๆ ก็กลับเชื่องช้าติดขัดอย่างกับเต่าคลาน ฉันขบฟันด้วยความหงุดหงิด หวังว่าเฟรนช์ชี่จะติดอยู่ในการจราจรแบบนี้เหมือนกัน

แต่ตอนที่ฉันขับรถเข้าไปในลานจอดของห้างแพสชั่นส์เมื่อเวลา

ประมาณเจ็ดโมงเศษๆนั้น ฉันก็เห็นรถ บี.เอ็ม.ดับบลิว สีเงินคันหนึ่งจอดอยู่ในลานแล้ว ฉันเดาเอาว่าน่าจะเป็นของเฟรนช์ชี่เพราะป้ายทะเบียนที่ดูหยิ่งยะโสนั้นประกาศหราอยู่ด้วยตัวอักษรว่า..

'สุดสะเด่า 37'..

(มหัศจรรย์จริงๆคุณว่าไหม..? ที่ผู้หญิงวัยสามสิบเจ็ดคนหนึ่งของรัฐแคลิฟอร์เนีย อุตส่าห์คิดได้ว่าคำ 'สะเด่า' ถือเป็นความคิดเข้าทีที่เอามาทำทะเบียนรถก็ได้)

การจอดรถไว้ใต้ต้นจาคาแรนด้า* ต้นใหญ่ ทำให้บี.เอ็ม.ฯ คันนั้นมีแต่ดอกไม้สีม่วงเปียกๆร่วงมาติดเต็มหลังคาไปหมด ฉันว่ารถคันนี้ต้องจอดมาหลายชั่วโมงแล้วแน่ เฟรนช์ชี่ไม่ได้ล้อเล่นเรื่องที่เธอเป็นคนตื่นเช้า

ฉันหยิบแฟ้มงานโฆษณาออกมาจากเบาะหลัง หวังว่าเฟรนช์ชี่จะชอบและไม่พยายามเบี้ยวเงินค่าจ้าง เพราะความรู้สึกบางอย่างบอกฉันว่าเธอเป็นประเภทนักชักดาบระดับโลกเสียด้วย

ฉันเดินไปเคาะประตูหลังแต่ไม่มีเสียงตอบ เลยลองอ้อมมาทางด้านหน้า คิดว่าเฟรนช์ชี่อาจกำลังทำอะไรอยู่ที่แผนกขาย แต่พอเดินไปถึงถนนด้านหน้าฉันก็ต้องประหลาดใจเพราะร้านยังปิดไฟมืดอยู่ราวกับไม่มีคน ฉันพยายามเคาะประตูหน้าแต่ก็ไม่มีเสียงตอบรับอีกเช่นกัน

นี่มันเกิดอะไรขึ้นเนี่ย..? เฟรนช์ชี่ต้องอยู่ข้างในแน่ รถของเธอก็จอดอยู่ในลานจอดนี่นา บางทีเธออาจจะอยู่ในห้องน้ำ หรืออาจจะกำลังโทรศัพท์เรียกสามีให้เอาอาหารเช้ามาส่งอยู่ก็ได้ หรือบางที.. เจ้าหล่อนอาจจะกำลังเล่นเกมห่วยๆประเภท *'ปล่อยให้นักเขียนรอ'* อยู่ละมั้ง.. ฉันไม่เล่นด้วยแน่..

ฉันปึงปังกลับมาที่ประตูหลัง แช่งชักหักกระดูกเธออยู่เป็นนัยๆ

** ต้นไม้ชนิดหนึ่งมีดอกสีม่วง*

คราวนี้ฉันเคาะประตูสุดกำลังด้วยหมดความอดทน ถึงอย่างงั้นก็ยังเงียบฉี่ ฉันจึงลองหมุนลูกบิดประตูก่อนมองเข้าไปข้างใน ซึ่งมันก็เปิดออกได้อย่างง่ายดาย แต่ก็ไม่เห็นวี่แววของคุณนายฝรั่งเศสแม้แต่น้อย

"เฟรนช์ชี่..!" ฉันร้องเรียก

ไม่มีเสียงตอบ.. ถ้าเธออยู่ในห้องน้ำจริงๆ มันคงจะเป็นการ 'เด็ดดอกไม้' ที่ยาวนานที่สุดในโลกเป็นแน่

ฉันเดินดุ่มๆเข้าไปในแผนกขาย..มันมีอะไรบางอย่างอยู่ทางด้านหน้าที่ซุกซ่อนไว้ในความมืด และทำให้ฉันต้องตกใจกลัวแทบบ้า พวกชุดโชว์ที่แขวนไว้นั่นเอง มันก็ดูสวยดีหรอกนะในเวลาที่เปิดไฟสว่าง แต่เวลามืดๆ แล้วมันดูอย่างกับผีกินศพที่ทำให้วิญญาณออกจากร่างได้ก็ไม่ปาน ตอนที่ฉันกำลังคิดว่าจะเลิกตะโกนเรียกแล้วหันหลังกลับไปขึ้นรถอยู่นั้นเอง ฉันก็บังเอิญมองต่ำลงมาที่พื้นและต้องอ้าปากตาค้างด้วยความตกตะลึงสุดขีด ตอนแรกไม่ทันได้สังเกตเพราะห้องมันมืดมาก แต่นั่นไง.. ไอ้เงาๆที่เห็นนอนคว่ำหน้าอยู่นั่น มันมองดูคล้ายกับร่างมนุษย์ที่มีมีดปักคอหอยอยู่นี่นา

ตอนแรกฉันคิดว่าเป็นหุ่นโชว์จำได้ว่าเฟรนช์ชี่พูดถึงเรื่องจะแต่งห้างด้วยหุ่นซากศพต่างๆ เพราะคือส่วนหนึ่งของแคมเปญโฆษณาตัวใหม่ ถ้าไอ้นี่อยู่ในคอนเซ็ปต์สุดยอดสร้างสรรค์ของเธอจริงๆแล้วละก็ ฉันว่าเธอต้องเข้าข่ายบ้าหรือไม่ก็โรคจิตแหงๆ

ฉันก้าวเข้าไปใกล้อีกนิด.. แปลกแฮะ..! สังเกตว่าหุ่นนี่มันสวมรองเท้าแค่ข้างเดียวเอง จากนั้น ท้องไส้ฉันก็เริ่มปั่นป่วนขึ้นมาในทันทีที่ตระหนักแน่แก่ใจแล้วว่า.. มันไม่ใช่หุ่น..! แต่เป็นมนุษย์ต่างหาก.. เฟรนช์ชี่นี่เอง..! ฉันจำผมสีทองอ่อนของเธอได้ และตอนนี้ฉันก็ได้เห็นแล้วว่าของมีคมที่ปักอยู่ในลำคอของเธอนั้นไม่ใช่มีด หากแต่มันคือรองเท้าส้นกริชแหลมสูงอีกข้างของเธอนั่นเอง

"เฟรนช์ชี่.?" ฉันกระซิบเสียงแผ่ว หวังเสียยิ่งกว่าหวังที่จะให้มัน

เป็นเพียงเกมอุบาทว์ที่เรียกว่าเกม.. '*มาทำให้นักเขียนหัวใจวายกันเถอะ*'.. แต่ดูเหมือนรูปการณ์จะไม่ได้ออกมาได้โชคดีขนาดนั้น คุณนายฝรั่งเศส นอนอยู่นั่นจริง ๆ เหมือนคนที่ตายเป็นศพเด๊ะ..!

เธอม่องไปแล้วจริง ๆ.. เอาละ..! แถมยังถูกแทงตายด้วยรองเท้า จิมมี่ ชูว์ ปลอมของเธอเองเสียอีกด้วย..

บทที่ 10

เฟรนช์ชี่ถูกฆาตกรรมอย่างไม่ต้องสงสัย และนับเป็นครั้งที่สองในเวลาไม่ถึงสี่สิบแปดชั่วโมง ที่ฉันพบว่าตัวเองยืนร้องกรี๊ดๆเหมือนคนเสียสติและโทรแจ้งตำรวจ 911

อีกไม่กี่นาทีต่อมาสถานที่นั้นก็คราคร่ำไปด้วยเจ้าหน้าที่ตำรวจกลุ่มใหญ่ พวกเขาโยนฉันเข้าไปในห้องทำงานของเกรซ ที่ฉันต้องเสียเวลารอเป็นชั่วโมงกว่าเจ้าหน้าที่ฝ่ายสืบสวนอาชญากรรมจะมาถึง ในขณะที่ตำรวจเหล่านั้นทำนู่นทำนี่กันวุ่นวายอยู่ตลอดเวลาไม่หยุดหย่อน ฉันก็ได้ยินพวกเขาคุยกันว่ามันเป็น.. *'การแทงเข้าเส้นเลือดใหญ่ช่วงคอที่นำเลือดจากศีรษะไปยังหัวใจ'* บ้างละ.. บ้างก็ว่า *'เจาะหลอดเลือดที่นำเลือดแดงออกจากหัวใจไปยังศีรษะ'* บ้างละ.. หรือไม่ก็.. *'สภาพศพเริ่มแข็งมาตั้งชั่วโมงแล้ว'* รวมทั้ง.. *'เฮ้ย..! ใครขโมยมัฟฟิ่น บลูเบอร์รี่ของอั๊วะไปวะ..?'*

ในที่สุด สารวัตรสอบสวนก็เดินอาดเข้ามาอย่างช้าๆ เขาเป็นชายวัยกลางคนที่อ้วนพุงพลุ้ย และมีดวงตาที่ตกเศร้ายังกับหมาบลัดฮาวน์ ดูราวกับว่าชีวิตนี้เขาเห็นศพมามากมายจนเกินพอแล้ว แต่ฉันพนันได้เลยว่านี่ต้องเป็นครั้งแรกที่เขาได้เห็นศพถูกรองเท้าส้นกริชเสียบคอหอยตายแน่ๆ และอีกครั้ง.. นี่คือ แอล.เอ. ดินแดนที่เต็มไปด้วยเรื่องประหลาดมหัศจรรย์พันลึก ที่พระเจ้าเท่านั้นจะรู้ว่าคนจนที่นี่มักถูกบังคับให้เป็นพยานเสมอ..

ฉันอธิบายให้คุณสารวัตรแกรู้ว่าฉันไม่ใช่เพื่อนของคนตาย แต่เป็น

นักเขียนอิสระต่างหาก และที่มานี่ก็เพราะจะมาเสนอไอเดียงานโฆษณา ฉันยืนยันกับเขาว่าฉันเองก็ไม่รู้เหมือนกัน ว่าใครจะหาญกล้าทำเรื่องน่ากลัวขนาดนี้ขึ้นได้ ซึ่งจะว่าไปแล้วก็ไม่จริงนักหรอก เพราะฉันรู้ดีว่ามีคนอยู่สามคนที่ต้องดีใจแน่ถ้าเฟรนช์ชี่หายหน้าไปจากโลกนี้

หนึ่งก็คือไทเลอร์.. ผู้ที่เธอทำลายงานเขียนของเขาเสียเกลี้ยง

สองคือเกรซ.. ที่เธอจงใจขโมยธุรกิจของเขาไป

และสาม.. สาวน้อยร่างเล็กที่แสนหวานอย่างเบ็คกี้ที่พูดอยู่บ่อย ๆ ว่าอยากจะฆ่าเธอเสียให้ตายคามือ..

พวกเขาทุกคนล้วนแต่เกลียดเธอเข้าไส้ทั้งสิ้น แต่นั่นก็ไม่ได้หมายความว่าหนึ่งในนั้นจะเป็นฆาตกร และฉันก็ไม่ได้พุ่งประเด็นไปที่ใครเป็นการเจาะจงด้วย เพราะทุกคนก็ล้วนแต่ดีกับฉันทั้งนั้น ฉันจะปล่อยให้เรื่องนี้เป็นหน้าที่ของตำรวจ นั่นคืองานที่เขาต้องทำให้สมเงินเดือน

คุณนักสืบนัยน์ตาหมาโศกถามฉันว่าอยากจะให้ขับรถไปส่งที่บ้านไหม ฉันตอบว่าไม่เป็นไร..

"คุณแน่ใจนะ..? ผมว่าคุณดูท่าค่อยไม่ดีเท่าไหร่นะครับ" เขาพูด

"ฉันไม่เป็นไรหรอกค่ะ"

ในขณะที่ฉันลุกขึ้น เขาก็หยิบเสื้อเปลือยไหล่มีสายคล้องคอตัวเล็ก ๆ ขนาดพอ ๆ กับตุ๊กตาบาร์บี้จากหิ้งด้านหลังโต๊ะทำงานของเกรซขึ้นมาดูแล้วเกาหัว

"ใครจะใส่เสื้อตัวขนาดนี้เข้าไปได้เนี่ย..?" เขาถาม

"ไม่ใช่ฉันแน่ค่ะ"

ฉันเดินผ่านประตูหลังออกมาที่ลานจอดรถ ตอนนี้ฝนหยุดตกแล้ว และดวงอาทิตย์ก็ส่องแสงสว่างเจิดจ้า ฉันก้มลงมองนาฬิกาข้อมือ.. เพิ่งจะเก้าโมงเช้าเท่านั้น แต่ฉันก็พบศพคนตาย แถมยังตกงานไปเป็นที่เรียบร้อย ช่างเริ่มวันใหม่ได้อย่างเขย่าขวัญสั่นประสาทอะไรขนาดนี้หนอ..

น่าเศร้าที่ต้องบอกว่า.. หลายสิ่งไม่ได้ดูจะดีขึ้นมาสักเท่าใดเลย..

เครื่องตอบรับอัตโนมัติของฉันกระพริบไฟปุ๊บปิ๊บ ตอนที่เดินเข้าประตูบ้านไป พอกดปุ่มฟังก็ปรากฎว่าเป็นเสียงของคุณตาโกล์ดแมน

"จาอีนเหรอจ๊ะ..? อยู่บ้านหรือเปล่าสาวน้อย..? ฉันละเกลียดไอ้เครื่องบ้านี่จริงเชียว ฟังนะแสนหวาน.. คุณนายเพ็ชเทอร์บอกว่าหนูเป็นห่วงฉัน และถือว่าต้องรับผิดชอบเรื่องที่ฉันหัวใจวาย อย่าโง่ไปหน่อยเลย.. กะอีแค่ที่หนูตะโกนใส่หน้าจนฉันล้มคว่ำลงไปเนี่ย มันไม่เกี่ยวกันเลยนะจ๊ะ.. อย่างไรก็ตาม หมอบอกว่าอนุญาตให้ญาติเยี่ยมได้แล้ว ฉะนั้น ถ้าจะแวะมาก็มาได้ตลอดเลยนะ เอาละ.. ฉันคงต้องวางหูก่อน รู้สึกเพลียๆแล้ว"

ฉันทิ้งตัวลงนั่งบนโซฟาอย่างแรงพลางถอนหายใจยาว สิ่งสุดท้ายที่ฉันอยากจะทำก็คือการไปเยี่ยมคุณตาโกล์ดแมน โดยเฉพาะไม่ใช่ตอนที่ฉันเพิ่งผ่านอะไรมาแบบนี้ ไม่เอาละ.. แค่เจอศพก็เกินพอ แล้วถ้าเจอคุณตาอีกคน ฉันรับทั้งหมดนี่ภายในวันเดียวไม่ไหวแน่

ฉันอยากจะกระดกชาร์ดอนเนต์สักแก้วให้ตายเสียรู้แล้วรู้รอด แต่นี่มันเพิ่งจะเก้าโมงครึ่งเท่านั้นเอง บางทีอาจจะไม่ใช่เรื่องที่ถูกต้องนักกับการจะมานั่งกระดกไวน์ ทั้งๆที่รายการสดของชีวิตในวันนี้ยังคงออกอากาศอยู่แท้ๆ

ทันใดนั้น.. ฉันก็รู้สึกขึ้นมาว่าไม่มีเวลาเป็นของตัวเองเลย ฉันต้องให้ใครสักคนมาช่วยให้ลืมความน่ากลัวของสิ่งที่เพิ่งไปเห็นมาลงได้ ฉันเดินไปเคาะประตูห้องแลนซ์แต่เขาก็ไม่อยู่ ฉันพยายามจะโทร.หาคานดิที่ทำงานแต่เธอก็ติดประชุม

ฉันคิดจะโทร.หาพ่อแม่แต่ก็ไม่อยากจะทำให้ท่านเป็นกังวล ฉันรู้ว่าพวกท่านจะต้องตื่นตระหนกและยืนกรานที่จะให้ฉันไปอยู่กับท่าน หรือถ้าแย่กว่านั้น.. ท่านก็อาจจะมาอยู่กับฉันก็ได้ ถึงฉันจะหดหู่หมดหวัง แต่

ก็ไม่ได้มากขนาดนั้นหรอกน่า..

ฉันคงต้องหาอะไรทำให้ตัวเองวุ่นๆเข้าไว้.. ฉันเขียนจดหมายเพื่อโฆษณาธุรกิจใหม่ หลังจากที่ต้องตกอยู่ในสภาพต้องการเงินอย่างรุนแรง เพราะต้องจ่ายค่าสูทบ้านั่น ฉันก็นั่งเขียนงานโฆษณา ดึงทักษะในการโน้มน้าวใจออกมาใช้ในงานเขียนให้มากที่สุด และส่งมันให้กับลูกค้าที่หวังไว้ ฉันเปิดเครื่องคอมพิวเตอร์แล้วนั่งลงเริ่มงาน..สิ่งที่คิดได้และพิมพ์ลงไปก็คือ..

..แนวคิดธุรกิจขายตรงทางไปรษณีย์..

เมื่อจิตหวนกลับไปคิดถึงภาพสยดสยองที่เห็นในห้างแพสชั่นส์ แม้ว่าฉันจะพยายามสักเท่าใด ก็ไม่สามารถที่จะสลัดภาพเฟรนช์ชี่กับรองเท้าส้นกริชที่ปักคอนั้นให้ออกไปจากห้วงคำนึงได้..

สี่สิบห้านาทีผ่านไป และฉันก็ยังคงนึกไม่ออกเขียนไม่ได้สักชิ้น เลยหยุดพักไปนอนดูโทรทัศน์แทน ฉันอุ้มเจ้าโพรแซ็คขึ้นมาไว้ในอ้อมแขนจะได้รู้สึกเหมือนมีใครอยู่ด้วย ซึ่งเจ้าสุดที่รักตัวเล็กของฉันก็ดูเหมือนจะรับรู้ได้ว่าฉันเครียดเพียงใด จึงพยายามดิ้นให้เป็นอิสระแล้วกระโจนแผล็วเข้าครัวไปดมถังขยะเสียงั้น

ไม่รู้เหมือนกันว่านานแค่ไหน ที่ฉันนั่งจ้องดาราสุดสวยโฆษณาสบู่นั้นอย่างเลื่อนลอย โดยที่ไม่ได้ยินเลยว่าในทีวีเขาพูดอะไรกันบ้าง ในที่สุด.. ฉันก็ล้มเลิก นี่มันเป็นเรื่องงี่เง่ามากๆถ้าฉันต้องหมกตัวอยู่ในอพาร์ตเม้นท์นี้อีกแค่นาทีเดียวเท่านั้น ฉันคงต้องบ้าแน่.. จึงลุกขึ้นฉวยกุญแจรถแล้วออกจากห้องไป

การพยายามตามหาคนไข้ที่โรงพยาบาลซีดาร์ ไซไน มันก็เหมือนกับการพยายามตามหานางเอกละครที่หุ่นอ้วนเผละนั่นแหละ เพราะมันจะยิ่งกว่างมเข็มในมหาสมุทรเสียอีก

อาสาสมัครชราที่นั่งอยู่ตรงโต๊ะประชาสัมพันธ์บอกฉันให้ขึ้นลิฟท์

ไปชั้นห้า แล้วเดินตามเส้นสติ๊กเกอร์สีน้ำเงินเส้นเล็กๆนั่นไปจนกระทั่งเจอเคาน์เตอร์พยาบาล หลังจากนั้นก็เดินตามเส้นสีแดง แล้วเปลี่ยนเป็นเส้นสีเขียว ก่อนเปลี่ยนกลับมาเป็นเส้นสีน้ำเงินอีกครั้ง จนฉันเริ่มมีความรู้สึกเหมือนเป็นเซอร์ เอ็ดมัน ฮิลลารี่ ตอนที่ท่านตัดสินใจจะปีนเขาเอเวอร์เรสท์แน่ๆ..

หลังจากที่เดินตามมาหลายเส้น ทั้งแดง น้ำเงิน เขียว.. ในที่สุดฉันก็เจอห้องคุณตาโกล์ดแมนจนได้ ประตูห้องนั้นถูกเปิดไว้ครึ่งหนึ่ง และฉันก็แอบมองเข้าไปในนั้น

คุณตาโกล์ดแมนกำลังนอนอยู่บนเตียงในมือถือรีโมตโทรทัศน์เอาไว้และกำลังดูรายการอาหารโชว์ของเอเมอริลบนทีวีที่ห้อยมาจากเพดาน ฉันเคาะประตูก่อนที่แกจะหันมามองตามเสียงนั้น

"สาวน้อย..!" แกเอ่ยทัก พลางโบกมือให้ทั้งรีโมต

"เข้ามาสิ.. ฉันกำลังดูรายการเอเมอริลอยู่เชียว เขาทำหอยทอดด้วยนะ แหยะ..! ฉันว่าเขาใส่ซ้อสปรุงรสมากไปหน่อย" เขากล่าว

"ไม่เอาละ.. ไม่อยากดูรายการห่วยๆแบบนี้แล้ว" ชายชราตะโกนใส่ทีวี พลางปิดมันทำท่าขยะแขยง

"ดีจริงที่ได้เจอหนู" คุณตาโกล์ดแมนยิ้มให้ฉัน

"หนูเอาดอกไม้มาเยี่ยมค่ะ" ฉันยื่นช่อกุหลาบที่ซื้อระหว่างทางมาโรงพยาบาลให้แก

"สวยจังที่รัก.. แต่โชคไม่ดีเลยที่ฉันแพ้มันน่ะสิ" เขาจามฟี้ดออกมา

โอ้..! เยี่ยมเลย.. ตอนแรกฉันทำให้แกหัวใจวาย ตอนนี้ฉันก็ทำให้ภูมิแพ้แกกำเริบขึ้นมาอีกละสิเนี่ย ฉันวิ่งปรู๊ดเดียวไปถึงเคาน์เตอร์พยาบาลแล้วยื่นกุหลาบช่อนั้นให้แก่พยาบาลสาวริมฝีปากบางเฉียบคนหนึ่งที่สั่นศีรษะอย่างไม่เห็นด้วยนัก

"คุณไม่ควรเอาดอกกุหลาบมาที่โรงพยาบาลนะคะ เพราะมีหลาย

คนแพ้เกสรดอกไม้” เธอเอ็ด

เห็นได้ชัดเลยว่ายายนี่ต้องโดดเรียนวันที่โรงเรียนพยาบาลเขามีสอนเรื่อง ‘หลักการทำตนให้น่ารักอ่อนหวาน’ แน่ๆ..

ฉันรู้สึกเหมือนเวลาที่เอาดอกไม้ไปให้ใครสักคนที่คิดว่าเขาอาจจะชื่นชอบมัน แต่กลายเป็นว่าเขามองมันด้วยสายตาไร้คุณค่า ฉันจึงเดินกลับไปหาคุณตาโกล์ดแมนที่ข้างเตียง และท่ามกลางแสงสว่างที่สาดส่องเข้ามา จึงทำให้ฉันมองเห็นรายละเอียดบนใบหน้าของแกไปเสียทุกริ้วเส้น มันมีอะไรบางอย่างที่ดูเศร้าเหลือเกินแอบแฝงไว้ในริ้วรอยกระฝ้าเหล่านั้น.. ช่างดูอ่อนแอเสียจริงๆ.. และสิ่งที่ได้เห็นก็ยิ่งทำให้ฉันรู้สึกผิดมากขึ้นไปอีก

“เอ่อ..! คุณตาเป็นยังไงบ้างคะ..?” ฉันถาม

“ฉันยังอยู่นี่ไง..” แกตอบ พลางยักไหล่แคบๆนั้นอย่างยียวน

ดูเหมือนชายชราจะยิ่งดูผอมลงไปกว่าเมื่อครั้งที่เห็นในห้องเรียนมากทีเดียว

“โถ..! คุณตาขา.. หนูรู้สึกแย่มากกับสิ่งที่เกิดขึ้น”

“อย่าโง่น่า.. ก็เหมือนอย่างที่ฉันบอกหนูไง แค่เพราะหนูตะโกนใส่ฉัน และพอดีกับที่ฉันเกิดหัวใจวายขึ้นมา นั่นไม่ได้หมายความว่าหนูเป็นคนทำนี่นา”

“ถ้ามีอะไรที่หนูสามารถทำเพื่อชดใช้ให้คุณตาได้ บอกหนูเลยนะคะ”

“ที่จริงแล้ว.. มันก็มี..” เขาอ้ำอึ้ง

“อะไรคะ..? อยากให้หนูทำอะไร..?” ฉันรีบถาม

ชายชรายิ้มอย่างลังเลใจ..

“เอ่อ..! อืม..! ฉันบอกคุณเปเรซว่าหนูน่ะเป็นแฟนฉัน”

“คุณเปเรซ..?”

“ผู้ชายคนที่นอนอยู่เตียงถัดไปนั่นไง” แกกล่าว พลางชี้ไปที่ผู้ป่วยเตียงข้างๆ

จากผ้าปูที่นอนอันยับย่นและรอยบุ๋มบนหมอน.. เมื่อกี้ฉันยังเห็นว่ามีใครคนหนึ่งนอนอยู่บนเตียงนั้นอยู่เลย แต่ตอนนี้เขาได้หายตัวไปเสียแล้ว

"เขาอยู่ในห้องน้ำน่ะ" คุณตาโกล์ดแมนอธิบาย

"ทำไมคุณตาไปบอกเขาว่าหนูเป็นแฟนคุณตาล่ะคะ..?"

"ฉันรู้ว่าฉันไม่ควรพูด แต่เขาคุยโตเหลือเกินเรื่องมีแฟนเด็ก คุยว่าเด็กมากเสียด้วย แหม..! ทำท่ายังกะเป็นโรมิโองั้นแหละ ฉันหมั่นไส้.. ก็เลยหลุดปากออกไปน่ะสิ ว่าฉันก็มีแฟนเด็กเหมือนกัน แล้วหนูก็เป็นเด็กสาวคนเดียวที่ฉันรู้จัก ก็เลยบอกไปว่าเป็นหนู.. แล้ว.. หนูจะรังเกียจไหมถ้าจะให้แกล้งทำเป็นคู่หมั้นของฉันให้หน่อย..?"

"ตาจะบ้าเหรอ..?" ฉันรู้สึกเหมือนตัวเองตะโกนออกไป..

"รังเกียจแหงอยู่แล้วละย่ะ..!"

แต่พอฉันมองลงไปในร่องรอยของใบหน้าที่ตกกระใบนั้น.. และก่อนที่ฉันจะทันยั้งปากตัวเองเอาไว้ได้ ฉันก็ได้หลุดปากออกไปแล้วว่า..

"ได้สิคะคุณตา.. หนูไม่รังเกียจหรอก.. ไม่รังเกียจเลย"

และในทันทีที่เราได้ยินเสียงกดชักโครกในห้องน้ำ

"เอ่อ..! ฉันบอกเขาว่าเราสองคนมีชื่อเรียกเล่นๆกันด้วย.. หนูน่ะเป็นกระต่ายน้อยแสนหวานของฉัน ส่วนฉันก็เป็นพี่หมีเท็ดดี้ของหนูนะ"

เร็ว..! ใครก็ได้ช่วยหยิบกระโถนมาให้ที.. ฉันจะอ้วก..!

ประตูห้องน้ำเปิดออก ชายชราร่างเล็กยังกะก้อนขนมขี้หนู เดินลากเท้าออกมา โอ๊ย..! นี่มันเป็นโรงพยาบาลของพวกโรมิโอ นักรักผู้ลือลั่นกันหรือไงนะ..?

"เฮ้..! เปเรซ.." คุณตาโกล์ดแมนเรียกเพื่อน พลางคล้องแขนฉันไว้

"นี่แฟนฉันคนที่บอกนายไง"

"สวัสดีจ้ะ.. แม่หนู" คุณเปเรซทำตาวิบวับใส่ฉัน

"นายไม่ได้ล้อเล่นนี่หว่าโกล์ดแมน ที่ว่าเธอร้อนแรงปึ๋บปั๋บน่ะ"

"แหงอยู่แล้ว.. ใช่ไหมจ๊ะกระต่ายน้อย..?" แกยิ้มยิงฟัน

กระโถนอยู่ไหนเนี่ย..? อ้วกฉันจะพุ่ง..!

"ฉันชอบผู้หญิงที่สะโพกค่อนข้างจะดินระเบิดสักหน่อย" คุณตาเปเรซมองฉันหัวจรดเท้าอย่างชื่นชม

"โดยส่วนตัวแล้ว.. ฉันก็ชอบผู้ชายที่สามารถเดินไปไหนมาไหนได้โดยที่ไม่ต้องใช้คนพยุงเหมือนกันแหละค่ะ"..

นั่นคือสิ่งที่ฉันอยากจะพูดออกไปบ้างเหลือเกิ๊น.. น.. แต่คุณคงดีใจถ้าได้รู้ว่าฉันรู้จักที่จะควบคุมตัวเอง ให้ใบหน้ามีแต่รอยยิ้มอันจอมปลอมแบบนั้น

เราคุยกันด้วยเรื่องที่ฉันคิดว่าเครียดอยู่แบบนั้นประมาณสิบห้านาที คุณตาเปเรซเล่าถึงรายละเอียดที่เขาผ่าตัดไส้เลื่อน (เขามีไส้เลื่อนขนาดเท่าผลองุ่นนะคะ บอกไว้เผื่อคุณจะสนใจ) และคุณตาโกล์ดแมนก็กุมมือฉันไว้เสียแน่นตลอดการสนทนา ไม่ยอมปล่อยให้ฉันได้หลุดไปไหนเลย แถมยังระดมยิงคำว่า 'กระต่ายน้อย' ใส่วงสนทนาเสียจนแทบก้มหัวหลบไม่ทันเอาด้วย

พอฉันเริ่มรู้สึกว่าใบหน้ากำลังจะปริเพราะฝืนยิ้มมากไป สุภาพสตรีร่างเล็กคนหนึ่งก็เดินถือไม้เท้าโขยกเขยกเข้ามาในห้อง เจ้าหล่อนใช้ผ้าขนหนูห่อเส้นผมสีทองอ่อนของเธอไว้เป็นยวงอย่างกับรังผึ้ง และแต่งหน้าเสียหนาเตอะพอที่จะแบ่งออกมาแต่งให้คนหน้าจืดได้แต่งด้วยอีกหลายคนทีเดียว แต่ถึงจะโปะเครื่องสำอางไว้หนาขนาดไหน ก็ไม่อาจปกปิดความจริงที่ว่า.. เธอน่าจะมีอายุอยู่ในวัยราวแปดสิบเศษ

"หวัดดี.. ที่รัก" เธอเอ่ยทัก ก่อนประทับรอยจูบลงบนแก้มของคุณตาเปเรซ.."

"เป็นไงมั่งล่ะหนุ่ม ๆ..?"

กลับกลายเป็นว่านี่แหละคือแฟน 'สาว' ของคุณตาเปเรซ.. อย่าง

น้อย.. คุณตาโกล์ดแมนก็ได้พบคู่รักของแกในแผนกจินตนาการอันบรรเจิดแล้วละ

ถึงเธอจะไม่ใช่สาวรุ่น แต่แน่ใจได้ว่าหญิงชราผู้นี้ 'ฮอต' แน่นอน.. เห็นได้จากลีลาที่เธอหย่อนตัวลงนั่งบนเตียงของคุณตาเปเรซ แล้วเริ่มแลกจูบกันอย่างดูดดื่ม.. แหยะ..! จูบนานอีกนาทีเดียวมีหวังได้พัวพันเลยเถิดแน่ ฉันต้องรีบเผ่นเสียก่อนดีกว่า เดี๋ยวเกิดคุณตาโกล์ดแมนอุตริคิดอยากจะทำแบบนั้นขึ้นมาบ้างละตายเลยเชียว

"เอ่อ..! ดีใจที่ได้พบคุณทั้งสองคนนะคะ แต่ฉันคงต้องรีบไปแล้วละ" ฉันขัดจังหวะขึ้น

"เร็วอย่างนี้เชียว?" คุณตาโกล์ดแมนถาม

"ใช่แล้วจ้ะพี่หมีเท็ดดี้.. ฉันมีนัดกับหมอฟันเอาไว้น่ะ.. รักษารากเสียด้วย.. เบี้ยวไม่ได้หรอก"

ฉันตั้งท่าจะเดินออกประตูไป

"เดี๋ยวสิจ๊ะยาหยี.." คุณตาสุดแสบเอ่ยท้วง..

"ไม่คิดจะจูบลาพี่หมีเท็ดดี้ก่อนหรือจ๊ะ..?"

ฉันขบกรามแน่น เดินกลับไปหาเขาที่ข้างเตียง ก่อนก้มตัวลงไปจุ๊บแก้มเบา ๆ

"แค่นั้น..?" เขาถาม

"แค่นั้นแหละจ้ะ" ฉันตอบอย่างหนักแน่น

"ไม่อยากให้พี่หมีตื่นเต้นมากไป เดี๋ยวก็หัวใจวายอีกรอบหรอก"

จากนั้น.. ฉันก็หลุดออกมาจากที่นั่น เอาให้เร็วที่สุดเท่าที่สะโพกดินระเบิดของฉันจะบิดออกมาได้เลยเชียวละ.. เฮ้อ..!

บทที่ 11

นาทีที่ฉันกลับมาถึงบ้าน ฉันก็มุ่งหน้าไปที่อ่างอาบน้ำก่อนเป็นอันดับแรก จัดแจงเปลื้องผ้าออกทิ้งเป็นทาง หลังจากที่ผ่านเรื่องราวต่าง ๆ มาอย่างมากมาย ฉันก็รู้สึกอยากแช่น้ำให้นาน ๆ อย่างแรง มันคงไม่มีอะไรดีไปกว่าการใช้น้ำช่วยบรรเทาความเครียดและหดหู่ใจ ให้ลืมภาพศพคนตายและตาแก่สกปรกคนนั้นลงได้ ฉันผสมน้ำมันหอมระเหยกลิ่นสตรอ-เบอรี่กลิ่นโปรดลงในอ่างอาบน้ำ และเฝ้ามองเป็นฟองฟูฟ่องขึ้นมาในขณะที่เสียงกริ่งโทรศัพท์ดังขึ้น เหมือนนังโง่อีกแล้ว.. ไปรับโทรศัพท์ทำไมก็ไม่รู้.. คานดินั่นเอง

"ฉันจะไปรับเธอตอนทุ่มนึงนะ" เธอประกาศ

"มารับทำไม..?"

"อย่าบอกนะว่าเธอลืม.. ก็คืนนี้เรามีนัดไปออกเดทสายฟ้าแลบกันไงเล่า"

"ขอโทษทีนะคานดิ แต่ฉันคิดว่าคงจะไม่ไปหรอก"

"ทำไมล่ะ..?"

"วันนี้ฉันเหนื่อยมาทั้งวันเลย"

"แหม..! เธอไม่ใช่คนเดียวที่เหนื่อยหรอกน่า ฉันก็แย่เหมือนกัน ดาราคนที่เล่นเป็นเจ้าหมัดเฟร็ดก็เกิดจะมาถูกจับข้อหาหมิ่นประมาท ที่เอาความลับของคนอื่นมาเปิดโปง เราเลยต้องคัดเลือกตัวละครใหม่กันทั้งวัน"

"แต่ฉันว่าวันที่แย่ของฉัน ต้องเกทับเธอได้สนิทเลยละ"

แล้วฉันก็เล่าเรื่องที่เป็นคนไปพบศพเฟรนช์ชี่ให้เธอฟัง

"ว้าว..! ตายด้วยรองเท้ายี่ห้อดังเสียด้วยนะนั่น" เธอกล่าว

"ที่จริงแล้วแลนซ์บอกว่ามันเป็นรองเท้าเลียนแบบล่ะ แต่เรื่องของเรื่องก็คือ.. คานดิ.. ฉันทั้งสะเทือนใจทั้งว้าวุ่นใจเลยทีเดียว"

"โธ่เอ๊ย..! เธอนี่น่าสงสารจริง แต่จะบอกให้นะ.. นั่นแหละคือเหตุผลทั้งหมดที่เธอยิ่งต้องออกไปเปิดหูเปิดตาข้างนอกใหญ่เลย.. เธอต้องการการหย่อนใจนะฉันว่า"

"เธออาจจะพูดถูกก็ได้" ฉันยอมรับ.. จริง ๆแล้วฉันก็ไม่ชอบความคิดที่ต้องอยู่บ้านคนเดียวมากนักหรอก เดี๋ยวก็ได้นั่งคิดถึงแต่เรื่องของเฟรนช์ชี่ทั้งคืนอีกละ

"โอ.เค..! ไปก็ได้.." ฉันกล่าว

"ดี..! แล้วเธอจะใส่อะไรไปยะ..?"

"ตอนนี้ยังไม่มีเลย แต่ไม่ต้องห่วงหรอก ฉันจะเลือกเอาชุดที่มันเหมาะ ๆหน่อยก็แล้วกัน"

งั้น.. เรื่องที่อยากจะแช่น้ำมาราธอนก็ต้องเอาไว้ก่อน ฉันแต่งตัวดีด้วยชุดยีนส์ สวมเสื้อตัวนอกของแอน เทเลอร์ และสวมเสื้อยืดคอกลมตัวเก่งของเฮนส์ไว้ข้างใน ประดับด้วยต่างหูเงินแบบห้อยระย้าที่แม่ส่งมาให้จากการสั่งซื้อทางโทรทัศน์

"เธอไม่ได้ดูแย่นักหรอกน่า" คานดิกล่าวตอนที่แวะมารับฉัน

"หยุดเลย.. เธอกำลังจะฆ่าฉันด้วยคำชมนะยะ"

"ไม่ใช่นะ.. ฉันหมายความอย่างนั้นจริง ๆ ดูเป็นมาดนักเขียนดีออกเหมาะกับเธอเลยแหละ"

"สาธุสำหรับคำอนุมัตินะคะพี่ขา"

เธอไม่สนใจคำถากถางของฉัน และใส่เกียร์ออกรถมุ่งไปร้านกาแฟ

สตาร์บั๊คส์ อันเป็นสถานที่พวกเดทสายฟ้าแลบมานัดพบกัน และเหมือนเคย.. ที่คานดิมักแต่งกายได้อย่างงามไม่มีที่ติเสมอ คืนนี้.. เธอสวมกางเกงสแล็คที่ตัดเย็บอย่างมีดีไซน์และเสื้อขนสัตว์จากแคชเมียร์ ฉันว่าแค่ถุงน่องครึ่งแข้งของเธอคู่หนึ่ง ก็ยังแพงกว่าชุดที่ฉันใส่มาทั้งชุดเสียอีก

"ไหน.. ทีนี้เล่าให้ฉันฟังเรื่องศพที่เธอไปพบสิ.. เธอว่าใครเป็นคนทำ..?" คานดิถาม

"น่าจะเป็นใครที่เคยพบเธอมาก่อนแล้ว เพราะเฟรนช์ชี่ไม่ใช่คนดังอะไร"

"เว้ากันซื่อๆเลยนะจาอีน.. ฉันว่ามันดูหยองๆอยู่นา ที่เธอเอาแต่ไปพบศพโดยบังเอิญอยู่เรื่อย"

"ฉันรู้.. ฉันก็เริ่มจะสงสัยอยู่เหมือนกัน ว่าชาติก่อนจะเป็นสัปเหร่อเสียเก๊าะม่ายรู้แฮะ.."

"สัญญานะว่าเธอจะไม่เข้าไปข้องเกี่ยวกับอะไรแบบนี้อีก"

"อย่าห่วงเลย.. ฉันเสียเวลาไปกับเรื่องโดนสอบสวนคดีฆาตกรรมไม่ไหวหรอก ต้องรีบหางานให้ได้ก่อนที่ตัวเลขในบัญชีจะลดลงจนเหลือแค่หลักเดียว"

คานดิมองมาที่ฉันด้วยแววตาเป็นห่วง

"เธอต้องการใช้เงินหรือเพื่อนรัก..? เท่าไหร่ล่ะ..?"

และนั่นคือนิสัยอย่างหนึ่งของคานดิที่ฉันรัก เธอเป็นคนใจกว้าง และเอื้อเฟื้อเสมอ อีกทั้งยังยินดีที่จะให้ความช่วยเหลือทางการเงินแก่ฉันอยู่ตลอดเวลา แต่ฉันก็เข้มแข็งมากพอและไม่เคยตอบรับข้อเสนอนั้นสักทีมันเป็นเรื่องของความภูมิใจนะฉันว่า..

"ขอบคุณสำหรับข้อเสนอนะ แต่เดี๋ยวฉันก็จัดการได้เองละจ้ะ"

"แน่ใจ..? ฉันยินดีเสมอนะ.." เธอกล่าว

"ฉันรู้ว่าเธอเต็มใจ และนั่นคือเหตุผลที่ฉันถือเธอเป็นคนพิเศษมา

โดยตลอด"

"โถ..! ที่รัก.." คานดิอุทาน พลางเอื้อมมือมาบีบมือฉันไว้แน่น

"เธอรู้หรือเปล่าว่าฉันรู้สึกกับเธอขนาดไหน..? เธอช่าง.. เป็นไอ้ปัญญาอ่อนที่สุดเท่าที่ฉันเคยพบมาในชีวิตเลยทีเดียว"

"อะไรนะ..?"

"ฉันไม่ได้พูดกับเธอย่ะ" เธอหันหน้าออกไปมองที่นอกหน้าต่างแล้วตะโกนใส่คนขับรถอีกคันที่อยู่ตรงหน้า

"ถ้าแกจะขับช้าเป็นเต่าคลานแล้วละก็ ถอยหลังเอาเสียเลยไม่ดีกว่าเร้อะ.. ฮึ..?"

ด้วยการขับรถตามอารมณ์อย่างขาดความระมัดระวังของคนขับที่ชอบทำโลดโผน เธอจึงแล่นผละออกไปจากท้ายรถเฉื่อยคันที่อยู่ข้างหน้านั้น แล้วโฉบฉิวเจ้าเมียต้าคันงามลัดเลาะการจราจรไปจนกระทั่งถึงลานจอดรถของร้านกาแฟสตาร์บั๊คส์

ในที่สุด.. ฉันก็สอดนิ้วมือขาว ๆของฉันเข้าไปที่เปิดประตูรถ ตรวจดูผมเผ้ากับกระจกมองหลัง อึม.. ม.. ก็ไม่เลวนักหรอก ถึงผมจะหยักศกแต่ก็ไม่ได้หยิกน่าเกลียดเหมือนคนที่เอานิ้วจิ้มปลั๊กจนไฟดูดหัวฟูก็แล้วกัน

"เอาละ.. ทีนี้จำไว้นะ" คานดิกล่าวขณะปัดมาสคาร่าเติมลงบนขนตาที่หนาอยู่แล้วอีกครั้ง

"ฉันอยากเห็นเธอยิ้มในคืนนี้ จงทั้งเปิดเผยและรับเข้ามา.. นั่งหลังตรงด้วย อย่างอก่องอขิงล่ะ"

"ถึงเธอจะเป็นคนพิเศษของฉัน แต่บางทีเธอก็เป็นยายแก่ขี้บ่นด้วยเหมือนกันนะเนี่ย..!"

"ไม่งั้นเขาจะมีเพื่อนรักเอาไว้ทำไมล่ะยะ..?"

จากนั้น เธอก็ดึงข้อศอกฉันออกเดินพาเข้าไปในสตาร์บั๊คส์ และ..ในโลกของ `เดทสายฟ้าแลบ'..

สำหรับคนที่ฉลาดพอจะไม่ลองมันแล้ว เดทสายฟ้าแลบก็เหมือนกับการเล่นเก้าอี้ดนตรีนั่นแหละ คุณนั่งลงคุยกับผู้ชายคนหนึ่งสักสามนาที พอหมดสามนาทีก็เหมือนมีใครสักคนเป่านกหวีดปี๊ด แล้วพ่อหนุ่มคนนั้นก็ลุกขึ้นเคลื่อนออกไปหาเหยื่อรายใหม่.. เอ๊ย..! ผู้หญิงคนใหม่ต่อไป เว้นแต่ว่าในการเล่นเก้าอี้ดนตรีนั้น อาจจะเป็นไปได้ที่พอคุณแย่งเก้าอี้ไม่ทันก็หยุดเล่น แต่เดทสายฟ้าแลบไม่มีการโชคดีแบบนั้นหรอก เมื่อไหร่ที่เกมเริ่มขึ้น.. คุณก็ต้องติดอยู่ที่นั่นจนกว่าเกมจะจบลงได้อย่างรากเลือดเต็มที

ฉันนั่งอยู่ในสตาร์บั๊คส์ประมาณชั่วโมงหนึ่ง จิบกาแฟลาเต้ถ้วยใหญ่ยังกะเรือพาย แล้วตอบคำถามประเภท..

คุณจะอธิบายลักษณะภายในของคุณได้ว่าอย่างไร..?

(แปลว่า.. เวลาล่อนจ้อนแล้วเป็นยังไง..?)

หรือ.. คุณคิดว่าคุณเป็นคนมีสัญชาติญาณตามธรรมชาติไหม..?

(แปลว่า.. คุณจะมีเซ็กส์กับผมตั้งแต่ออกเดทครั้งแรกนี่เลยหรือเปล่า..?)

และ.. คุณชอบงานอดิเรกอะไร..?

(ซึ่งมักจะถูกคาดหวังให้ตอบว่า.. ชอบดูฟุตบอลกับชวนนกเขาขันคูค่ะ..!!)

มันเหมือนโดนหลอกให้มาดูหนังห่วยๆเรื่อง `เลิฟ คอนเน็คชั่น' อย่างไรไม่รู้.. ฉันจำผู้ชายที่คุยด้วยในคืนนั้นได้ไม่ครบทุกคนหรอกเชื่อเถอะ.. แม้จะพยายามจำแล้วก็ตาม

มีหนุ่มเภสัชกรที่มีปัญหาเรื่องไรผม แล้วก็คนที่พูดอะไรโง่ๆเรื่องเรือเหลวไหลอะไรของเขานั่นอย่างไม่รู้จักจบจักสิ้น แล้วก็มีคนขายประกันที่เห็นได้ชัดเลยว่าเขาไม่ได้สนใจในตัวฉันสักเท่าไหร่ พอเผลอทีไรเป็นวกกลับเข้านโยบายบริษัท แล้วพยายามขายประกันฉันทุกที นอกจากนี้ ฉันก็ยังได้คุยกับผู้จัดการบริษัทผลิตขนมโดนัทคริสปี้ ครีม เขายังให้คูปอง

เยลลี่ฟรีแก่ฉันเลย (ถ้าไม่นับเรื่องปากเหม็น กับเรื่องเศษโดนัทหลากสีที่กระเด็นติดอยู่ตามเคราของเขาแล้วละก็.. ก็น่าจะเป็นคนนี้แหละที่น่าออกเดทด้วยมากที่สุด) แต่ไฮไลท์ของค่ำคืนนั้นต้องยกให้กับคนนี้เลย.. นักแสดงตกงานที่เอาแต่ใช้มือถือโทร.ถึงบริษัทละครทั้งคืน

ในที่สุด.. เสียงนกหวีดครั้งสุดท้ายก็ดังขึ้น แบบสอบถามถูกยื่นมาเป็นตั้ง และเราต้องมานั่งติ๊กกากบาทตามชื่อของคนที่เราสนใจจะออกเดทด้วย ซึ่งมันก็น่าเศร้าที่จะบอกว่า.. ฉันไม่ติ๊กชื่อใครสักคน

หลังจากที่แวะเข้าห้องน้ำเป็นการด่วนเรียบร้อยแล้ว (มันเป็นสิ่งที่เกิดขึ้นได้ เวลาที่คุณสวาปามกาแฟลาเต้ถ้วยใหญ่ขนาดพอ ๆกับเรือพายเข้าไปมากพอ) ฉันก็ลากคานดิออกไปยังลานจอดรถ

"ไงยะ.. เธอเลือกใครล่ะ..?" คานดิถามเมื่อมาถึงรถ

"ไม่มีอ่ะ" ฉันสารภาพ

ฉันตอบแล้วยืนนิ่ง รอเพื่อนกล่าวโจมตี แต่คานดิกลับแสดงทีท่าว่าเข้าใจได้อย่างน่าประหลาด

"ฉันไม่โทษเธอหรอก มีแต่พวกทึ่มกับงี่เง่าเต็มไปหมด เห็นดูดีก็มีแต่แอนตั้นเท่านั้นเอง"

"แอนตั้น..? ฉันไม่เห็นจะจำได้เลยว่ามีคนชื่อแอนตั้นอยู่ในนั้นด้วย"

"เขาไม่ใช่พวกเดทสายฟ้าแลบหรอก แต่เป็นหนุ่มสตาร์บั๊คส์ที่อยู่ตรงเครื่องชงเอสเพรสโซ่ไง เขาชวนฉันไปเที่ยวด้วยล่ะ"

"เธอจะออกเดทกับคนขายกาแฟงั้นเหรอ..?"

ช่วยไม่ได้เลยถ้าฉันจะประหลาดใจขนาดนั้น ก็เธอเป็นผู้หญิงประเภทที่ชอบพาชายหนุ่มกลับบ้านไปช่วยเขียนการ์ตูนแมลงสาบนี่นา และฉันก็ยังไม่เคยเห็นเธอเดทกับใครที่จะมีเงินซื้อนมเป่ามาชงคาปูชิโน่กินได้เลย

"นั่นไม่ใช่งานจริง ๆของเขาหรอก" คานดิกล่าว ดวงตาส่อประกาย

ตื่นเต้นอย่างเห็นได้ชัด

"แอนตั้นเขาเป็นศิลปินนักแสดงน่ะ เขาจะทำงานที่สตาร์บั๊คส์แค่จนกว่าจะได้เข้าวงการเท่านั้นแหละ"

(ทำไมหนอ..? เก้าสิบแปดเปอร์เซ็นต์ของคนใน แอล.เอ. ถึงได้ตั้งหน้าตั้งตารอที่จะ 'เข้าวงการ' กันนักก็ไม่รู้ ไม่มีใครในเมืองนี้ได้ทำงานที่ตัวเองชอบกันบ้างเลยหรือไง..?)

"ฉันน่ะอยากจะเดทกับนักแสดงมานานแล้ว" เธอพูดฝันๆ

"พวกเขาช่างกล้าหาญและเต็มไปด้วยจินตนาการจริงๆ ไม่กลัวที่จะคว้าโอกาสไว้"

ถึงตอนนี้.. คานดิก็เคลิ้มจนแทบจะเตรียมสั่งดอกไม้มาไว้ในงานแต่งงานของเธออยู่แล้ว เธอเป็นแบบนี้เสมอ.. เจอหนุ่มถูกใจทีไรก็จะพยายามโน้มน้าวให้ทุกคนเชื่อว่าเขาเป็น 'มิสเตอร์วิเศษ' ทันที แล้วถ้ามองในมุมกลับ.. ก็จะเห็นว่าด้านหลังของ 'มิสเตอร์วิเศษ' ก็จะมี 'มิสเตอร์ทุเรศ' แพลมจะโผล่ออกมาอยู่เรื่อย

คานดิใช้เวลาที่เหลือในการขับรถกลับมาส่งฉันที่บ้าน พูดเป็นต่อยหอยถึงแต่นายแอนตั้น ก่อนจะหย่อนฉันลงที่หน้าอพาร์ตเม้นท์ แล้วเผ่นแผล็วหายไปกับเมฆหมอกของความคาดหวังที่ไม่น่าจะเป็นจริง

ดีที่วันอันเลวร้ายได้หมดลงเสียที..

ฉันกลับเข้าไปในอพาร์ตเม้นท์ คว้าแอ้ปเปิ้ลมารองท้องเสียลูกหนึ่งก่อนปรี่ขึ้นเตียงไปนอนในทันที

ก็ได้.. ฉันไม่ได้ขึ้นเตียงนอนเลยหรอก แต่ขึ้นรถขับออกไปยังร้านโดนัทคริสปี้ ครีม ต่างหาก.. ก็ได้คูปองมาแล้วนี่.. และคนอย่างฉันก็ไม่มีทางทิ้งคูปองเยลลี่นั่นลงถังขยะไปได้แน่.. แลกเลยดีกว่า.. ว่าไหม..?

บทที่ 12

ตอนที่ฉันเดินเข้าไปในอพาร์ตเม้นท์ ก็มีความรู้สึกตลกๆอย่างหนึ่งแวบเข้ามา.. ว่านี่มันไม่ถูกต้องเอาเสียเลย และตัวฉันเองก็โง่สิ้นดี.. ความเครียดเก่าๆเริ่มเข้ามาหลอกหลอนและเกาะกินใจฉันอีกครั้ง..

ฉันเดินสะเงาะสะแงะเข้าไปในครัวด้วยนึกอยากดื่มชาร์ดอนเนต์อึกใหญ่ๆให้หายบ้าสักแก้ว พอเอื้อมมือไปถึงขวดไวน์ก็ได้เห็นว่าหน้าต่างครัวนั้นเปิดอ้าอยู่ ฉันรู้สึกเย็นเยียบเสียวสันหลังวาบขึ้นมาในทันที เพราะรู้ดีว่าตัวเองไม่เคยเปิดหน้าต่างครัวทิ้งไว้สักครั้ง ต้องมีใครบางคนงัดเข้ามาแน่ๆ.. ฉันรีบแจ้นไปห้องนั่งเล่นแล้วร้องเรียกเจ้าโพรแซ็ค แต่ก็ไม่เห็นแม้เงา

ฉันวิ่งไปที่ห้องนอนด้วยหัวใจที่เต้นรัวราวกลองสะบัดชัย แต่มันก็ไม่ได้อยู่ในนั้นเหมือนกัน ฉันกำลังตั้งท่าจะกลับไปยังห้องรับแขก ฉับพลันนั้นเอง.. สายตาของฉันก็เหลือบไปยังกระจกเหนือตู้เล็กที่มีลิ้นชักเก็บของและเห็นเงาของใครคนหนึ่งซ่อนตัวอยู่ในความมืดหลังตู้เสื้อผ้า และก่อนที่จะยั้งตัวเองไว้ได้ทัน.. ฉันก็หวีดร้องออกมาอย่างสุดเสียง ก่อนที่ชายผู้สวมหมวกคลุมหน้ามิดชิดแบบที่สวมเวลาเล่นสกีจะเดินโซเซออกมาในทันที

คุณพระช่วย..! ต้องเป็นฆาตกรที่ฆ่าเฟรนช์ชี่แน่ๆเลย นี่ฉันไปเห็นอะไรที่เป็นหลักฐานผูกมัดมันในคดีฆาตกรรมนั้นหรือไงนะ..? หรืออาจเป็นรายละเอียดอะไรที่ฉันเองก็ยังนึกไม่ถึง.. ไม่อีกทีก็คงเป็นอะไรที่ฉันอาจจะนึกขึ้นได้แล้วคาบไปบอกตำรวจทีหลังละมั้ง..? โหย..! ฆาตกร

มันคงไม่เปิดโอกาสให้ฉันทำแบบนั้นได้แน่ นี่มันคงมาให้แน่ใจว่าฉันจะปิดปากเงียบไว้.. ตลอดกาล.. ล..

ฉันเผ่นออกจากอพาร์ตเม้นท์อย่างรวดเร็ว พรวดเดียวลงมาอยู่ที่ถนนโอลิมปิค บูเลอร์วาร์ด และผู้บุกรุกในหมวกสกีของฉันก็ไล่ตามออกมาอย่างตื่นเต้น ตอนนี้.. ฉันเริ่มกรีดร้องให้คนช่วย แต่ไม่มีใครในรถที่กำลังแล่นอย่างขวักไขว่นั้นจะหยุดลงมาช่วยฉันสักคัน พวกเขาเป็นอะไรกันไปหมดน่ะ..? ไม่เห็นหรือไงว่าฉันกำลังจะแย่อยู่แล้ว..?

ฉันมองไปรอบ ๆและเห็นว่าตัวเองกำลังวิ่งมาใกล้จะถึงร้านเครซี่เอล ภัตตาคารซูชิญี่ปุ่นชื่อดัง เขามีลานจอดรถอยู่ทางด้านหลัง พวกคนดูแลรถต้องช่วยฉันได้แน่ ฉันปรี่เข้าไปที่ลานนั้นอย่างรวดเร็ว แต่พอไปถึงที่นั่น.. เฮ้ย..! มันว่างเปล่า ไม่มีคน.. ไม่มีรถสักคัน.. สิ่งเดียวที่ฉันเห็นก็คือ ภาพหลอนของโลงศพที่จอดสนิทแทนรถยนต์อยู่ในช่องจอดของคนพิการ..

ฉันยืนหมุนไปหมุนมาจนผู้จู่โจมภายใต้หมวกไหมพรมคนนั้นกวดตามมาติด ๆ ในมือของเขาถือรองเท้าจิมมี่ ชูว์ อยู่ข้างหนึ่ง มันเป็นรองเท้าส้นกริชแหลมเรียว ที่ส่องแสงแวววาวล้อแสงจันทร์อยู่อย่างน่าหวาดเสียว ฉันพยายามจะวิ่งแต่ก็ตัวแข็งเป็นหินด้วยความกลัว ผู้ที่ไล่ล่าฉันมาแผดเสียงหัวเราะก้องถนน มันเป็นเสียงหัวเราะแหลมเล็กโหยหวนที่เค้นออกมาเป็นช่วง ๆ จากนั้น มันก็ตามฉันมาจนทันก่อนที่จะดึงผ้าคลุมหน้านั้นออก..

ฉันอ้าปากตาค้างตกตะลึงกับสิ่งที่เห็น เพราะใบหน้าที่อยู่ภายใต้ผ้าคลุมนั้นมันไม่ใช่ใบหน้ามนุษย์แม้แต่น้อย หากแต่เป็น.. โดนัทเยลลี่..! ใช่..! โดนัทที่มีราสเบอร์รี่เยลลี่ไหลเยิ้มซึมออกมาจนฉ่ำไปหมด

จากนั้น ไอ้สัตว์ประหลาดบ้านี่ก็เริ่มแผดเสียงหัวเราะออกมาอีก อี๋ย..! น่ากลัวจริง ๆเลย ไอ้เสียงหัวเราะทะลวงไส้เนี่ย แต่เอ๊ะ..! ทำไม

ฟังไปฟังมาคล้ายเสียงโทรศัพท์อย่างไรก็ไม่รู้..!

อ้าว..! เสียงโทรศัพท์ดังจริง ๆด้วย.. โทรศัพท์ของฉันเอง.. ฉันตื่นขึ้นมาอย่างงง ๆก่อนจะตระหนักว่าตัวเองกำลังนอนอย่างปลอดภัยอยู่บนเตียงในบ้าน แถมมีโพรแซ็คนอนขดอยู่บนหน้าอกอีกต่างหาก ขอบคุณสวรรค์.. ที่เหตุการณ์เมื่อกี้เป็นเพียงความฝัน เฮ้อ..! นี่คงเป็นปฏิกิริยาตอบสนองของการผสมผสานเรื่องคดีฆาตกรรมของเฟรนช์ชี่ และโดนัท คริสปี้ ครีม สองก้อนที่ฉันสวาปามเข้าไปเมื่อเที่ยงคืนนั่นแน่เลย.. (โอ.เค..! สามก้อนก็สามก้อน..)

ฉันเอื้อมมือไปรับโทรศัพท์..

"เธอได้ข่าวหรือยังน่ะ..?" เสียงแลนซ์ดังมาตามสาย

"ยายตัวแสบที่ห้างแพสชั่นส์ถูกฆ่าไปเมื่อคืนนี้"

"อืม.. ม..! รู้แล้ว.. ก็ฉันเป็นคนเจอศพเองแหละ"

"คุณพระช่วย..! ฉันอยากรู้รายละเอียดทั้งหมดเลยนะยะ อ้อ..! เดี๋ยว.. มีโทรศัพท์เข้ามาอีกสายนึง"

ในขณะที่รอแลนซ์รับสายอีกสาย ฉันก็เหลือบไปที่พื้นแล้วก็ต้องตกใจ ผงะกับเศษซากกล่องเปล่าโดนัท คริสปี้ ครีม ที่เลื่อนตกจากเตียงลงไปกองอยู่กับพื้นจนเกลื่อน แถมยังมีเศษขนมกระเด็นตกอยู่อีกหลายชิ้นด้วยซ้ำ เห็นแล้วอายจังที่จะบอกว่า.. ฉันกินมันหมดนั่นคนเดียวเลย..

"เบ็คกี้น่ะ.." แลนซ์บอกหลังจากที่กลับมาอยู่ในสาย

"ตำรวจคิดว่าเธอเป็นคนฆ่าเฟรนช์ชี่"

"บ้าแล้ว..!" ฉันเอ่ย พลางคิดว่าหรือบางทีอาจจะไม่บ้าก็ได้นะ ก็เมื่อวานเบ็คกี้เพิ่งบอกว่าเธออยากจะฆ่าเฟรนช์ชี่อยู่ไม่ใช่หรือ..?

"ฉันเล่าให้เบ็คฟังเรื่องที่เธอไขปัญหาฆาตกรรมเก่ง.. แล้วเบ็คก็อยากให้เธอช่วยเขาหน่อย" แลนซ์พูด

ถึงตอนนั้นฉันก็ได้ยินเสียงสายเรียกซ้อนเข้ามาในโทรศัพท์

"แลนซ์.. ฉันมีสายเรียกซ้อนเข้ามาล่ะ"

"รับสิ.. อาจจะเป็นเบ็คกี้ก็ได้"

และก็ใช่เบ็คกี้จริงๆด้วย..

"โอ้..! จาอีน" เธอคร่ำครวญ

"ตำรวจคิดว่าฉันฆ่าเฟรนช์ชี่ เขามาสอบสวนฉันเมื่อวาน แล้วฉันก็เพิ่งรู้ว่าเขาสงสัยฉันด้วย แต่ฉันหวังว่าเธอจะช่วยหาตัวฆาตกรมาได้ใช่ไหม..? แลนซ์บอกว่าเธอเก่งและแก้ปัญหามาได้หลายรายแล้ว"

"ก็จริงจ้ะ.." ฉันตอบด้วยความภาคภูมิใจเล็กๆ

"ดีจัง.. เพราะฉันไม่มีปัญญาจ้างพวกนักสืบจริงๆหรอก.. มันแพง"

เธอไม่มีปัญญาจ้างนักสืบ 'จริงๆ' อย่างนั้นเหรอ..? แล้วนี่เธอคิดว่าฉันเป็นอะไรเนี่ย..? นักสืบจอมปลอมหรือไง..?

"แต่ฉันก็พอจะมีเงินจ้างเธออยู่บ้างนะ" เธอกล่าว.. และนั่นก็ทำให้ฉันเกิดความลังเล

"สักอาทิตย์ละสองร้อยเหรียญพอไหวมั้ยจ๊ะ..?"

แทบจะไม่ได้อะไรเลยนะนั่น.. แต่ก็ยังดีกว่ามีเลขศูนย์อยู่ในบัญชีละน่า.. ถึงยังไงตอนนี้ก็ตกงานอยู่ดี..

"งั้นเดี๋ยวฉันไปหาจ้ะ"

ฉันหยิบเสื้อผ้ามาสวม ให้อาหารโพรแซ็คแล้วก็เดินออกไปจนเกือบจะสะดุดหนังสือพิมพ์แอล.เอ. ไทม์ส ที่หน้าประตู คดีฆาตกรรมของเฟรนช์ชี่ถูกนำมาพาดหัวเป็นข่าวใหญ่..

'หญิงสาวถูกฆ่าทารุณในห้างดัง'

ตามข่าวแล้ว.. ตำรวจยังจับกุมคนร้ายไม่ได้ แต่ก็ได้ดำเนินการสอบสวนผู้ต้องสงสัยไว้แล้ว ฉันตรวจดูเผื่อจะมีชื่อของฉันปรากฏอยู่ในข่าว แต่ก็พบเพียงว่าหญิงสาวนิรนามเป็นผู้พบศพคนแรก.. ดีมาก..! เพราะสิ่ง

สุดท้ายที่ฉันต้องการก็คือ การให้พ่อแม่รู้ได้รู้ว่าฉันต้องมาข้องเกี่ยวกับคดีฆาตกรรมแบบนี้

ฉันกำลังเดินไปที่รถ ตอนที่แลนซ์เด้งออกมาจากอพาร์ตเม้นท์ของเขาพอดี

"ว่าไงยะ.. รับคดีหรือเปล่า..?" เขาถาม

"ฮื่อ..! ที่จริงนี่ก็กำลังจะไปหาเบ็คกี้อยู่พอดี"

"เดี๋ยว..! ก่อนไป.. เธอต้องเล่าเรื่องที่พบศพให้ฉันฟังก่อน อย่าพลาดรายละเอียดแม้สักกระผีกเดียวเชียวนะ จริงหรือเปล่าที่ฉันอ่านเจอในข่าวว่าหล่อนถูกฆ่าตายด้วยรองเท้าน่ะ..?"

ฉันพยักหน้า..

"ก็ไอ้จิมมี่ ชูว์ ปลอมคู่นั้นไงเล่า"

"ต๊าย..!" เขาอุทานแผ่วเบา..

"ไหน.. เล่าเรื่องไอ้เจ้ารองเท้าคู่ที่ถึงใส่แล้วตายก็คุ้มนั่นหน่อยสิ"

ฉันเล่ารายละเอียดเรื่องที่พบศพให้เขาฟังทุกเม็ดอย่างไม่มีกระเด็นก่อนจะขึ้นรถขับออกไปหาเบ็คกี้

ฉันถูกโบกให้หยุดเพื่อซื้อขนมไข่แม็คมัฟฟินที่มีขายระหว่างทาง แต่ไม่มีทางที่ฉันจะหลงกลคนขายเสียละ.. ไม่แน่แน่.. หลังจากที่เมื่อคืนเพิ่งจะทำอัปยศด้วยการสวาปามเยลลี่โดนัทเข้าไปเสียขนาดนั้น เช้านี้ฉันเลยลุกขึ้นมากินอาหารเช้าเพื่อสุขภาพด้วยซีเรียลอัดแท่ง วินท์ - โอ - กรีน ไลฟ์เซฟเวอร์ ที่เจอซุกอยู่ก้นกระเป๋าสตางค์ไปสามแท่ง สบายแฮ.. ฉะนั้นเช้านี้ลมหายใจฉันก็เลยสะอาดใสไปด้วยกลิ่นมิ้นท์ที่สดชื่น

สิบห้านาทีต่อมา ฉันก็ไปยืนกดออดอยู่ที่หน้าห้องของเบ็คกี้ เธอออกมาเปิดประตูรับด้วยชุดเกาะอก และเพ้นท์เล็บเท้าไว้เป็นลายดอกเดซี่อย่างไม่มีเหตุผลอีกด้วย ดวงตาของเธอแดงช้ำเหมือนคนที่ผ่านการร้องไห้มาอย่างหนักผมเผ้าก็ฟีบแบนไปข้างหนึ่งเหมือนนอนทับอยู่ท่าเดียวมาทั้งคืน

"โอ้..! จาอีน.. ดีใจจังที่เธอมา"

ฉันเดินตามเข้าไปในห้องรับแขกที่เธอจมตัวเองอยู่ในโซฟา ส่วนฉันก็นั่งลงบนเก้าอี้ฮาโลวีนสีดำที่อยู่ตรงข้าม แล้วนีน่า.. เพื่อนร่วมห้องของเธอก็เดินถือถาดออกจากครัวมาในชุดเสื้อวอร์มกันหนาวตัวใหญ่ บอกได้เลยว่าต่อให้กางเกงวอร์มทรงแบ็คกี้ ก็ไม่สามารถจะบดบังรูปร่างเล็กแบบบางที่สวยเลิศของเธอไปได้

"เอ้า..! เบ็ค.. ฉันเอาชาคาร์โมไมล์ กับขนมมัฟฟิ่นโปรตีนข้าวมาให้"

เธอมองไปที่ก้อนมัฟฟิ่นในถาดแล้วทำจมูกย่น..

"แหวะ..! ยังกะก้อนซีเมนต์ใส่ลูกเกดงั้นแน่ะ"

เบ็คกี้รับถาดชาแล้วยิ้มให้เพื่อนอย่างซาบซึ้งในน้ำใจ..

"ขอบใจจ้ะนีน่า"

"ฉันซื้อขนมแดนิช ชีส มาด้วย.. แน่ใจนะว่าไม่เอาสักก้อน..?"

เบ็คกี้สั่นหัวเป็นการปฏิเสธ

"แล้วเธอล่ะจาอีน..?" นีน่ายื่นจานขนมแดชิส ชีส ให้

ไม่มีทางเสียละที่ฉันจะกินแดนิชนั่น แค่นี้เยลลี่โดนัทก็ไปนอนรวมตัวกันอยู่ที่ต้นขาฉันหมดแล้ว ฉันต้องเข้มแข็งให้ได้สักครั้ง.. ต้องพูดคำว่า 'ไม่..!' สะกดว่าสระไอ.. มอม้า.. ไม้เอก.. ไม่..!

"ก็ดีจ้ะ..!" ฉันตอบ พลางฉวยมาถือไว้ก้อนหนึ่ง

อ้าว..! จะให้พูดยังไงล่ะ.. ก็มันบังคับตัวเองไม่ได้นี่นา..

นีน่านั่งลงบนโซฟาตัวถัดไปจากเบ็คกี้

"เอ่อ..! จาอีน.. ฉันได้ยินว่าคุณเป็นคนพบศพเหรอ..? น่ากลัวเน้อะ.." เธอเอ่ย

"น่ากลัวสิ"

"แทงคอเนี่ยนะ.. ตายสยองจัง" เธอกล่าว..

"ฉันเคยได้ยินเรื่องที่ผู้ชายคนหนึ่งถูกไม้เสียบไก่ชิคาบับแทงตาย

ด้วยนะ เขาว่ามันเป็นงานบุฟเฟ่ต์แบบอิ่มไม่อั้นของชาวอิหร่านไง แล้วชายที่น่าสงสารคนนั้นก็เดินมาสะดุดขาโต๊ะตัวเอง แล้วล้มคว่ำลงโดนไม้เสียบไก่ของตัวเองแทงตาย"

คุณพระคุณเจ้าช่วยสักทีเถอะ..! วันนั้นก็เล่าเรื่องไส้แตกไปทีหนึ่งแล้ว มาวันนี้ยังเอาอีก.. ต๊าย..! ผู้หญิงคนนี้เป็นสารานุกรมความโหดเคลื่อนที่หรือไงเนี่ย..?

"นีน่า.. ขอทีเหอะ" เบ็คกี้เอ่ยด้วยอาการสั่นกลัว

"โทษทีที่รัก.. ฉันปัญญานิ่มไปหน่อย แต่ก็ไม่ได้ตั้งใจจะทำให้เธอไม่พอใจนะ" เธอยกแขนขึ้นโอบรอบตัวเบ็คกี้ แล้วทำท่าบีบไว้แน่น

"โถ..! เด็กน้อยที่น่าสงสาร" เธอกล่าวพลางหันมาทางฉัน..

"ขานี้ก็เอาแต่ร้องไห้มาทั้งเช้าเลย"

ฉันเห็นแล้วละ.. ก็ตาบวมช้ำแดงก่ำเสียขนาดนั้น

"นี่มันเป็นเรื่องบ้าบอทั้งนั้นเลย" นีน่าเอ่ยขึ้น

"เบ็คกี้ไม่ได้ฆ่าเฟรนช์ชี่ เธอจะไปทำอย่างนั้นได้ยังไง ยุงสักตัวเบ็คยังไม่ตบเลย จริงๆนะ.. แมงมุมก็ไม่เคยฆ่า เวลาเจอก็เอาผ้าขนหนูไปรองให้มันไต่ แล้วเอาไปปล่อยที่ทางเดินข้างนอก"

"ทำไมเธอถึงคิดว่าตำรวจสงสัยเธอล่ะจ๊ะเบ็ค..?" ฉันถาม

เบ็คกี้กระพริบตาถี่ๆเพื่อไล่น้ำตาออกไป

"ก็.. แม็กไซน์บอกพวกเขาว่าฉันพูดที่ห้างเมื่อวาน ถึงเรื่องน่าจะแต่งห้างด้วยศพเฟรนช์ชี่น่ะสิ"

"แต่เธอก็ไม่ใช่คนเดียวที่พูดไม่ดีกับเฟรนช์ชี่เมื่อวานนี้นี่นา และทุกคนก็ได้ยินที่ไทเลอร์คุกคามเธอด้วยการบีบคอด้วย แล้วทำไมตำรวจไม่สงสัยเขาบ้างล่ะ..?"

"ก็เพราะว่าพวกเขาไม่ได้เจอตุ้มหูของไทเลอร์ในที่เกิดเหตุน่ะสิ"

"เธอหมายความว่าไง..?"

"ตำรวจพบตุ้มหูห่วงทองของฉัน ถูกกำแน่นอยู่ในมือของเฟรนช์ชี่น่ะสิ"

ฉันจำได้แล้ว.. เบ็คกี้มีต่างหูห่วงทองขนาดใหญ่อยู่คู่หนึ่งที่หลุดตกพื้นวันที่ฉันเข้าไปสัมภาษณ์งานนั่นไง

"ฉันพยายามจะอธิบายกับตำรวจแล้วว่ามันหลุดบ่อย แต่ดูเหมือนเขาจะไม่ค่อยเชื่อเท่าไหร่นัก"

"เบ็คทำตกในห้างแหงๆ แล้วพอฆาตกรเห็นเข้า ก็เลยเอามายัดใส่มือเฟรนช์ชี่ เป็นการป้ายความผิดให้" นีน่ากล่าว

"ฉันมารู้ทีหลังว่าทำมันหายไปเมื่อคืนนี้" เบ็คกี้เล่า

"เรายังช่วยกันหาเสียทั่วอพาร์ตเม้นท์เลย แต่ก็หาไม่เจอ" นีน่าเสริม

"พอหาไม่เจอก็รู้เลยว่าต้องตกอยู่ที่ร้านแน่ๆ ตอนแรกก็กะว่าจะรอให้เช้าก่อนแล้วค่อยเข้าไปเอา แต่ตอนนี้ฉันคงไม่ได้มันคืนมาแล้วล่ะเพราะตำรวจคงเก็บมันไว้เป็นหลักฐ.."

แต่เธอไม่สามารถที่จะพูดคำว่า.. 'หลักฐาน'.. ได้จบคำ เพราะบ่อน้ำตาเกิดทะลักทลายขึ้นมาเสียก่อน

"โธ่..! ที่รักจ๋า.. อย่าร้องไห้เลยนะ" นี่น่าเอื้อมมือไปโอบไหล่ แล้วตบหลังเพื่อนเบาๆ พยายามจะทำให้เบ็คกี้สงบลง ในที่สุด เบ็คกี้ก็พูดขึ้นด้วยเสียงอูอี้เหมือนหายใจไม่ออก พลางมองฉันด้วยสายตาวิงวอน

"เธอจะช่วยฉันไหมจาอีน..?"

"แน่นอนสิจ๊ะ.. ฉันจะช่วยเธอ" เป็นอันว่าความสงสัยแรกที่ฉันมีต่อเบ็คกี้เป็นอันตกไป และเห็นด้วยกับนีน่า มองยังไงก็ไม่เห็นว่ายายภูติจิ๋วตัวเล็กนี่จะเป็นฆาตกรไปได้..

"โอ้..! จาอีน.. ขอบคุณมากๆเลย" เธอกล่าว พลางโน้มตัวมากอดฉันไว้ จนกลิ่นหอมของชาคาโมไมล์และแชมพูเด็กจอห์นสันจากตัวเธอลอยมาเตะจมูก

"ฉันจะจ่ายให้เธออาทิตย์ละสองร้อยเหรียญอย่างที่สัญญาไว้" เธอกล่าว พลางผละตัวออกไป

"ฉันรับเงินเธอไม่ได้หรอก เธอตกงานอยู่นะ"

เดี๋ยวก่อน..! ทำไมฉันจะรับเงินเธอไม่ได้ล่ะ..? ในเมื่อฉันก็ตกงานอยู่เหมือนกันนี่นา..

"อ้อ..! แต่เกรซโทร.มาเมื่อเช้านี้จ้ะ เธอจ้างฉันกับไทเลอร์กลับเข้าทำงานเหมือนเดิมแล้ว"

"งั้นก็เยี่ยมเลยสิ"

"ฉะนั้น ฉันก็จ้างเธอได้สบายมาก ถึงฉันจะไม่มีเงินสด แต่นีน่าบอกว่าเห็นเว็บไซต์ที่ให้กู้ด้วยดอกเบี้ยเพียงสี่สิบเปอร์เซ็นต์เท่านั้น"

"สี่สิบเปอร์เซ็นต์..? ฉันปล่อยให้เธอทำอย่างนั้นไม่ได้หรอก"

ทำไมจะไม่ล่ะ..? ฉันก็ต้องการเงินมากพอกับที่เธอต้องการนั่นแหละ เผลอ ๆอาจจะมากกว่าด้วยซ้ำ..

"ทำไมเราไม่มาช่วยกันแก้ปัญหาเรื่องนี้ให้ลุล่วงไปก่อนล่ะจ๊ะ..?เสร็จแล้วเธอค่อยมาจ่ายฉันทีหลังก็ได้"

เห็นได้ชัดว่าฉันต้องทนทุกข์ใจกับคำพูดให้กำลังใจเล็ก ๆน้อย ๆนั้นและยังสูญเสียพลังในการคิดอย่างมีเหตุมีผลไปอีกด้วย

"โอ.. จาอีน..! เธอนี่ช่างเป็นนางฟ้าของฉันเสียจริง"

จะมีอะไรปัญญาอ่อนไปกว่านี้อีกไหมเนี่ย..?

"สิ่งที่ฉันต้องการจากเธอก็คือ" ฉันเอ่ย..

"ที่อยู่และเบอร์โทรศัพท์ของเกรซ แม็กไซน์ และไทเลอร์ เพราะฉันต้องคุยและซักไซ้พวกเขาทุกคน"

ดวงตาของเบ็คกี้เบิกกว้างด้วยความตกใจ

"โอ้..! เธออย่าสงสัยไทเลอร์นะ เขาไม่มีทางทำเรื่องอะไรแบบนี้ได้แน่"

"ถึงยังไงฉันก็ต้องการคุยกับเขาอยู่ดี"

"ฉันมีรายชื่อพนักงานอยู่ที่ไหนสักแห่งน๊า..?" เบ็คกี้กล่าว เธอลุกขึ้นไปยังโต๊ะวางโทรศัพท์ ที่ตั้งอยู่ใกล้ประตูทางเข้า แล้วเริ่มค้นดูแผ่นกระดาษที่ซุกอยู่ตามลิ้นชัก

"นี่ไง..!" เธอกลับมายื่นรายชื่อพร้อมที่อยู่แผ่นนั้นให้ฉัน

"อ้อ..! เกรซบอกฉันด้วยว่าจะจัดงานศพให้เฟรนช์ชี่พรุ่งนี้ ที่โบสถ์เซ้นต์ โยน ออฟ อาร์ค แถบเวสท์วู้ด"

"เธอจะไปหรือเปล่า..?" ฉันถาม

เบ็คกี้สั่นศีรษะแทนคำตอบ

"ฉันบอกเธอแล้วว่าเธอควรจะออกไปปรากฎตัว ถ้าเธอเอาแต่หนีหน้า เดี๋ยวตำรวจก็คิดว่าเธอไม่ชอบเฟรนช์ชี่หรอก" นีน่ากล่าว

"พวกเขารู้อยู่แล้วละน่าว่าฉันเกลียดเธอ ก็ฉันเป็นคนบอกพวกเขาเอง"

"ก็แล้วทำไมต้องซื่อขนาดนั้นด้วยเล่า..?" นีน่าถาม

"เธอพูดถูก.. ฉันมันโง่ที่ดันไปสารภาพอะไรแบบนั้น" เบ็คกี้ยกมือขึ้นปิดหน้าร้องไห้

"เดี๋ยวเขาก็ต้องมาจับฉัน.. ฉันรู้.. ฮือ.."

และ.. มันก็พิสูจน์ได้ว่าเธอพูดถูกจริงๆเสียด้วย.. เพราะทันใดนั้นเอง เสียงออดหน้าบ้านก็ดังขึ้น ตำรวจหนุ่มหน้าตาน่ารักสองนายยืนจังก้าอยู่ที่หน้าประตู ถ้าพวกเขาไม่ได้แต่งเครื่องแบบละก็.. คุณต้องคิดว่าเขามารับสาวออกไปเที่ยวเป็นคู่แน่ๆ.. แต่.. เขาอยู่ในเครื่องแบบนี่สิ แล้วก็ไม่ใช่พวกมากดออดชวนคุยเสียด้วย ตำรวจคนที่ตัวสูงกว่า ซึ่งมองปั๊บก็รู้ว่าเป็นหัวหน้าทีมได้ก้าวเข้ามาในบ้าน

"คุณโคเป็ก..?"

เบ็คกี้พยักหน้า..

"ฉันเองค่ะ"

"ผมเกรงว่าเราต้องเชิญตัวคุณไปสอบสวนที่โรงพักหน่อยนะครับ"

น่าแปลกที่เบ็คกี้ไม่ยักกะร้องไห้..

"ฉันขอไปหยิบกระเป๋าก่อน" เธอตอบ พยักหน้ารับอย่างแข็งทื่อ ก่อนที่จะหมุนตัวเดินกลับมาตามโถงทางเดินไปที่เตียงนอน

"อย่าลืมเสื้อหนาวนะ" นีน่าตะโกนไล่หลังไป

"ใส่กางเกงขายาวหนา ๆไปด้วย ข้างนอกนั่นหนาวจะตาย" ก่อนที่จะหันมาทางฉัน คิ้วขมวดด้วยความเป็นห่วง

"หวังว่าเธอจะไม่เป็นหวัดนะ มีเชื้อหวัดตั้งเป็นร้อย ๆชนิดที่ทำให้เรายุ่งยากแทบตาย"

เฮ้อ..! เอาอีกแล้ว.. เรื่องจริงที่แสนสนุกของคุณพยาบาลนีน่า..

อีกไม่กี่นาทีต่อมา เบ็คกี้ก็กลับออกมาในชุดยีนส์และเสื้อคลุมกันหนาวตัวใหญ่

"ทำไมฉันถึงไม่ไปกับเธอนะ..?" นีน่ารำพึง

"เสียใจด้วยครับ.. แค่คุณโคเป็กคนเดียวเท่านั้น" เจ้าหน้าที่ตำรวจตอบ นีน่าเลยต้องปล่อยให้เธอไปเพียงลำพัง

"ฉันก็กำลังจะกลับอยู่พอดีเลย" ฉันเอ่ย..

"ให้ฉันลงลิฟท์ไปด้วยได้ไหมคะ..?"

"ได้ครับ.." เขาตอบด้วยสีหน้าเรียบเฉยราวกับท่อนไม้

ดังนั้น ฉันจึงลงลิฟท์มาพร้อม ๆกับเบ็คกี้และเจ้าหน้าที่ตำรวจ เมื่อออกจากลิฟท์ ฉันก็กอดเธอไว้แล้วกล่าวคำอำลา

"ไม่ต้องห่วงนะ.. แป๊บเดียวเดี๋ยวเธอก็ได้กลับมาแล้ว"

"ฮื่อ..!" เสียงตอบรับเสียงเล็ก ๆนั้นเจือไปด้วยความกลัว

ตำรวจพาตัวเธอออกไป เสียงลากรองเท้าแตะที่ดีดใส่ส้นดังปล็อบแปล็บไปตามทางเดิน เธอถูกดึงไปนั่งที่เบาะหลังของรถสายตรวจ ก่อน

ที่จะหันไปหันมาแล้วโบกมือให้ฉันผ่านทางกระจกหลังอย่างหวาดกลัว.. เหมือนเด็ก ๆเวลาออกจากบ้านไปโรงเรียนวันแรก..

ฉันยืนอยู่อย่างนั้น.. เฝ้ามองจนรถตำรวจลับหายไปกับการจราจร หวังว่าพวกเขาจะปฏิบัติกับหญิงสาวที่เพ้นท์เล็บเท้าเป็นรูปดอกเดซี่คนนั้นด้วยดี..

อีเมล์ที่ได้รับ

ถึง : เจ. ออสเตน

จาก : แดดดี้ โอ.

เรื่อง : ไม่มีพรสวรรค์เอาเสียเลย

อลิสแทร์ เซนท์ เจอร์มาอีน ช่างเป็นคนที่ไม่มีพรสวรรค์เอาเสียเลย สงสัยเวลามันจู๋จี๋กับสาว ก็คงไม่รู้จะแสดงออกยังไงด้วยละมั้ง..

ถึง : เจ. ออสเตน

จาก : คุณนายช้อปกระจาย

เรื่อง : เรื่องประหลาดที่สุด

ลูกรัก.. แม่เกรงว่าแม่มีข่าวร้ายจะบอก พ่อของหนูไม่ผ่านการคัดตัวนักแสดงที่คุณเซนท์ เจอร์มาอีน แกเป็นคนคัด เพื่อหาคนมารับบทพระเอกเป็นลอร์ด วอร์ธิงตัน แต่เขาให้พ่อเล่นเป็นคนรับใช้แทน สงสารพ่อของหนูจัง ได้พูดแต่คำว่า.. *"ดีมากครับท่าน..!"* ทั้งเรื่องเลย ไม่ต้องบอกก็น่าจะรู้ว่ามันทำให้พ่อของหนูโกรธจัดขนาดไหน

แต่ทายสิเอ่ย..? จำตอนที่แม่อยากจะบ้าที่ต้องขึ้นไปต่อบทให้พ่อบนเวทีได้ไหม..? เอ่อ..! เรื่องประหลาดที่เกิดขึ้นก็คือ.. พอแม่ได้ขึ้นไปจริง ๆ แม่กลับไม่กลัวเลยแม้แต่น้อย.. กว่าที่จะรู้อะไร แม่ก็สนุกไปกับมันเสียแล้ว อย่างไรก็ตาม.. หนูต้องไม่มีวันเชื่อเรื่องนี้แน่ (ขนาดแม่ยัง

ไม่เชื่ออยู่เลย..) เพราะคุณเซนท์ เจอร์มาอีน แกเกิดประทับใจวิธีที่แม่ต่อบทเป็นเลดี้วอร์ธิงตันให้พ่อ เขาเลยเลือกแม่เป็นนางเอก..! ตอนแรกแม่ก็ปฏิเสธไป เพราะคนที่อยากจะเล่นละครแทบบ้าคือพ่อหนูต่างหาก.. ไม่ใช่แม่.. แต่อีตาเซนท์ เจอร์มาอีน แกก็ชวนอีก แม่เลยไม่รู้จะปฏิเสธยังไง เขาบอกว่าละครจะไม่มีวันเหมือนเดิมเลยถ้าขาดแม่ไปเสียคน ฉะนั้นแม่แก่ของหนูคนนี้ก็กำลังจะได้รับบทเลดี้ ซินเธีย วอร์ธิงตัน ในการแสดงรอบปฐมฤกษ์ แล้วนะจ๊ะ น่าตื่นเต้นไหมล่ะ..?

แน่นอน.. พ่อเขาโกรธแม่มาก และแม่ก็เกือบจะปฏิเสธการแสดงเพราะต้องการที่จะรักษาความสงบในบ้านอยู่แล้ว แต่ก็อย่างที่บอกไปแล้วไง ว่าแม่ไม่รู้จะบอกปัดคุณเซนท์ เจอร์มาอีน ที่ตอนนี้ยืนยันจะให้แม่เรียกเขาว่า 'อลิสแทร์' เฉยๆได้ยังไงน่ะสิ..?

ไว้จะเขียนมาใหม่นะลูกรัก

แม่

ถึง : แดดดี้ โอ.

จาก : เจ. ออสเตน

หวัดดีค่ะพ่อ.. แม่บอกหนูเรื่องการคัดตัวนักแสดงแล้ว เสียใจด้วยนะคะที่ไม่ได้เป็นพระเอก แต่หนูเชื่อว่าพ่อจะเล่นเป็นคนรับใช้ได้ดีเช่นกัน

ถึง : เจ. ออสเตน

จาก : แดดดี้ โอ.

เรื่อง : ไอ้ตัวเชื้อโรค

เหตุผลเดียวที่พ่อยอมเล่นเป็นบ่าวในละครงี่เง่าพรรค์นั้นก็คือ อยากจะคอยจับตามองไอ้นายอลิสแทร์ เซนท์ เจอร์มาอีน ผู้ไร้พรสวรรค์นั่น

ต่างหาก หรืออีกนัยน์หนึ่งพ่อแอบเรียกมันว่าไอ้เจิร์ม* เว้ากันซื่อๆเลยนะ.. พ่อคิดว่าไอ้เจิร์มมันต้องมาจีบแม่หนูแน่.. ไม่งั้นแล้วจะให้บทนางเอกกับแม่หนูเร้อะ..? มาเผชิญความจริงกันดีกว่า ถึงแม่หนูจะดูดีขนาดไหน แต่ยังไงก็ไม่ใช่ดาราใหญ่อย่างเมอริล สตรีป นะ จะได้มาเป็นนางเอกกันง่ายๆ

อ้อ..! แล้วจะบอกด้วยว่า พ่อน่ะเข้าเว็บกูเกิ้ลไปเช็คเรื่องไอ้เจิร์มมาแล้ว ปรากฏว่าไอ้ที่บอกว่าจากบอร์ดเวย์มาน่ะ มันเป็นแค่ชื่อละครเรื่อง.. 'จากบอร์ดเวย์' เท่านั้นเอง โธ่เอ๊ย..! จากบอร์ดเวย์ของมันน่ะ ก็แค่เดินจากบอร์ดเวย์มาที่นี่ละสิ ข้ามแม่น้ำเมืองโบโฮเกนในนิว เจอร์ซีย์ มาไงล่ะ โธ่..! ไอ้ศิลปินกะล่อน

ถึง : แดดดี้ โอ.

จาก : เจ. ออสเตน

อย่าทำอะไรโง่ๆนะคะพ่อ.. หนูเชื่อว่าคุณเซนท์ เจอร์มาอีน แกไม่ได้มีความคิดเรื่องที่จะจีบแม่หรอกค่ะ

ถึง : เจ. ออสเตน

จาก : คุณนายช้อปกระจาย

เรื่อง : ลูกต้องเดาไม่ถูกแน่ว่าเกิดอะไรขึ้น..!!

โอ้..! ลูกรัก.. ลูกต้องเดาไม่ถูกแน่ว่ามันเกิดอะไรขึ้น.. เสียงออดประตูดัง.. แล้วดอกไม้ช่อใหญ่ก็โผล่เข้ามา.. ดอกกุหลาบเป็นโหลๆเลยลูก.. จากคุณเซนท์ เจอร์มาอีน..!! มีการ์ดแนบมาด้วย เขียนว่า.. *"ขอแสดงความยินดีกับดาวประดับฟ้าดวงใหม่"* โอ๊ะโอ๋..! หวานที่สุดเลยว่าไหมลูกรัก..?

---

* *คำเรียกประชดชื่อ 'เจอร์มาอีน' สั้นๆ หากสะกดเป็นภาษาอังกฤษจะแปลว่า 'เชื้อโรค'*

บทที่ 13

ดวงอาทิตย์เปล่งแสงจรัสเจิดจ้าในวันที่จัดพิธีศพให้เฟรนช์ชี่ มวลหมู่นกกาพากันร้องขับขาน ดอกไม้เบ่งบานชูช่อ และเมฆสีขาวที่ดูนุ่มฟูอย่างกับขนมปุยฝ้าย ก็ลอยเลื่อนข้ามผ่านม่านฟ้าสีน้ำเงินเข้ม ประดุจกำเนิดแห่งธรรมชาติทั้งหลายจะส่งสัญญาณบอกมาว่า ร่างของเฟรนช์ชี่ที่นอนแน่นิ่งอยู่ในห้องเก็บศพนั้น ถือเป็นสิ่งอันวิเศษสุดแล้วในน่านฟ้ามหานคร แอล.เอ.

ฉันก้าวขึ้นรถก่อนมุ่งหน้าไปยังโบสถ์เซ้นต์ โยน ออฟ อาร์ค พลางครุ่นคิดถึงแต่ข่าวไม่ค่อยดีที่ได้รับรู้อย่างปัจจุบันทันด่วนจากทั้งพ่อและแม่

ตกลงแม่ยอมรับบทดารานำฝ่ายหญิงให้ละครเรื่องผ้าพันคอของลอร์ดวอร์ธิงตัน แต่อย่างไรก็ตาม ฉันก็อดตะขิดตะขวงใจที่จะลองนึกภาพแม่เป็นสาวสังคมชั้นสูงในมวลหมู่ผู้ดีอังกฤษไม่ได้.. คือ.. ฉันหมายความว่าจริง ๆแล้วแม่เป็นผู้หญิงประเภทที่มีความคิดในเรื่องการยอมรับโอกาสแห่งวิถีชีวิตในรูปแบบใหม่ ๆ

พ่ออาจจะพูดถูกก็ได้.. แล้วมันจะเป็นไปได้ไหมถ้าผู้กำกับคนนั้นเกิดจะมาหลงแม่เข้าจริง ๆ..? เพราะแม่ก็ออกจะเป็นผู้หญิงที่มีเสน่ห์ดึงดูดออกปานนั้น แต่หลังจากนี้ พ่อคงกลายเป็นคนที่มีจิตหวาดระแวงเอาอย่างไม่มีเหตุผลแหง ๆ เฮ้อ..! มันก็พูดยาก.. แต่ฉันก็มั่นใจอยู่อย่างนะว่าใครก็ตามที่อยู่กับพ่อหลังพลาดตำแหน่งพระเอกละคร ต้องเหมือนตก

นรกแน่ และฉันก็ดีใจเหลือเกินที่อยู่ห่างมาตั้งสามพันไมล์ขนาดนั้น

สิ่งแรกที่เห็นเมื่อขับรถเข้าไปในบริเวณโบสถ์ก็คืออนุเสาวรีย์หินอ่อนของนักบุญหญิงโยน ออฟ อาร์ค ที่ตั้งเด่นเป็นสง่าอย่างน่าประทับใจอยู่ภายใต้ดวงอาทิตย์ที่ส่องสว่างนั้น ฉันมองไปที่รูปจำลองของหญิงสาวผู้สูงส่งตรงหน้า แล้วก็อดคิดที่จะเปรียบเทียบกับเฟรนช์ชี่ผู้มีความสูงส่งต่ำต้อยเพียงหนูนาไม่ได้

ฉันจอดรถไว้ที่ลานจอดก่อนรีบเข้าไปข้างใน ภายในสถานที่ศักดิ์สิทธิ์นั้นมีแขกอยู่เพียงหยิบมือเดียว แถมยังดูโหรงเหรงเพราะยืนกันกระจัดกระจายไปทั่วอีกด้วย

ฉันเลื่อนตัวเข้าไปนั่งที่ม้านั่งยาวมีพนักพิงแบบที่เห็นได้ในโบสถ์ทั่วไป แล้วส่งสายตามองไปรอบ ๆ เห็นเกรซและแม็กไซน์นั่งอยู่ที่ปลายสุดของม้านั่งอีกฟาก ซึ่งแม็กไซน์นั้นเอาแต่จ้องหน้าเกรซเหมือนจงใจจะให้เธอรับรู้ แต่เกรซก็นั่งตัวแข็งทื่อมองตรงไปข้างหน้าอย่างไม่สนใจ ส่วนเพื่อนฝูงในวงแฟชั่นของเฟรนช์ชี่อีกสองสามคน นั่งจับกลุ่มกระซิบกระซาบกันอยู่ที่ม้านั่งอีกตัว ผู้ชายเพียงคนเดียวในงานก็คือชายวัยกลางคนรูปร่างท้วม นั่งพุงยื่นสะอึกสะอื้นซบหน้าอยู่กับกระดาษคลีเน็กซ์ตรงม้านั่งแถวหน้าสุด

บาทหลวงผู้กำยำล่ำสันอย่างกับนักกีฬากองหลังอเมริกันฟุตบอลกำลังกล่าวถ้อยคำสรรเสริญผู้ตายให้แก่เฟรนช์ชี่ ฉันว่าท่านต้องไม่รู้อะไรเกี่ยวกับคุณนายฝรั่งเศสมากนักหรอก เพราะท่านกำลังยกย่องเรื่องที่เธอเป็นคนดี และแสนหวานอย่างวิเศษสุด

"แม้ว่าจีเซลล์จะจากเราไปแล้ว แต่เธอก็จะยังอยู่ในหัวใจของเราตลอดไป"

โฮะ..! คิดแบบนั้นไม่ค่อยลงจริง ๆแฮะ นี่เราต้องการให้ดวงวิญญาณของเฟรนช์ชี่ยังล่องลอยอยู่ในโลกนี้จริง ๆเหรอเนี่ย..? ทำไม.. เราจะปล่อยให้เธอรีบ ๆไปชวนวิญญาณดวงอื่นทะเลาะต่อในโลกหน้าไม่ได้หรือไงนะ..?

"และบัดนี้.." หลวงพ่อกล่าว..

"โอเว่น.. สามีของจีเซลล์จะมากล่าวคำไว้อาลัยให้แก่ผู้เป็นภรรยาสักเล็กน้อย.. ขอเชิญคุณแอมบรอส"

พ่อพุงพลุ้ยที่นั่งอยู่แถวหน้านั้นลุกขึ้นแล้วเดินไปที่ไมโครโฟน ฉันกระพริบตาปุ๊บปิ๊บอย่างประหลาดใจ.. เนี่ยนะ.. สามีของเฟรนช์ชี่..? ตอนแรกฉันคิดว่าเป็นพ่อเธอเสียด้วยซ้ำ เขามีลักษณะของคนสำมะเลเทเมาและสุรุ่ยสุร่าย ประเภทที่ชอบนั่งเหงาจิบแจ็ค แดเนียลส์ อยู่ตามมุมเคาน์เตอร์บาร์คนเดียวครั้งละนานๆ เขาเป็นคนรูปร่างสูง อกหนายังกับถังเบียร์ เส้นผมที่เห็นดกดำและหนานั้นเริ่มมีสีเทาจางๆเข้ามาแซม บางที.. ครั้งหนึ่ง เขาอาจจะเคยเป็นหนุ่มนักรักลีลาพราวมาก่อนก็ได้ แต่ตอนนี้.. มองยังไงก็ดูเหมือนจะอายุรุ่นราวคราวเดียวกับเฟร็ด ฟลิ้นท์สโตน เสียมากกว่า

เขาออกไปกล่าวคำไว้อาลัยได้ไม่ทันถึงสามประโยค ก็ร้องไห้สะอึกสะอื้นเป็นเผาเต่า แม้พยายามจะนิ่งแต่ถึงอย่างนั้นก็คงพูดอะไรไม่ออกอยู่ดี ในที่สุด หลวงพ่อก็จูงเขากลับมานั่งที่เก้าอี้

"มีใครอีกไหมที่อยากจะออกมากล่าวอะไรถึงผู้จากไปที่เราแสนรัก..?" บาทหลวงเอ่ยถาม

ไม่มีใครอยากจะออกไปพูดอะไรทั้งนั้น ดังนั้น พิธีจึงเสร็จสิ้นลง.. จากต้นจนจบ มันใช้เวลาเพียงแค่หกนาทีเท่านั้นเอง..!!

บาทหลวงยืนแจกแผนที่ทางไปอพาร์ตเม้นท์ของเฟรนช์ชี่ ที่สามีของเธอได้ทำหน้าที่เจ้าภาพด้วยการจัดงานบุฟเฟ่ต์เพื่อรำลึกขึ้น และผู้ที่มาร่วมในพิธีไว้อาลัยนี้ต้องไปร่วมรับประทานด้วยกัน ในขณะที่เราเดินออกจากทางเดินแคบๆระหว่างม้านั่งในโบสถ์นั้นเอง ฉันก็ได้ยินพวกกลุ่มเพื่อนในวงแฟชั่นของคุณนายฝรั่งเศสคุยกันว่า..

"ฉันได้ยินว่าหลังจากที่ชันสูตรศพแล้ว พวกเขาจะส่งร่างเธอกลับไปให้พ่อแม่ในนิว เจอร์ซีย์ นะ"

"อยากจะไปงานบุฟเฟ่ต์รำลึกไหมน่ะ..?"

"ไม่อ่ะ.. ไปหาอะไรกินที่ชายหาดกันดีกว่า"

"เออ.. ใช่..! ฟังดูดีกว่าไปที่นั่นตั้งเยอะ"

ฉันหวังว่าดวงวิญญาณของเฟรนช์ชี่จะไม่ได้มาลอยวนเวียนอยู่แถวนั้น ให้ได้ยินว่าเพื่อนๆของเธอตื่นเต้นยินดีกับความตายของเธอขนาดไหน

จากนั้น ฉันก็ได้ยินข้อมูลเล็กๆของบทสนทนาที่ทำให้ฉันสนใจ..

"เกรซ.. คุณยกโทษให้ฉันด้วยเถิดนะ"

แม็กไซน์น่ะเอง.. เธอและเกรซกำลังยืนอยู่บนบันไดโบสถ์ ฉันจึงหยุดเดินและแสร้งทำเป็นอ่านแผนที่ทางไปอพาร์ตเม้นท์ ในขณะที่หูผึ่งอย่างเต็มที่

"แทบไม่อยากเชื่อเลยว่าฉันจะทำเรื่องที่เลวร้ายได้ถึงขนาดนั้น"

แม็กไซน์กล่าว ผมสีน้ำตาลที่หยิกหยอยของเธอดูแห้งแล้งลงไปกว่าเคย และใบหน้าเล็กเรียวนั้นก็ดูเหี่ยวแห้งไปด้วยความทุกข์

เรื่องที่เลวร้ายได้ถึงขนาดนั้นเหรอ..? สงสัยจริงเชียวว่ายายแม็กไซน์ทำอะไร..?

"คุณคงไม่อยากให้ฉันทำงานที่ห้างอีกแล้วใช่ไหม..?" เธอกล่าวพลางจ้องหน้าเจ้านายเหมือนจะคาดคั้น

"ไม่รู้สิ.. แม็กไซน์.. ฉันคงต้องคิดดูก่อน" เกรซตอบ

ไม่เหมือนแม็กไซน์.. เกรซดูกระปรี้กระเปร่าอย่างน่ามหัศจรรย์ในชุดสูทพราด้าสีดำ ฉันรู้ว่ามันเป็นพราด้าเพราะเคยเห็นที่ห้างบาร์นีย์สมาก่อน ด้วยผมสีขาว ทรงตั้ง สั้น แบบผู้ชาย ที่แต่งเล็มไว้อย่างงามงด และคาดแว่นกันแดดไว้บนนั้น ทำให้เธอดูดีมากพอที่จะกระแทกนางแบบชื่อดังจากมิลานให้ตกเวทีไปได้เลย

"ฉันต้องไปแล้วละ" เกรซกล่าว พลางก้มลงมองนาฬิกาข้อมือ

"ฉันมีสินค้าล็อตใหม่ส่งมาจากนิวยอร์ค"

พอเฟรนช์ชี่จากไป.. ก็ดูเหมือนว่าเกรซจะกลับมากุมบังเหียนในห้างแพสชั่นส์เหมือนเดิม

จากนั้น เธอก็หันหลังเดินตรงไปยังเก๋งจากัวร์สีเงินคันงามของเธอ..

"ฉันเสียใจจริงๆนะ" แม็กไซน์พึมพัมไล่หลังไปด้วยน้ำเสียงที่อ่อนระโหยโรยแรงและเศร้าสร้อย

แต่แล้ว.. ฉันก็เลิกสนใจทั้งเกรซและแม็กไซน์.. ไม่ใช่สิ..! สายตาของฉันถูกตรึงไว้บนหลังคารถจากัวร์ของเกรซ ที่ตอนนี้เห็นว่ามีซากดอกจาคาแรนด้าแหมะติดอยู่เต็มหลังคารถต่างหาก ฉันจำต้นจาคาแรนด้าที่ลานจอดรถห้างแพสชั่นส์ได้ แล้วก็จำได้ว่ามีดอกไม้ร่วงติดหลังคารถของเฟรนช์ชี่ตอนที่ฝนพรำ.. และนี่ก็เหมือนกัน.. มันติดรถเกรซด้วย.. หากแต่นับจากคืนที่เฟรนช์ชี่ถูกฆาตกรรมมาก็ยังไม่มีฝนตกอีกเลยนี่นา.. ถ้าดอกพวกนี้เป็นดอกสดที่ร่วงมาใหม่ๆ ป่านนี้มันก็คงจะโดนลมพัดปลิวไปจนหมดแล้ว แต่นี่.. ที่มันแปะติดอยู่ได้ก็เพราะเปียกฝนต่างหาก..

จากนั้น ฉันก็เริ่มสงสัยว่า.. จะเป็นไปได้ไหมที่เกรซขับรถเข้าไปที่ห้างในคืนเกิดเหตุ..? หรือเธอจะเป็นคนหนึ่งที่แทงเฟรนช์ชี่ด้วยรองเท้าจิมมี่ ชูว์ ปลอมนั่น ก่อนจะส่งเธอขึ้นไปสำรวจแฟชั่นบนสวรรค์..? หรือเกรซเตรียมที่จะทำอะไรก็ได้.. ซึ่งอาจจะรวมไปถึงการฆาตกรรม.. เพื่อให้ได้ห้างของเธอคืนมา..?

ตึกอพาร์ตเม้นท์ของเฟรนช์ชี่ เป็นเหมือนกล่องคอนกรีตที่ไม่น่าสนใจ เรียกกันว่า.. 'มาลิบู วิลล่าส์'.. ชื่อของมันอธิบายถึงจินตนาการของผู้เป็นเจ้าของได้อย่างชัดแจ้ง ทั้งๆที่มันไม่ได้มีส่วนไหนอยู่ใกล้เมืองชายทะเลดังอย่าง 'มาลิบู' เลย แล้วก็ไม่มีลักษณะเป็นบ้านพักตากอากาศแบบที่เรียกว่า 'วิลล่า' ด้วย

ฉันขึ้นลิฟท์ตัวที่ดังเอี๊ยดอ๊าดขึ้นไปชั้นบน พร้อมกับสาวสวยที่ดูไร้สมองวัยยี่สิบเศษคู่หนึ่ง พวกหล่อนสวมเสื้อยืดคอกลมเข้ารูปฟิ๊ตเปรี๊ยะยัง

กับโดนขันชะเนาะเอาไว้ สถานที่แห่งนั้นดูจะเป็นที่นิยมของสาวโสดที่มักมาอาศัยอยู่ชั่วคราวอย่างไม่ต้องสงสัย ซึ่งสามีวัยกลางคนของเฟรนช์ชี่คงจะโดดเด่นเป็นเดือนในหมู่ดาวแน่

โอเว่น แอมบรอส ออกมาเปิดประตูอพาร์ตเม้นท์ ในมือถือเหยือกเบียร์ที่ใส่เหล้าสก็อตไว้จนเต็ม ใบหน้าอันแดงก่ำของเขามีหงาดเหงื่อเกาะพราวอยู่ทั่ว

"ขอแสดงความเสียใจต่อการสูญเสียของคุณด้วยนะคะ" ฉันพึมพำ

"คุณเป็นใคร..?" เขาถามเบา ๆ พลางมองฉันด้วยแววตาที่ไร้จิตใจ

"ดิฉันชื่อจาอีน ออสเตน ค่ะ.. และเคยร่วมงานกับเฟรนช์ชี่"

"เข้ามาก่อนสิครับ" เขากล่าว เกือบจะเป่าฉันกระเด็นไปด้วยกลิ่นเหล้าเสียแล้ว

ฉันก้าวเข้ามาข้างใน และก็ต้องประหลาดใจที่ได้เห็นว่าห้องรับแขกนั้นเต็มไปด้วยเฟอร์นิเจอร์ราคาแพงที่มีขนาดใหญ่กว่าปกติ ประเภทที่คุณจะเห็นได้จากบ้านทันสมัยยุคใหม่ ไม่ใช่ในอพาร์ตเม้นท์กิ๊บเก๋ที่มองออกไปมีแต่วิวเป็นยอดโค้งสีทองของโลโก้แมคโดนัลส์ขวางหูขวางตาแบบนี้

"ช่วยตัวเองนะครับ.. อาหารอยู่โน่น" โอเว่นเอ่ย พลางชี้ไปที่โต๊ะซึ่งตกแต่งประดับขอบไว้ด้วยผ้าปูจับจีบและกระดาษห่อเครปสีดำ

รายการอาหารบุฟเฟ่ต์เพื่อรำลึกของเฟรนช์ชี่ประกอบไปด้วย ขนมปังอบเพรทเซลส์ , ชีส์ซิทส์* และเหยือกเหล้าสก็อตราคาถูก ใบใหญ่ยังกะช้างแมมมอธ..

ดีที่เขาไม่ได้ตำน้ำพริกละลายแม่น้ำไปกับอาหารเหล่านี้ เพราะ..นอกจากฉันแล้วก็ไม่เห็นจะมีใครโผล่มาอีกเลย..

ฉันคว้าขนมปังอบเพรทเซลส์มากำมือหนึ่ง และหาที่นั่งได้บนโซฟา

** ชื่อยี่ห้อขนมกรุบกรอบประเภทหนึ่ง*

ขนาดยักษ์ที่อยู่ตรงข้ามกับเตาผิงปลอม ที่ก้อนฟืนไฟฟ้าเปล่งแสงเรืองรองออกมาราวกับกำลังถูกเผาอยู่บนเตาร้อนจริง ๆ

"เมื่อกี้คุณบอกว่าคุณเป็นใครนะครับ..?" โอเว่นหรี่ตามองฉัน

"เป็นคนที่ร่วมงานกับเฟรนช์ชี่ค่ะ"

เขาเกาหัว.. ทำเอาละอองรังแคเล็ก ๆปลิวลงมาติดที่หัวไหล่

"ผมไม่เข้าใจว่าทำไมถึงไม่ค่อยมีคนไปที่โบสถ์ คุณคิดว่าพวกเขาอยากจะมากันไหมน่ะ..?"

"อยากจะมาดูให้แน่ใจว่าตายจริงเท่านั้นแหละ.."

เฮ้ย.. ย..! ไม่ได้พูดออกไปหรอกน่า.. ฉันก็แค่เออออห่อหมกอย่างเห็นใจ แล้วเสมองไปที่ไฟปลอมนั่นเท่านั้นเอง

"อา..! นี่ผมล้อใครกันเนี่ย..?" เขากล่าว พลางเทเหล้าออกจากเหยือกเบียร์

"จริง ๆแล้วผมก็ไม่ได้ประหลาดใจนักหรอก คนส่วนใหญ่ไม่มีใครชอบเฟรนช์ชี่ เธออาจจะเป็นนังแสบตัวจริง แต่พระเจ้า..! ผมรักเธอได้ยังไงนะ"

เห็นได้ชัดเลยว่าสก็อตคอสท์โคทำเขาพูดไม่หยุดปากเสียแล้ว

"หลังจากแต่งงานมาสิบแปดปี.. ผมก็ทิ้งลูกทิ้งเมียมาอยู่กับเธอ.. แค่เก็บกระเป๋าแล้วเดินออกมาเท่านั้น.. อาร์ลีนไม่สมควรที่จะได้รับการปฏิบัติแบบนั้น.. ไม่ควรเลยจริง ๆ.. แต่ผมจะพูดอะไรได้เล่า ก็กำลังตกหลุมรักเสียขนาดนั้น"

เขาดึงตัวเองให้ลุกขึ้นมาจากเก้าอี้เท้าแขนแล้วสะเงาะสะแงะไปที่โต๊ะอาหาร.. ฉันเฝ้ามองด้วยความชื่นชอบในขณะที่เขาเทเหล้าให้ตัวเองอีกเหยือก

"ผมรู้.. ว่าเฟรนช์ชี่สนใจก็แต่เงินของผมเท่านั้น"

เงินเหรอ..? เงินอะไรกัน..? ฉันสงสัย..

"ตอนที่พบกับเธอใหม่ ๆ ผมรวยนะ" เขาเอ่ยเหมือนจะตอบคำถามของฉัน

"ผมมีรายได้มากมายจากบริษัทที่รับทำพวก 'ดอท - คอม' ทั้งหลาย ตอนที่เฟรนช์ชี่กับผมแต่งงานกันใหม่ ๆนั้นเราอยู่กันอย่างราชาเลยทีเดียว มีบ้านห้าห้องนอนในเบเวอรี่ ฮิลส์ แล้วยังบ้านริมทะเลในมาลิบู แล้วก็เฟอร์นิเจอร์พวกนี้อีก" เขาชี้มือชี้ไม้ไปรอบห้อง

"มันมาจากบ้านริมหาดทั้งนั้นแหละ"

"สวยมากค่ะ" ฉันเออออ พยายามที่จะคงการสนทนานั้นไว้

"แต่เราก็รู้ดีว่าอะไรเกิดขึ้นกับงานเว็บไซต์ฟองสบู่นั่น" โอเว่นเล่าพลางทิ้งตัวลงเก้าอี้เท้าแขนดังสวบ

เขากระดกเหล้าเข้าปากอีกใหญ่ มันทำให้ความทรงจำที่ขมขื่นของเขาหลั่งไหลออกมาได้เรื่อย ๆ

"พอผมสูญเงิน.. หมดตัวเลยนะ.. เฟรนช์ชี่ก็หลอกใช้ผม เธอโกงผมทั้งซ้ายทั้งขวา แถมไม่มีปิดบังเสียด้วย ผมน่าจะเกลียดเธอนะ.. แต่ก็เปล่า.. ผมหยุดรักเธอไม่ได้เลย มันเหมือนต้องมนต์หรืออะไรทำนองนั้นเหมือนในหนังเรื่องที่มาร์ลีน ดีทริช เล่นแล้วก็ร้องเพลง 'ตกหลุมรักอีกครั้ง' ยังไงล่ะ"

"เดอะ บลู แองเจิ้ล"

"ช่าย.. ย.. เดอะ บลู แองเจิ้ล.." เขากล่าว ก่อนเทเหล้าเหยือกเท่าช้างยักษ์ล้านปีนั่นมาอีกเหยือก จนฉันแทบจะเห็นตับเขาเด้งออกมาแข็งอยู่ตรงหน้า

"ให้ฉันหาอะไรให้คุณกินหน่อยไหมคะ..?" ฉันถาม

"ไม่อ่ะ.. ไม่.." เขาโบกมือปฏิเสธ..

"ผมไม่หิว.. แต่เหล้าเนี่ยกินได้อีก เอามาให้อีกหน่อยได้ไหมล่ะที่รัก?"

เขายื่นเหยือกมาให้ อย่างกับโอลิเวอร์ ทวิสต์ ติดเหล้างั้นแหละ

"จริง ๆนะคะ.. ให้ฉันหาอะไรให้คุณรองท้องหน่อยดีกว่า"

และก่อนที่เขาจะรั้งฉันไว้ได้ทัน ฉันก็เดินเข้าไปในครัวเล็ก ๆนั่น ค้นชั้นเก็บของติดผนังที่เกือบจะว่างเปล่านั้นเสียทุกซอกทุกมุม จนพบปลากระป๋อง ๆหนึ่ง และแล้ว.. ฉันก็จัดแจงโยนแซนด์วิชสลัดทูน่าเก่าเก็บนั้นลงบนขนมปังเบเกิ้ล

"นี่ค่ะ..! คุณควรต้องกินอะไรเสียบ้าง" ฉันยื่นขนมปังให้เขา

เขากัดไปคำหนึ่งอย่างไม่เต็มใจ..

"คุณรู้ไหม.. สำหรับอะไรที่คุณจับมันยัด ๆเข้าด้วยกันในเวลาที่เร่งรีบแบบนี้ ผมว่ารสมันห่วยแตกมากเลย.."

ทายสิเอ่ย.. ใครพูด..? พ่อราชาขนมชีส์ซิทส์นี่เอง.. หนอย..!

"กินเข้าไปเสีย" ฉันสั่ง..

"หรือจะให้ฉันทำให้คุณอีกอัน..?"

ฉันรอจนกระทั่งเขากินเสร็จ จากนั้นจึงเริ่มเรื่องธุระที่มาในวันนี้

"ฉันไม่รู้ว่าคุณทราบหรือเปล่า แต่ตำรวจคิดว่า เบ็คกี้ โคเป็ก เป็นคนฆ่าภรรยาของคุณ"

"เบ็คกี้ตัวเล็ก ๆที่แสนหวานนั่นน่ะเหรอ..?" เขาดูประหลาดใจจริง ๆ..

"เป็นไปไม่ได้หรอก"

"แล้วคุณนึกออกไหมว่าใครน่าจะเป็นตัวการ..?"

"ไม่..! ไม่มีเลย.. ถึงหลายคนจะไม่ชอบเฟรนช์ชี่ แต่ผมก็ไม่คิดว่าจะมีใครเกลียดเธอมากถึงขนาดจะฆ่ากันได้ลง อาร์ลีนอาจจะเคยอยากฆ่าเธอมาครั้งหนึ่ง แต่ตอนนี้เธอก็แต่งงานใหม่ไปแล้วกับนรีแพทย์ เธอบอกว่าการที่ผมทอดทิ้งเธอ ถือเป็นสิ่งดีที่สุดในชีวิตที่เธอเคยประสบมา ฉะนั้นถ้าจะบอกว่าเป็นอาร์ลีนก็คงไม่ใช่ ผมว่าคงเป็นใครที่โทร.หาเฟรนช์ชี่คืนนั้นนั่นแหละ"

"มีคนโทร.หาเฟรนช์ชี่เหรอคะ..?"

"ใช่.. มีคนโทรศัพท์มาบอกว่าสัญญาณเตือนภัยที่ห้างแพสชั่นส์ดัง และอาจจะมีใครพังร้านเข้ามา เธอก็เลยขับรถออกไป แต่กลายเป็นว่าบริษัทที่ดูแลสัญญาณเตือนภัยบอกว่าไม่ได้โทร.หาเธอ ฉะนั้น ใครก็ตามที่ล่อเธอออกไปน่าจะเป็นคนลงมือ"

"แล้วเธอบอกหรือเปล่าว่าผู้หญิงหรือผู้ชายที่โทร.มา..?"

เขาสั่นศีรษะ..

"ไม่อ่ะ.. เธอก็แค่คว้ากุญแจรถแล้ววิ่งออกไป และนั่นก็เป็นครั้งสุดท้ายที่ผมได้เห็นเธอ"

ดวงตาของเขาเต็มไปด้วยหยาดน้ำตา.. และสิ่งต่อไปที่ฉันรู้ก็คือ.. เขาได้ซบหน้าลงสะอึกสะอื้นกับขนมปังเบเกิ้ลเสียแล้ว..

ฉันจัดแจงให้เขานอนลงบนโซฟาก่อนห่อก้อนน้ำแข็งไว้ด้วยผ้าขนหนูแล้วนำมาวางให้บนหน้าผาก แต่ตอนที่ฉันคว้าขนมปังอบเพรทเซลส์มาอีกกำมือ พลางตั้งท่าจะเดินออกประตูไปนั้นเอง เขาก็กรนเสียงดังเป็นหวูดรถไฟไปเสียแล้ว..!

ฉันลงมานั่งอยู่ในรถ เคี้ยวขนมปังเพรทเซลส์ที่คว้ามาอย่างใช้ความคิด.. มือดีที่โทร.มาหลอกว่าเป็นบริษัทสัญญาณเตือนภัย ต้องเป็นใครสักคนที่อยากจะล่อเฟรนช์ชี่ออกไปฆ่าที่ห้างแน่ๆ แล้วทำไมพวกมันไม่เอาอาวุธไปสังหารนะ..? รู้ล่วงหน้าได้ยังไงว่าเฟรนช์ชี่จะใส่รองเท้าส้นเข็มคู่นั้น..? หรือว่าพวกมันจะล่อออกไปเผชิญหน้ากันเฉยๆ แต่บังเอิญมีเหตุผิดพลาดขึ้นมา กว่าจะรู้.. พวกมันก็เล่นเส้นเลือดใหญ่ที่คอของเธอเข้าให้แล้ว..

ไม่อีกที.. โอเว่นอาจโกหกก็ได้.. อาจจะไม่มีโทรศัพท์ เฟรนช์ชี่อาจไปห้างเพื่อทำงานให้เสร็จ แล้วโอเว่นก็ตามเธอไป.. ดูเหมือนเขาจะเศร้าจริงๆ.. แต่ใครจะไปรู้ล่ะ..? บางทีเขาอาจจะรู้เรื่องที่เธอเที่ยวไปมีสัมพันธ์กับคนโน้นคนนี้ และหลังจากที่ถูกสวมเขามานานนับปี เขาอาจจะทำให้

ความชอกช้ำที่ถูกกระทำต่ออัตตาตนเองจบสิ้นไปเสียด้วยเกือกมรณะข้างนั้นก็ได้..

แม้มันจะเป็นเพียงการปะติดปะต่อเรื่องราว แต่ฉันว่ามันก็ฟังดูเข้าทีไม่น้อย..

ฉันดีดผักดองบาง ๆชิ้นสุดท้ายจากเบอร์เกอร์เข้าปาก ก่อนเข้าเกียร์ออกรถ แล้วไปโทรศัพท์ดักหน้าผู้ต้องสงสัยคนต่อไป.. ซึ่งนั่นก็คือ.. แม็กไซน์นั่นเอง..

บทที่ 14

อพาร์ตเม้นท์ของแม็กไซน์ตั้งอยู่บนถนนที่ขวักไขว่ของย่านเชอร์แมนโอ๊คส์ บริเวณนอกเขตช่วงเขา.. ป้ายด้านหน้านั้นอ่านได้ว่า 'ลักซูรี่อพาร์ตเม้นท์' ฉันแหงนหน้าขึ้นไปมองอาคารฉาบปูนสีเบจที่มีคราบสนิมเหล็กจับแน่นอยู่บนระเบียง ถ้าอพาร์ตเม้นท์นี้หรูหราฟู่ฟ่าเหมือนชื่อจริง ๆ แล้วละก็.. ฉันก็คงจะใส่เสื้อผ้าเบอร์สองได้แน่ เฮ้อ..! เมื่อกี้ก็ 'มาลิบูวิลล่าส์' ตอนนี้ก็มาที่นี่อีก เจ้าของอพาร์ตเม้นพวกนี้มันเป็นยังไงกันหนอ..? ไม่เคยได้ยินคอนเซ็ปต์การทำงานโฆษณาตามจริงกันบ้างรึไงนะ..?

ฉันจอดรถไว้ด้านหน้า แล้วขึ้นไปหาไอ้ที่ตอนนี้ฉันขนานนามมันใหม่ว่า 'ขยะหรู' ทางเดินด้านหน้านั้นมีใบปลิวเมนูบริการส่งอาหารไทยจานด่วนตามห้องทิ้งอยู่เรี่ยราดเต็มไปหมด ฉันพบชื่อและหมายเลขห้องของแม็กไซน์อยู่ที่ป้ายรายนามผู้พักอาศัย โชคดีที่มีคนเปิดประตูทิ้งไว้ ฉันก็เลยไม่ต้องเรียกให้เธอเปิดให้ ซึ่งอะไรบางอย่างบอกฉันว่าเธออาจจะไม่ยอมให้ฉันเจอด้วยซ้ำ

บริเวณล็อบบี้ของอพาร์ตเม้นท์เป็นเพียงห้องสี่เหลี่ยมจตุรัสเล็ก ๆ ที่มีผนังเป็นกระจกเก่าจนเกิดจุดฝ้าสีทองเต็มไปหมด ฉันกดลิฟท์เรียกขึ้น และในระหว่างที่รอลิฟท์มานั่นเอง ฉันก็คิดถึงภาพที่เห็นแม็กไซน์ขอโทษขอโพยเกรซอยู่บนบันไดโบสถ์ทั้งน้ำตา และขอร้องให้เกรซอภัยให้เธอต่อ 'สิ่งชั่วร้าย' ที่เธอทำลงไป.. นี่มันเรื่องอะไรกันหนอ..?

ในที่สุด.. ประตูลิฟท์ก็เปิดออก ฉันก้าวเข้าไปแล้วกดปุ่มชั้นสาม ก่อนที่ประตูนั้นจะปิดลงช้า ๆด้วยเสียงเอี๊ยดอ๊าด แต่กว่าที่ประตูจะปิดได้ก็ดูเหมือนจะใช้เวลานานชั่วกัปชั่วกัลป์เลยทีเดียว หลังจากนั้น ลิฟท์ก็เริ่มเคลื่อนตัวขึ้นไป มันร้องเสียงแหลมครวญครางไปตลอดทุก ๆหนึ่งนิ้ว สงสัยนี่คงเป็นลิฟท์รุ่นแรกของคุณโอทิส* เขาละมั้ง ฉันว่าสายเคเบิ้ลคงจะตึงเปรี๊ยะเสียจนเอี๊ยดอ๊าดได้ขนาดนี้

ฉันสาบานกับตัวเองเอาไว้เรื่องการกินควอเตอร์ พอนเดอร์** และคงโชคดีที่ได้กินเจ้าเบอร์เกอร์ยักษ์นี่เป็นครั้งสุดท้ายจริง ๆ ถ้าสายเคเบิ้ลเกิดขาดผึงขึ้นมาอย่างที่กลัว แถมยังจะได้เห็นข่าวลงพาดหัวว่า..

'หญิงสาวกางเกงยางยืดก้าวเข้าลิฟท์ตกตายอนาจ..!'

ฉันถอนใจอย่างปลดปล่อย เมื่อประตูลิฟท์นั้นเปิดออกที่ชั้นสามตามต้องการ จากนั้นจึงเดินไปตามทางเดินยาวในตัวตึกจนถึงห้องของแม็กไซน์ ก่อนที่จะกดกริ่งแล้วได้ยินเสียงฝีเท้าคนเดินใกล้เข้ามา และเห็นเงาคนโผล่มาชะโงกที่ช่องมองตรงประตู แล้วแม็กไซน์ก็โผล่ออกมาในชุดเสื้อคลุมอาบน้ำสีซีด

"จาอีน..? เธอมาทำอะไรที่นี่..?" เธอถาม

ฉันไม่รู้จะโกหกยังไง ก็เลยบอกความจริงแก่เธอไป..

"เอ่อ..! ฉันกำลังสอบสวนคดีของเฟรนช์ชี่อยู่น่ะ"

เธอกระพริบตาอย่างงง ๆ..

"ฉันไม่เข้าใจ.. ฉันคิดว่าเธอเป็นนักเขียนเสียอีก"

"ก็ใช่จ้ะ.. แต่ฉันก็ทำงานสอบสวนส่วนตัวเล็ก ๆน้อย ๆด้วย.. เธอจะรังเกียจไหมถ้าฉันจะขอเข้าไปหน่อย..?"

** บริษัทผู้ผลิตลิฟท์ชื่อดัง*

*** ชื่อแฮมเบอร์เกอร์ยักษ์ที่มีน้ำหนักถึง 1/4 ปอนด์ ของแม็คโดนัลส์*

ฉันว่าเธอต้องรังเกียจแน่ๆเลย เพราะเธอยืนคาประตูอยู่แบบนั้นปิดทางฉันเสียมิด

"เสียใจนะ.. ฉันรู้อะไรก็บอกตำรวจไปหมดแล้ว"

นี่แหละหนา.. พอบอกความจริงไปก็เป็นแบบเนี้ย..!

และก่อนที่เธอจะปิดประตูใส่หน้าฉัน ฉันก็รู้สึกเหมือนมีอะไรนุ่มๆ มาพันอยู่ที่ข้อเท้า พอฉันก้มมองก็เห็นแมวแก่สีเทาตัวหนึ่ง ฉันรีบช้อนมันขึ้นมากอดไว้ในอ้อมแขนทันที

"อุ๊ย..! น่ารักอะไรอย่างนี้" ฉันร้องเสียงเล็กเสียงน้อย เดาว่ามันคงได้กลิ่นควอเตอร์ พอนเดอร์ จากลมหายใจของฉันแน่ เพราะมันเริ่มใช้จมูกดุนแก้มฉันเบาๆ

"นั่น.. เจ้าสปาคเกิ้ลส์" แม็กไซน์บอก พลางยิ้มให้แมวของเธออย่างยอมตามใจ..

"มันชอบเธอมากเลยนะ"

"รู้สึกเหมือนกันเลยจ้า.." ฉันพูด ก่อนเกาแถวๆข้างหูให้มัน..

"น่ารักจะตาย"

ใช่..! ถึงฉันจะเอาใจแม็กไซน์ แต่ฉันก็ไม่ได้พูดปด.. ฉันว่าแมวทุกตัวก็น่ารักทั้งนั้นแหละ ไม่เว้นแม้แต่เจ้าสปาคเกิ้ลส์

"เธอเชื่อไหมว่ามันอายุสิบแปดขวบแล้วนะ..?"

ที่จริงฉันก็เชื่ออยู่หรอก แต่ก็แกล้งทำเป็นประหลาดใจไปงั้น

"ฮ้า..! จริงเหรอ..?"

แม็กไซน์พยักหน้าเศร้าๆ..

"ตอนนี้มันเป็นโรคข้ออักเสบ หมอบอกว่าทำอะไรไม่ได้แล้วด้วย"

"เธออยากได้ชื่อสัตวแพทย์ของฉันไหมล่ะ..? เขาเก่งนะ"

"เธอเลี้ยงแมวด้วยเหรอ..?"

"ใช่สิ..! สุดที่รักของฉันเลยละ"

ถึงตอนนี้ อาการลังเลของแม็กไซน์เริ่มละลายลงแล้ว เพราะฉันก็เป็นคนรักแมวเหมือนกับเธอ

"เข้ามาก่อนสิ.." เธอเอ่ย..

"ฉันกำลังจะชงชาพอดีเลย"

ฉันเดินตามแม็กไซน์เข้าไปทั้งๆที่ยังอุ้มเจ้าสปาคเกิ้ลส์อยู่ในอ้อมแขน ก่อนจะมองไปรอบๆ.. สถานที่แห่งนี้ถูกตกแต่งไว้ด้วยเฟอร์นิเจอร์ขนสัตว์สีน้ำตาล แบบที่เห็นได้จากร้านเช่าเฟอร์นิเจอร์โดยทั่วไป ฉันว่ามันยากที่จะเชื่อว่ามีคนอยากซื้อเฟอร์ที่ไม่น่าสนใจแบบนี้ มันเหมือนแต่งห้องด้วยข้าวโอ๊ตยังไงไม่รู้..

"ตามสบายนะจ๊ะ.. ฉันจะไปเสียบปลั๊กกระติกน้ำร้อนก่อน" แม็กไซน์กล่าว

เธอกระวีกระวาดเข้าไปในครัว ส่วนฉันก็นั่งลงบนโซฟาข้าวโอ๊ตนั่นโดยที่ยังมีสปาคเกิ้ลส์อยู่ในอก และมันก็จ้องมองฉันด้วยแววตาเลื่อมใสศรัทธาไม่น้อย ไม่เห็นเจ้าโพรแซ็คจะอยากทำแบบนี้กับฉันบ้างเลย..

สปาคเกิ้ลส์และฉันนั่งกอดกันอยู่อย่างนั้นเหมือนรักกันเสียเต็มประดา จนแม็กไซน์กลับมาพร้อมกับจานคุ๊กกี้มาลโลมาร์ในมือ

"สักชิ้นไหม..?" เธอถาม พลางยื่นจานขนมมาตรงหน้า

"ขอบใจจ้ะ.. นี่ของโปรดเลยนะเนี่ย.." ฉันตอบ

"ฉันก็ชอบเหมือนกันจ้ะ" เธอยิ้มอายๆแล้วทรุดตัวลงนั่งบนเก้าอี้สีน้ำตาลขุ่นยี่ห้อเลซี่บอยที่อยู่ตรงข้าม

สปาคเกิ้ลส์บิดขี้เกียจแล้วลุกจากแขนฉันไปหาแม็กไซน์ช้าๆ หญิงสาวจึงอุ้มมันขึ้นมาวางไว้บนตักอย่างรักใคร่

"สปาคเกิ้ลส์ของแม่.. สบายไหม.. สบายไหม..?" เธอทำเสียงหยอกเย้าเจ้าแมวตัวโปรดเหมือนเวลาที่ผู้ใหญ่ทำเสียงล้อเลียนเด็ก เฮ้อ..! คนรักแมวทั้งโลกเป็นอย่างนี้กันหมดหรือไงนะ..

"เรื่องของเฟรนช์ชี่นี่ต้องถือว่าเป็นโศกนาฏกรรมเลยเน้อะ..?" ฉันพยายามเริ่ม

"ใช่..!" เธอตอบ เหมือนสะท้อนคำของฉันเสียงแข็ง..

"โศกนาฏกรรม"

อยากจะบ้า..! ฉันว่านี่ไม่น่าจะใช่ลักษณะการตอบสนองของคนที่ได้รับผลกระทบจากความเศร้าเลย แม็กไซน์เป็นเพื่อนคนเดียวของเฟรนช์ชี่ในห้างแพสชั่นส์ และก็เป็นอยู่แค่คนเดียวเท่านั้น.. ซึ่งมันก็น่าจะทำให้เธอดูเศร้ามากกว่านี้สักหน่อย

"เธอว่าใครเป็นคนทำน่ะ..?"

"อืม.. เธอก็ได้ยินนี่ ว่าเบ็คกี้อยากจะเห็นศพเฟรนช์ชี่วางโชว์เป็นดิสเพลย์ด้วย"

"เธอคงไม่คิดว่าเบ็คกี้จะสามารถฆ่าใครได้จริงๆใช่ไหม..?"

"เธอต้องประหลาดใจเรื่องขีดความสามารถในการฆ่าของคนบางคนแน่" เธอเกาพุงให้สปาคเกิ้ลส์ช้าๆ.. แต่หนักหน่วง..

"ฉันเรียนมันมาอย่างยากลำบาก"

"เธอหมายความว่ายังไง..?"

แต่เธอก็ไม่ได้ตอบ เพราะกาน้ำที่ตั้งไว้เกิดเดือดแล้วส่งเสียงร้องขัดจังหวะพอดี

"เดี๋ยวฉันมานะ" เธอวางเจ้าแมวชราลงบนเก้าอี้เลซี่บอยตัวนั้น ก่อนเดินหายเข้าครัวไป

ฉันจึงอยู่เพียงลำพังในห้องรับแขก.. และสอดส่ายสายตาไปรอบๆ เพื่อมองหาสิ่งที่จะบอกถึงชีวิตส่วนตัวของแม็กไซน์ได้ แต่ก็ไม่พบอะไร.. ไม่มีของแต่งบ้านกระจุกกระจิก.. ไม่มีของที่ระลึกเวลาไปเที่ยว.. ไม่มีกรอบรูปไว้โชว์ภาพคนที่รักสักอัน ทั้งห้องมีแต่เฟอร์นิเจอร์ใช้สอยไร้สิ่งประดับยังกับห้องพักตามโรงแรมข้างทางงั้นแหละ

ฉันเดินไปที่หิ้งหนังสือไม้โอ๊คหิ้งเล็กๆ แล้วกวาดสายตามองหนังสือบนนั้นด้วยความรวดเร็ว ไม่มีอะไรน่าสนใจมากนัก นอกจากหนังสือบัญชีสองสามเล่มและนิตยสารคุณภาพอย่างรีดเดอร์ ไดเจสท์ อีกกองหนึ่ง

ตอนที่ฉันกำลังจะเดินกลับมานั่งที่โซฟา ก็บังเอิญเหลือบไปเห็นหนังสือรวมชุดปกหนังสีน้ำตาลเล่มหนึ่งเสียบอยู่ระหว่างหนังสือคลาสสิคสองเล่ม เมื่อฉันดึงมันออกมาจึงได้รู้ว่าเป็นอัลบั้มรูป..

ฉันถือมันกลับมาที่โซฟาแล้วเริ่มเปิดดูทีละหน้า มันไม่ได้มีภาพอะไรมากมายนัก นอกจากรูปถ่ายติดบัตรหน้าตรงสองภาพของชายหญิงคู่หนึ่งที่กำลังฉีกยิ้มกว้างอย่างร่าเริง อาจจะเป็นพ่อแม่ของแม็กไซน์กระมัง.. ที่เหลือก็เป็นรูปแม็กไซน์ในช่วงวัยต่างๆ ที่ดูเตาะแตะในวัยเด็ก.. เงอะงะเมื่อโตขึ้นมาหน่อย และงุ่มง่ามเมื่อเป็นสาวสะพรั่ง..!!

นอกจากรูปของแม็กไซน์และพ่อแม่แล้ว ในอัลบั้มนั้นก็ไม่มีใครอีกนอกจากรูปแมวเป็นโหล น่าสงสารแม็กไซน์จริงๆ.. ช่างเป็นชีวิตที่โดดเดี่ยวเดียวดายเหลือเกิน ฉันกำลังจะปิดอัลบั้มแล้วเอาไปเก็บที่ชั้นวางอยู่แล้วเชียว แต่พอดีรูปภาพๆหนึ่งได้ปลิวตกลงมาที่พื้นเสียก่อน มันเป็นภาพของแม็กไซน์ ที่ชายหาดกำลังยิ้มให้กล้อง และเป็นครั้งแรกที่ฉันเห็นว่าเธอไม่ได้ถ่ายรูปคนเดียว.. แต่ยืนคล้องแขนอยู่กับเฟรนช์ชี่ อย่างน้อย.. ฉันก็คิดว่าต้องเป็นเฟรนช์ชี่นั่นแหละ เพราะฉันจำไม้กางเขนสีทองแบบมอลทีสที่ห้อยอยู่บนหน้าอกได้ แต่ก็ไม่แน่ใจนัก.. เพราะบริเวณใบหน้าไปจนถึงลำคอของคนในรูปนั้นมีรอยขีดข่วนปรากฎอยู่เต็มไปหมด จนทำให้มองเห็นหน้าคนในรูปได้ไม่ถนัด

"เธอคิดว่าเธอกำลังทำอะไรน่ะ..?"

ฉันหันกลับมาเห็นแม็กไซน์.. แก้มเธอแดงก่ำด้วยความโกรธ

"ฉันก็แค่ดูรูปในอัลบั้มเท่านั้นเอง" ฉันพูดตะกุกตะกัก..

"ไม่คิดว่าเธอจะหวง"

"ฉันหวงแน่" พูดพลางกระชากรูปนั้นออกไปจากมือฉัน

"คนในรูปที่ถ่ายกับเธอน่ะ.." ฉันพูด..

"เฟรนช์ชี่ใช่ไหม..?"

"ใช่..! เฟรนช์ชี่" น้ำเสียงขมขึ้นอย่างปิดไม่มิด

"ฉันไม่เข้าใจ.. ฉันคิดว่าเธอชอบเขาเสียอีก"

"ใช่..! ฉันเคยชอบ"

เธอทิ้งตัวลงบนเก้าอี้อย่างหงุดหงิดและผิดหวังในขณะที่สปาคเกิ้ลส์ร้องเหมียวๆอยู่แทบเท้า มันทั้งแก่และเจ็บตามข้อเกินกว่าที่จะกระโดดขึ้นไปนั่งบนตักเธอไหว

"อยากระบายให้ฉันฟังไหมจ๊ะ..?" ฉันเอ่ยถาม

เธอลังเลและดูใจสั่น ฉันจึงยิ้มให้ด้วยรอยยิ้มที่เต็มไปด้วยความเห็นอกเห็นใจอย่างที่สุด ซึ่งฉันไม่ได้เสแสร้งแกล้งทำเลยแม้แต่น้อย ตอนนั้น.. เพียงแค่นึกถึงอัลบั้มรูปที่ว่างเปล่าจนน่าเศร้า ฉันก็รู้สึกเสียใจไปกับเธอแล้ว และเดาว่าเธอคงเริ่มไว้ใจฉัน เพราะในที่สุด เธอก็ยอมสาวไส้ออกมาให้ฉันได้ฟังจนหมด..

"ฉันไม่เคยมีเพื่อนเยอะแยะมาก่อนเลย" เธอเริ่มเล่า ก่อนอุ้มเจ้าแมวชราจัวนั้นขึ้นมาไว้บนตัก

"ฉะนั้น พอเฟรนช์ชี่เข้ามาทำงานที่แพสชั่นส์ แล้วเริ่มชวนให้ฉันไปกินอาหารกลางวันกับเธอ ฉันก็ตื่นเต้น.. เฟรนช์ชี่น่ะเป็นทุกสิ่งที่ฉันไม่สามารถจะเป็นได้ ทั้งสวย มั่นใจในตัวเอง และรอบรู้ไปเสียหมด ฉันแทบไม่อยากเชื่อเลยว่าเธอจะเลือกฉันเป็นเพื่อน.. เมื่อก่อนนี้.. นานมาแล้ว.. เรากินมื้อเที่ยงด้วยกัน กินมื้อเย็นด้วยกัน ไปดูหนังด้วยกัน และบางทีก็ไปช้อปปิ้งด้วยกันด้วยซ้ำ และนั่นก็เป็นครั้งแรกในชีวิตของฉัน มันทำให้ฉันรู้สึกพิเศษ"

เธอยิ้มเมื่อนึกถึงความทรงจำเก่าๆ

"จากนั้น วันหนึ่งเราก็ไปกินมื้อค่ำที่ชายหาดด้วยกัน และเฟรนช์ชี่ก็เล่าแผนการณ์ของเธอให้ฉันฟัง เธอบอกว่ามันเป็นเรื่องง่ายมากที่จะปลอมบัญชีของเกรซขึ้นมา แล้วทำให้มันดูเหมือนโกงภาษี แล้วเธอก็จะใช้บัญชีปลอมนั้นแหละไปแบล็คเมล์เกรซให้ขายห้างให้เธอ เฟรนช์ชี่บอกว่าเกรซเป็นพวกตกยุคและตามกระแสโลกไม่ทัน ตอนนี้จึงถือว่าเหมาะที่จะจัดการเสียก่อนที่เกรซจะทำให้ห้างตกต่ำ..

ตอนแรกฉันก็ปฏิเสธ มันไม่มีทางที่ฉันจะทำอย่างนั้นกับเกรซไปได้ แต่เฟรนช์ชี่ก็บอกว่าถ้าฉันทำก็นับเป็นการช่วยเกรซทางหนึ่ง เธอบอกฉันว่าเกรซไว้ใจให้เธอรับช่วงต่อเพราะเกรซเองก็เป็นโรคหัวใจ ขืนยังปล่อยให้ทำธุรกิจต่อไป เกรซก็อาจจะตายเพราะความเครียด

เมื่อฉันยังคงลังเล เธอก็บอกว่าถ้าเธอได้เป็นเจ้าของห้างคนใหม่เมื่อไหร่ เธอจะขึ้นเงินเดือนให้ฉันเป็นสองเท่า ตอนนั้นฉันคงเสียสติไปแน่ ๆ ที่รับปากเฟรนช์ชี่ไปจนได้ เฟรนช์ชี่เขามักจะมีวิธีให้ฉันยอมทำในทุกสิ่งที่เขาต้องการเสมอ"

ฉันอดที่จะนึกถึงโอเว่น กับสิ่งที่เขาเล่าให้ฟังว่าเขามักจะตกอยู่ใต้อาณัติของภรรยาไม่ได้ เห็นได้ชัดเลยว่าเขาไม่ใช่คนเดียวที่หลงเสน่ห์ของเธอ

"ฉันรู้ว่ามันเป็นเรื่องที่ไม่ถูกต้อง" แม็กไซน์พูดต่อ..

"แต่ฉันก็ทำมันลงไปแล้ว คืนที่ลงมือปลอมเอกสาร ฉันก็อยู่ที่ห้างจนดึก เกรซไม่ได้สงสัยอะไรเพราะฉันเองก็อยู่ทำงานดึกบ่อย ๆ พอฉันจัดการเอกสารเสร็จเฟรนช์ชี่ก็ใช้เป็นเครื่องต่อรอง เธอบอกกับเกรซว่าถ้าไม่ขายห้างให้เธอในราคาถูกแล้วละก็ เธอจะแฟ็กซ์เอกสารเหล่านี้ไปให้สรรพากร เกรซนั้นถูกโจมตีจากทิศทางที่มองไม่เห็น เธอรู้ว่าเฟรนช์ชี่สามารถทำเรื่องแบบนี้ได้จริง ๆ ก็เลยยอมขายห้างให้เฟรนช์ชี่ในราคาเพียงห้าเหรียญแล้วประกาศเกษียณตัวเอง

วันนั้นคุณก็อยู่ที่นั่นด้วยนี่.. เห็นไหมล่ะว่าเธอมืนขนาดไหน.. หลัง

จากนั้น ฉันเข้าไปในออฟฟิศของเฟรนช์ชี่เพื่อจะชวนเธอไปกินอาหารกลางวันด้วยกัน เพราะฉันก็จองโต๊ะฉลองให้ที่ร้านโฟร์ ซีซั่นส์ แล้วด้วย"

พูดจบแม็กไซน์ก็มีสีหน้าเจ็บปวดกับสิ่งที่เธอกำลังจะเล่าต่อไป..

"เฟรนช์ชี่มองฉันอย่างกับเป็นตัวแมลงสาบที่เดินปัดเป๋ออกมาจากท่อน้ำทิ้งงั้นแหละ เธอบอกว่าจะไม่ไปกินกลางวันกับฉันไม่ว่าจะในวันนั้น.. หรือวันไหนๆอีกต่อไป.. เพราะเธอเบื่อที่จะไปไหนมาไหนกับฉันจนแทบจะน้ำตาร่วงอยู่แล้ว และนอกจากเธอจะไม่ขึ้นเงินเดือนให้ฉันแล้ว เธอยังไล่ฉันออกอีกด้วย ฉันแทบไม่เชื่อหูตัวเองตอนที่เธอบอกว่าเกรซไม่ได้เป็นโรคหัวใจสักนิด แถมยังแข็งแรงอย่างกับม้าลากอีกต่างหาก และนั่น.. ฉันถึงได้รู้ตัวว่าไปทำเซ่อซ่าให้เขาหลอกเอาจนได้

ฉันบอกเธอว่าฉันจะแจ้งตำรวจ แต่เธอกลับหัวเราะใส่หน้าแล้วบอกว่าฉันต่างหากที่เป็นคนปลอมเอกสาร.. ไม่ใช่เธอ.. และหากมีอะไรเกิดขึ้นกับเธอ เธอก็จะลากฉันเข้าซังเตไปด้วย.. โอ้..! สปาคเกิ้ลส์ เอ๊ย.. นี่ฉันโง่เง่าขนาดนั้นเลยหรือ..?" เธอกล่าว พลางก้มหน้าลงซบกับปุยขนนิ่มๆของเจ้าเหมียว

จากนั้น แม็กไซน์ก็เริ่มร่ำไห้ สะอึกสะอื้นเสียจนร่างเล็กแบบบางนั้นตัวโยนไปมา ฉันรีบขยับเข้าไปใกล้แล้วยกมือขึ้นโอบไหล่เธอไว้

"อย่าร้องไห้ไปเลยนะ.. เฟรนช์ชี่น่ะเป็นคนชั่วร้าย เธอน่ะไม่ได้โง่หรอกที่เชื่อเขา เธอมันก็แค่มนุษย์ปุถุชนคนหนึ่งเท่านั้นเอง"

เธอจ้องมองฉันด้วยดวงตาที่แดงก่ำ

"เธอพูดถูก.. เฟรนช์ชี่น่ะ 'เคย' เป็นคนชั่วร้าย.. แล้วเธอรู้อะไรไหม..? ฉันดีใจที่เธอตายไปเสียได้ แต่ฉันไม่ได้ฆ่าเธอนะ สาบานได้.."

"อืม.. เธอจะรังเกียจไหมถ้าฉันจะถามว่าคืนที่มีการฆาตกรรมน่ะเธออยู่ที่ไหน..? จะได้เอาไว้เป็นข้อมูลเท่านั้นเอง.."

"ได้สิ.. ไม่รังเกียจหรอก.. คืนนั้นฉันอยู่บ้าน แล้วสปาคเกิ้ลส์กับ

ฉันก็นั่งดูเดอะ เวย์ วี เวอร์ หนังโปรดของเราอยู่ด้วยกัน.. ใช่ไหมสปาคเกิ้ลส์..?"

สปาคเกิ้ลส์หาวหวอด.. ฉันว่ามันต้องไม่ใช่แฟนของโรเบิร์ต เรดฟอร์ดแน่เลย..

"อืม.. ฉันกลับก่อนดีกว่า ขอบใจมากนะจ๊ะที่สละเวลาให้วันนี้" ฉันเอ่ยขึ้น

ฉันให้ชื่อสัตวแพทย์ประจำตัวโพรแซ็คแก่แม็กไซน์ ก่อนที่เธอจะเดินมาส่งฉันที่หน้าประตูทั้งยังอุ้มเจ้าสปาคเกิ้ลส์อยู่

"ไปก่อนนะ.. สปาคเกิ้ลส์" ฉันยื่นมือไปเกาข้างหูมันเป็นครั้งสุดท้าย

ด้วยความที่ไม่อยากเสี่ยงใช้ลิฟท์จากอเวจีนั่น ฉันเลยตัดสินใจลงบันไดแทน.. เสียงก้าวลงบันไดแต่ละขั้นดังก้องสะท้อนอยู่ในช่องทางลงโล่ง ๆนั้น และอดที่จะคิดไม่ได้ว่านี่ฉันเพิ่งจะแบ่งคุ๊กกี้มาลโลมาร์กันกินกับฆาตกรหรือเปล่า..?

จริงอยู่..ที่ดูเหมือนว่าหญิงสาวตัวเล็ก ๆซึ่งขี้กลัวขี้อายอย่างแม็กไซน์จะไม่น่าฆ่าใครได้ และไม่น่าแข็งแรงพอที่จะกระทุ้งรองเท้าส้นกริชข้างนั้นเข้าคอหอยของเฟรนช์ชี่ได้ด้วย แต่ธรรมชาติของคนเราก็มักจะทำอะไรได้เสมอในเวลาที่เครียดจัดหรือตกใจสุดขีด ดูอย่างเรื่องเล่าของพวกที่วิ่งแบกตุ่มแบกตู้เย็นเวลาไฟไหม้ดูสิ ฉันเห็นวิธีที่เธอขูดขีดรูปของเฟรนช์ชี่ในอัลบั้มนั้นแล้วเสียวไส้ แล้วจะให้แน่ใจได้ยังไงว่าเธอไม่ได้ปล่อยรังสีอำมหิตออกมาในชีวิตจริงได้ด้วย..?

ตอนที่ขับรถกลับบ้าน อยู่ ๆฉันก็รู้สึกอยากกินไก่ย่างขึ้นมาทันควัน..

เมื่อครั้งที่ยังเป็นเด็กนั้น ฉันเติบโตขึ้นแถบเมืองเฮอร์มาโซ บีช พ่อทำไก่ย่างกับมันฝรั่งบดให้เรากินในทุกคืนวันอาทิตย์ พ่อเป็นพ่อครัวประจำบ้านที่ทำอร่อยเสมอ แม้ว่าควรจะมีอะไรที่ต้องเน้นเป็นพิเศษอย่างการล้าง

ผักก็ตาม และนั่นคือเหตุผลที่ทำไมเราถึงเจอคราบน้ำยาล้างผักปาล์มโอลีฟในมันฝรั่งบดอยู่เรื่อย แต่ไก่ของพ่ออร่อยจริง ๆนะ.. กรอบนอก.. นุ่มใน.. และน้ำซ้อสก็ฉ่ำซึมอยู่ทั่วตัว.. นึกถึงทีไรก็ให้อยากน้ำลายไหลทุกครั้ง

ฉะนั้น ฉันก็เลยแวะร้านเกลสันส์ ซึ่งเป็นซูเปอร์มาเก็ตในฝันที่คุณสามารถจะเข้าไปหาซื้อของที่ต้องการได้อย่างครบครันทุกสิ่ง จนสามารถเดินออกมาพร้อมกับไก่โรสแมรี่ย่างมะนาวที่สุดแสนจะอร่อยล้ำ.. ใช่..! ฉันรู้สถานะทางการเงินของฉันดีละน่าว่าควรจะเลือกเอาไก่แบบที่ลดราคาแต่ตอนนั้นท้องมันร้องจ๊อก ๆแล้วนี่.. ไม่สนหรอก..

ฉันหอบไก่อันล้ำค่านั้นกลับมาขึ้นรถขับกลับบ้าน กลิ่นไก่ย่างหอมเตะจมูกไปทั่วทั้งคัน จนต้องบังคับตัวเองแทบแย่ที่จะไม่ฉีกมันกินเสียก่อนตั้งแต่เมื่อรถติดไฟแดงแรก ซึ่งฉันก็คุมตัวเองอยู่ และตัดสินใจที่จะรับ-ประทานอาหารเย็นตามวิถีของคนที่ 'ศิวิไลซ์' แล้ว.. ที่โต๊ะอาหาร.. พร้อมกับไวน์ชาร์ดอนเนต์สักแก้ว และเปิดดนตรีอันเสนาะหูของโทนี่ เบนเน็ตต์คลอไปด้วยกัน

"ดูสิจ๊ะคนดี.. แม่ซื้ออะไรมาเป็นอาหารค่ำเอ่ย..?" ฉันบอกโพรแซ็คอย่างอารมณ์ดีในทันทีที่เดินเข้าบ้าน

"ไก่ย่างอร่อยเลิศไงคะลูก.."

มันเข้ามาดมอย่างชอบใจก่อนโดดขึ้นมาอยู่ข้าง ๆฉัน ดูมันจะรักฉันมากเลยตอนที่หอบถุงไก่ย่างนั้นไว้ในอ้อมแขน

"ไม่ต้องห่วงนะลูก เดี๋ยวแม่ตัดให้หนูชิ้นโต ๆเลย"

เจ้าโพรแซ็คเหมียว ๆเสียงดัง..

"เอาแต่เนื้อนะ.. หนังไม่เอา.."

มันต้องพยายามบอกฉันแบบนั้นแน่

ฉันวางถุงไก่ลงบนเคาน์เตอร์ แล้วเดินไปรินชาร์ดอนเนต์ให้ตัวเองแก้วหนึ่ง จากนั้นก็ไปจัดโต๊ะอาหารวางผ้ารองจานและผ้ากันเปื้อน ก่อน

เปิดเพลงของโทนี่อย่างสุนทรีย์ ฮะแฮ่ม..! สงสัยฉันคงต้องทำอะไรที่มัน 'ศิวิไลซ์' แบบนี้บ่อย ๆแล้ว

ฉันคิดว่าจะนั่งจิบไวน์พักผ่อนสักครู่ก่อนลงมือรับประทานอาหารเย็นจริง ๆ แบบที่ผู้เจริญแล้วเขาชอบทำกัน แต่กลิ่นไก่มันก็ยั่วยวนจนเหลือประมาณ..

กำลังว่าจะฉีกถุงออกมากินอยู่เชียว ก็พอดีมีเสียงโทรศัพท์ดังขึ้น ฉันถลาไปที่ห้องรับแขกแล้วรับสายอย่างรวดเร็ว นี่ถ้าเป็นพวกขายของทางโทรศัพท์ละก็ แม่จะกรี๊ดใส่หูเสียให้หนวกไปเลย

เสียงแปลก ๆเสียงหนึ่งดังมาตามสาย..

"สวัสดีครับ.. นี่ผม แดร์เรลล์ ซิมม์ พูดนะ"

บ้าเอ๊ย..! ไอ้พวกขายตรงทางโทรศัพท์จริงด้วย

"ไม่ว่าคุณจะโทร.มาขายอะไร ฉันก็ไม่เอาทั้งนั้นแหละ"

"ผมไม่ได้มาขายอะไรนะครับ เราเจอกันเมื่อคืนก่อนที่งานเดทสายฟ้าแลบไง จำได้ไหม..? ผมคนที่ชอบแล่นเรือไงครับ"

ฉันจำได้กระท่อนกระแท่นถึงชายคนที่โม้เรื่องเรืออยู่ไม่รู้จักหยุดจักหย่อน

"คุณได้เบอร์ฉันมายังไงน่ะ..?"

"จากเดทสายฟ้าแลบครับ ผมเป็นคนหนึ่งที่คุณกากบาทว่าโอ.เค. ไง"

แต่ฉันไม่ได้ติ๊กชื่อใครเลยนี่นา.. ยิ่งถ้าเป็นคนที่สนใจก็ต้องจำได้สิ นี่พวกเดทสายฟ้าแลบแปล๊บ ๆปัญญาอ่อน ต้องได้เบอร์ฉันมาด้วยความเข้าใจผิดแน่

"เอิ่ม.. ม..! คุณอยากจะออกไปแล่นเรือชมพระอาทิตย์ลับขอบฟ้ากับผมไหมครับ..?"

พอฉันกำลังจะตอบปฏิเสธ ในสมองก็ดันนึกแว้บไปที่ภาพของแม็กไซน์กำลังนั่งอุ้มสปาคเกิ้ลส์เอนหลังพิงอยู่บนเก้าอี้ข้าวโอ๊ตตัวนั้น

เฮ้อ..! นี่ฉันอยากจะเป็นอย่างเธอหรือไงนะ..? เป็นผู้หญิงเศร้า.. โดดเดี่ยว.. และมีแค่แมวเป็นเพื่อนอยู่ตัวเดียว.. แล้วนี่ตอนนี้ก็มีหนุ่มสมบูรณ์แบบมาขอให้ฉันออกไปแล่นเรือด้วยกัน.. ชมพระอาทิตย์ตกบนเรือลำโก้เสียด้วย.. โอ๊ย..! หวานจัง.. แต่เอ..! แล้วทำไมคืนนั้นเขาดูน่าเบื่อขนาดนั้นล่ะ..? เขาอาจจะประหม่าก็ได้เนาะ..?

คานดิพูดถูก ฉันต้องไม่ปล่อยให้ประสบการณ์ชีวิตคู่เน่า ๆกับความผิดพลาดมาบั่นทอนความสุขข้างหน้า ฉันต้องเริ่มให้โอกาสพ่อหนุ่มคนนี้หน่อยแล้ว..

"เอ่อ..! ก็ฟังดูเข้าทีนะคะ"

เราตกลงนัดกันวันอาทิตย์สี่โมงเย็นที่อู่จอดเรือ ฉันวางหูโทรศัพท์ลงด้วยความภูมิใจ และถ้าฉันจะทำให้ตัวเองดู 'ศิวิไลซ์' มากขึ้น ก็คงต้องเริ่มเปิดตัวออกไปพบกับอะไรใหม่ ๆภายนอกเสียบ้าง ซึ่งบางทีออกไปแล้วอาจทำให้ฉันน้ำหนักลดลงสักสิบปอนด์ก็ได้ แต่ช่างหัวไอ้น้ำหนักสิบปอนด์นั่นก่อนเหอะ ตอนนี้ฉันมีไก่ย่างที่จะต้องไปฟาดเสียให้เรียบ แต่พอกำลังจะเดินกลับไปกินไก่ก็มีเสียงโทรศัพท์ดังขึ้นอีก

ต้องเป็นอย่างนี้ทุกทีสิน่า..! เหมือนเวลาที่คุณทำงานอยู่ครึ่ง ๆกลาง ๆแล้วมีอะไรมาขัดจังหวะน่ะ ฉันละแทบอยากจะจ้างคนโทร.สักล้านเหรียญ ให้หยุดโทร.เสียที.. ทำไมหนอ..? ฉันเกิดจะต้องมา 'ฮอต' เสียยิ่งกว่าพวกสาวผมทองตาสีฟ้าตามศูนย์กีฬา เอาอีตอนที่มีไก่ย่างนอนรออยู่ด้วยก็ไม่รู้.. เฮ้อ..!

"ว่าไง..? ใครอีกเล่า..?" ฉันเห่าดังลั่น

"เฮ้ย..! อย่ากัดหัวฉันนะ ฉันเอง.. คานดิ"

"คานดิ..? เพิ่งมีเรื่องแปลกที่สุดเกิดขึ้นกับฉันล่ะ มีหนุ่มเดทสายฟ้าแลบคนหนึ่งเพิ่งโทรมาชวนฉันไปออกเดท ฉันว่าเขาต้องได้เบอร์ฉันมาผิด ๆแน่เลย"

เสียงในสายนั้นเงียบไปทันที..

"คานดิ.. ฟังอยู่หรือเปล่า..?"

"ฮื่อ..! ฟังอยู่.. จริงๆแล้วคนที่เดทฟ้าแลบนั่นไม่ได้ให้เบอร์เธอกับเขาหรอก.. ฉันเป็นคนให้ไปเองแหละ.."

"อะไรนะ..?"

"ตอนที่เธอลุกไปเข้าห้องน้ำ ฉันแอบเปลี่ยนที่เธอติ๊กว่าไม่ถูกใจเป็นถูกใจไปหลายคนทีเดียว"

"เธอทำอย่างนั้นทำไม..? ไหนบอกว่าคนพวกนี้มีแต่ห่วยๆไง"

"ฉันไม่ได้บอกว่าพวกเขาห่วยนะ ฉันแค่บอกว่าพวกเขาทึ่มต่างหาก"

"จะห่วย.. จะโง่.. หรือทึ่ม.. อะไรก็ช่างเหอะ.. แต่เธอเอาเบอร์ฉันให้เขาไปทำไม..?"

"ก็.. ฉันว่าในกรณีของเธอเนี่ย.. ได้ตาทึ่มมาก็ยังดีกว่าไม่ได้ใครเลยนะ"

"เธอหมายความว่าไง.. ที่ว่า 'กรณีของฉัน' น่ะฮึ..?"

"ฉันก็แค่อยากให้เธอได้ออกจากบ้านบ้างแค่นั้นเอง เธอน่ะใช้เวลาอยู่กับโพรแซ็คมากไปแล้วนะ"

"ไม่ใช่สักหน่อย" ฉันเถียง พลางปัดขนแมวออกจากเสื้อชั้นใน

"อีกอย่างนะ.." คานดิพูดต่อ..

"ถึงคนพวกนั้นจะดูทึ่มกันขนาดไหนก็ตาม แต่มันก็ไม่ได้หมายความว่าเขาจะทึ่มจริงๆนี่นา เธอใช้เวลากับเขาแค่คนละสามนาทีเอง เราไม่ได้มีโอกาสที่จะได้เรียนรู้เขาจริงๆสักหน่อย"

ฉันต้องยอมรับในจุดนั้น แต่ถึงงั้นก็ยังคงรู้สึกรำคาญอยู่ดี.. และเท่าที่เธอรู้จัก ก็มีอยู่คนหนึ่งที่บื้อเข้าขั้นจนน่าจะจับไปปาดคอเสียให้รู้แล้วรู้รอด และพอฉันกำลังจะว่าอ้าปากว่าเพื่อนเสียให้เจ็บแสบ เสียงสายเรียกซ้อนในโทรศัพท์ก็ดังขัดจังหวะขึ้นพอดี

"นี่..! ฉันมีสายเรียกซ้อนเข้ามา แค่นี้ก่อนนะ.. ไว้ค่อยคิดบัญชีกับเธอทีหลัง คอยดูละกัน.."

ฉันสลับสายมารับอีกสายหนึ่ง.. เบ็คกี้น่ะเอง..

"โอ้..! จาอีน.. ฉันมีข่าวร้ายอีกอย่างจะบอก ตำรวจมีพยานที่เห็นรถของฉันจอดอยู่ด้านนอกห้างแพสชั่นส์ คืนที่มีการฆาตกรรมด้วย"

"แต่นั่นมันเป็นไปไม่ได้..! เธอไม่ได้อยู่ที่นั่นนี่"

"ที่จริงแล้ว.." เธอเอ่ยเหนียม ๆ..

"ฉันก็อยู่ที่นั่นแหละ ฉันกลับไปเอาแบบเสื้อที่ออกแบบให้เกรซ เพราะกลัวว่าเฟรนช์ชี่จะไม่ยอมคืนให้ ก็เลยกลับไปที่นั่นราว ๆทุ่มนึงเห็นจะได้ ตอนนั้นห้างปิดแล้วและฉันก็กะว่าเฟรนช์ชี่ก็น่าจะกลับไปแล้วด้วยเหมือนกัน.. ตอนนี้มีคนบอกว่าเห็นฉันที่ลานจอดรถ แล้วเขายังสาบานอีกด้วยนะว่าเห็นฉันที่นั่นตอนสี่ทุ่มครึ่ง ซึ่งตำรวจบอกว่าเวลาที่เฟรนช์ชี่ถูกฆ่าอยู่ในช่วงประมาณสามถึงห้าทุ่มเสียด้วย"

"แล้วตำรวจแน่ใจได้ยังไงว่าไอ้ที่อยู่ในลานจอดรถนั่นเป็นรถเธอจริง ๆ พยานเขาจดหมายเลขทะเบียนรถมาด้วยเหรอ..?"

"รถฉันจำง่ายจะตาย.. เพราะมันเป็นรถเต่าสีส้ม จะได้เข้ากับสีผมของฉันไง แล้วที่ทะเบียนก็เขียนว่า.. `เต่าของเบ็คกี้' ด้วย"

เออ..! ดี..! ทำไมไม่ทิ้งนามบัตรไว้ด้วยเสียเลยเล่า..!!

"แล้วพยานเนี่ยใครกันเหรอ..?" ฉันถาม

"เห็นตำรวจบอกว่าเขาอยู่ชั้นบนของร้านข้าง ๆ.. โอ๊ย..! จาอีน.. เราจะทำยังไงกันดีล่ะทีนี้..?"

น้ำเสียงของเธอดูตื่นกลัวอย่างเห็นได้ชัด

"เธอมีอะไรที่พอจะใช้แก้เครียดได้บ้างไหม..? อาจจะเป็นแวเลี่ยมก็ได้นะ"

"ฉันมีแต่ชาสมุนไพรที่กินก่อนนอนน่ะ"

ชาสมุนไพรก่อนนอนเนี่ยนะ..? นั่นคงเป็นยาระงับประสาทที่แรงที่สุดที่เธอมีในเมืองที่คนอื่นๆเขากระดกยาบ้า.. ยาอี.. ยาเค.. กันเล่นอย่างกับช็อคโกแลตเอ็ม แอนด์ เอ็มส์ ละมั้ง

"คงได้มั้ง.. ลองกินดูก็แล้วกัน" ฉันสั่ง..

"แล้วพรุ่งนี้ฉันจะเข้าไปหาก็แล้วกัน"

ก่อนวางสาย.. ฉันปลอบเบ็คกี้ว่าทุกอย่างจะต้องจบลงด้วยดี.. แต่ฉันโกหก..! เพราะถ้าจะพูดจริงๆ ฉันแคลงใจกับทุกอย่างที่ว่าจะจบลงด้วยดีนั่นแหละ ส่วนพยานคนที่เห็นรถของเบ็คกี้ในเวลาที่มีการฆาตกรรมนั้นเขาต้องดูเวลาผิดแน่ๆ.. ไม่ได้การ.. พรุ่งนี้ฉันต้องลากเขาลงมาคุยกันหน่อยแล้ว ส่วนตอนนี้น่ะเหรอ.. กินไก่ดีกว่า..!

ฉันยกหูโทรศัพท์ออกจากแป้นอย่างไม่รีรอ แล้วโดดข้ามเก้าอี้ไปหาไก่ในทันที

แต่.. โพรแซ็คก็กลายเป็นอสูรร้ายตัวน้อยไปในพริบตาที่ทำเสียฉันหน้าหงาย เพราะมันนอนเขลงอยู่บนเคาน์เตอร์ แถมจมูกสีชมพูสดใสของมันก็มีเนื้อไก่สีขาวๆติดอยู่

"โพรแซ็ค..!" ฉันตวาด..

"นี่แก.. โธ่เว้ย..! ทำได้ไงเนี่ย..?"

"ก็ไม่เห็นยากเลยนี่.."

ดูเหมือนมันจะตอบว่าอย่างนั้น พลางแลบลิ้นเลียปากอย่างท้าทาย

"แม่คงลืมไปมั้งว่าหนูกระโดดขึ้นเคาน์เตอร์ได้เก่งขนาดไหน..!!"

ฉันฉวยไก่ย่างที่เหลือซากเท่าลูกนกมาถือไว้ แล้วสำรวจดูความเสียหาย น่าประหลาดใจมากที่แมวตัวหนึ่งสามารถกินไก่หนักสิบปอนด์เข้าไปได้แบบนั้น ฉันยืนชั่งใจที่จะกินไก่ที่มันเหลือไว้ให้อยู่สักนาที.. แต่ถึงแม้ฉันจะหิวจนไส้กิ่วยังไง ก็ไม่อาจทำใจให้กินไก่ที่มีคราบน้ำลายแมวติดอยู่ไปได้

ฉันห่อไก่ที่เหลือนั้นแล้วเก็บเข้าตู้เย็นไว้ให้โพรแซ็ค ทั้งๆที่พระเจ้าก็น่าจะรู้ว่านั่นไม่เหมาะจะเป็นของมันเลยสักนิด จากนั้น ก็คว้ากล่องซีเรียลมาเทใส่ชาม แล้วยืนกินอยู่ข้างอ่างล้างจานนั่นแหละ..

เฮ้อ..! นี่ละชีวิตอัน 'ศิวิไลซ์'..!!

อีเมล์ที่ได้รับ

ถึง : เจ. ออสเตน

จาก : คุณนายช้อปกระจาย

เรื่อง : พ่อของหนูทำเรื่องที่ไม่น่าเป็นไปได้..!

ลูกจ๋า.. การซ้อมได้เริ่มขึ้นแล้ว และที่แม่อยากบอกหนูก็คือ.. พ่อได้ทำเรื่องที่ไม่น่าเป็นไปได้ขึ้น..! สาบานได้เลยว่าเขาป่วนทุกคนไปทั่ว.. อย่างเขามีบทพูดที่เขาไม่ชอบใจอยู่บทหนึ่งว่า.. *"ดีมากครับท่าน..!"* แต่เขาปฏิเสธที่จะพูดบทนี้ แถมยังเปลี่ยนบทเสียเองตามใจเป็น.. *"ก็แล้วแต่ท่านสิครับ..!"* หรือไม่ก็.. *"ความปรารถนาของท่านคือคำสั่งของกระผม..!"* และ.. *"ได้เลยครับท่าน..!"* พ่อหนูพูดได้ทุกประโยคนั่นแหละ.. ยกเว้น.. *"ดีมากครับท่าน..!"*

และทุกๆอิริยาบทที่เขาแสดง เขาก็จะแสดงเสียเว่อร์ราวกับจะเรียกร้องความสนใจงั้นแหละ และเขาก็ชอบปึงปังเวลาเปิดปิดประตู ฉากหนึ่งที่เขาต้องจุดบุหรี่ให้อลิสแทร์ เขาก็เล่นเสียเกินเหตุ ยกไฟแช็คขึ้นโบกไปมายังกับเป็นไวทยากรควบคุมวงดนตรี กว่าจะหมดลีลาจุดไฟแช็ค อลิสแทร์ก็พ่นควันโขมงไปเรียบร้อยแล้ว

ที่แย่ไปกว่านั้นก็คือเวลาที่อลิสแทร์กับแม่มีฉากหวานด้วยกันแหม..! เราไม่ได้จูบกันจริงๆเสียหน่อย แค่การแสดง.. ลูกก็น่าจะรู้.. แต่ทุกครั้งที่อลิสแทร์เข้ามาใกล้ๆแม่ พ่อของลูกก็จะเริ่มทำเป็นไอ แล้วจ้องเขาด้วยสายตาที่น่าเกลียดมากๆ โอ้ลูกรัก..! มันช่างน่าขายหน้าเหลือเกิน พ่อ

เขาคิดได้ยังไงนะว่าอลิสแทร์มาชอบแม่ คงเป็นเพราะเขาส่งดอกไม้มานั่นเอง แต่จริงแล้ว.. อลิสแทร์ส่งช่อดอกไม้ให้นักแสดงหญิงทุกคนที่เล่นเรื่องนี้.. ถึงงั้น.. พ่อของหนูก็ยังจะคิดอยู่ได้ว่าเขามาทำ 'ร้อนแรง' ใส่แม่ ซึ่งมันไร้สาระจริง ๆ เรามีความสัมพันธ์กันแบบ 'มืออาชีพ' ต่างหาก..!

จาก..

แม่ผู้เคร่งเครียด

ถึง : เจ. ออสเตน

จาก : แดดดี้ โอ.

เรื่อง : หมาป่าในคราบหมาป่า..!

ลูกเชื่อไหมเนี่ยว่า 'ไอ้เจิร์ม' มันหยามมากที่ส่งกุหลาบมาให้แม่หนูเป็นโหลขนาดนั้น..? จริงอยู่.. ที่มันส่งดอกไม้ให้นักแสดงหญิงทุกคนในเรื่องแต่พวกนั้นน่ะได้คาร์เนชั่นนะ.. ไม่ใช่กุหลาบ.. แล้วจะให้พ่อคิดยังไง.. หือ..? ไอ้นี่มันเป็นหมาป่าในคราบหมาป่าจริง ๆ

แล้วลูกเชื่อไหมล่ะว่าแม่เขาตื่นเต้นกับไอ้ช่อดอกไม้บ้านั่นขนาดไหน หนูคงคิดว่าแม่ไม่เคยได้รับดอกไม้มาก่อนเลยสิท่า.. เมื่อวันแม่ปีที่แล้วพ่อยังให้ดอกกุหลาบช่อเบ้อเริ่มกับเขาเลย

ถึง : แดดดี้ โอ.

จาก : เจ. ออสเตน

แต่เอ..! พ่อขา.. หนูว่าไอ้ที่พ่อให้แม่น่ะ มันเป็น 'ที่โกยผง' นะคะ..

ถึง : เจ. ออสเตน

จาก : แดดดี้ โอ.

เรื่อง : ก็นึกว่าให้แล้ว..!

จริงเหรอลูก..? แต่พ่อสาบานนะว่าให้ดอกกุหลาบแม่หนูจริงๆ เอ้อ..! หรือไม่ก็คิดว่าให้แหละน่า อ้อ..! แล้วทุกครั้งที่พ่อให้กุหลาบแม่หนูจริงๆ พ่อก็ให้แค่ดอกสวยๆดอกเดียวพอ ไม่ได้ให้มาเป็นหอบเหมือนไอ้เจิร์มหรอก.. ป่านนี้คงเหี่ยวตายหมดแล้วมั้ง..?

ถึง : เจ. ออสเตน

จาก : คุณนายช้อปกระจาย

ป.ล. : พ่อหนูต้องทำอะไรบางอย่างกับกุหลาบเหล่านั้นแน่ๆ แม่แน่ใจ.. เพราะมันเฉาเรียบเลย ถึงเขาจะสาบานว่าไม่ได้เฉียดใกล้ดอกไม้นั่นเลยก็ตาม แต่แม่ว่าแม่ได้กลิ่นจิน* ในแจกันดอกไม้ด้วยนะ..

** สุราประเภทหนึ่ง ได้จากการกลั่นเมล็ดข้าวกับลูกสนผลเล็กๆ*

บทที่ 15

ร้านค้าที่อยู่ติดกับห้างแพสชั่นส์เป็นร้านตัดผมชื่อเอ็กซ์ตรีม แฮร์ และเขาก็ไม่ได้ล้อเล่นจริงๆเสียด้วย หน้าต่างทุกบานล้วนมีแต่รูปของนางแบบผอมบางที่โพสต์ท่าแข็งที่อดูไร้ชีวิตชีวา และมีอะไรคล้ายๆเขาที่บิดเป็นเกลียวของละมั่งแปะติดหัวอยู่เต็มไปหมด ฉันไม่สนหรอกว่าคนที่ร้านเอ็กซ์ตรีม แฮร์ จะว่ายังไง.. แต่มันคงมันไม่ใช่ความคิดที่ดีนักที่จะเดินไปไหนมาไหนโดยมีเขาละมั่งติดอยู่บนหัวแบบนั้น โดยเฉพาะ.. ในฤดูการล่าสัตว์..

แต่ฉันไม่ได้ไปที่นั่นเพื่อวิจารณ์ทรงผมอยู่แล้ว ฉันไปเพื่อจะคุยกับพยานคนที่บอกว่าเห็นรถของเบ็คกี้ในคืนเกิดเหตุโชคดีที่มีเพียงอพาร์ตเม้นท์เดียวที่อยู่ชั้นบนของร้านทำผมแห่งนั้น ที่มีชื่อติดอยู่บนกล่องไปรษณีย์ว่า.. อาร์.ดี. บัทเลอร์

ฉันเดินขึ้นไปตามขั้นบันไดแคบๆนั้น แล้วกดออดที่หน้าห้องของอาร์.ดี. หนุ่มกระทงร่างผอมบางคนหนึ่งเดินออกมาเปิดประตู ผมสีทองสลวยของเขาถูกดัดแต่งให้หยิกหยอยและขมวดบิดเป็นเกลียว อีกทั้งยังยื่นที่อๆออกมาจากหัวเป็นแท่งๆเหมือนเดือยแหลมหรือไม่ก็ตะปูยักษ์ ในทรงที่เรียกกันทั่วไปว่าเดรดล็อคส์*.. พ่อนี่ต้องเป็นลูกค้าของเอ็กซ์ตรีม แฮร์

** ทรงผมที่เริ่มนิยม มาจากคนผิวสีผู้มีรสนิยมทางดนตรีแบบเร็กเก้ จนกลายเป็นแฟชั่นที่แพร่กระจายไปทั่วโลก*

อย่างไม่ต้องสงสัย เขาไม่ได้สวมอะไรเลยนอกจากกางเกงนอนตัวเดียว แถมยังเสริมความเจ็บปวดให้แก่หน้าอกที่ผอมบางนั้นด้วยตุ้มเหล็กเม็ดกลม ๆ ที่เจาะติดหัวนมอยู่..

ฉันเลยสงสัยว่าจะเจอ 'คุณโส' (โครก) ตัวจริงเข้าให้แล้ว..!

"ต้องการอะไร.. เหรอ.. เพ่..?" เขาถาม หยีตามองฉันด้วยดวงตาแดงก่ำเหมือนคนเส้นเลือดฝอยแตก

"หวังว่าฉันคงไม่ได้มาปลุกคุณนะคะ..?"

"อ๋อ..! ปลุกอยู่แล้วละ" เขาขบฟันใส่

"ขอโทษค่ะ.. คือ.. ฉันอยากจะถามอะไรเกี่ยวกับการฆาตกรรมที่ตึกข้าง ๆนี่หน่อยได้ไหมคะ..?"

"ผมบอกทุกอย่างไปหมดแล้ว.. นี่คุณเป็นใครเนี่ย.. นักข่าว..?" เขาเอียงหน้าหรี่ตามองฉันอย่างคะเน

"คุณเป็นนักข่าวใช่ไหมล่ะ..? จากแอล.เอ. ไทมส์ แน่เลยผมว่า"

ฉันกำลังจะปฏิเสธไปว่าไม่ใช่.. ก็พอดีเขาเอ่ยขึ้นมาเสียก่อน..

"ผมคุยกับคุณก็ได้.. แต่ในเงื่อนไขเดียวเท่านั้น.. คือ คุณต้องรับปากเขียนถึงชื่อวงของผมลงไปในข่าวด้วย"

"ได้แน่นอนค่ะ" ฉันพยักหน้า..

"ไม่มีปัญหา.. เดี๋ยวฉันจะเขียนลงไปให้ด้วย"

"โอ.เค..!" เขาไชนิ้วลงไปเกาหนังหัวในร่องที่อยู่ระหว่างก้อนผมแต่ละก้อน..

"งั้นเข้ามาเลย.."

โชคดีนะที่ฉันไม่ได้มาจากสาธารณสุข หรือไม่ก็เป็นโชคที่อพาร์ตเม้นท์ของเขาไม่ได้อยู่ในจุดที่ใครจะมาเห็นได้ง่าย ๆ ก็มันเล้าหมูดี ๆนี่เอง..! ทั้งห้องมีแต่กระป๋องเบียร์บุบบิบบู้บี้ กระดาษห่อของกินที่กินแล้ว แล้วก็..ขนมปังขอบพิซซ่าที่แข็งเป็นหิน

ฉันดึงเอาไอ้สิ่งที่ดูเหมือนขนมไข่เน่า ๆนั้นออกไปจากเก้าอี้อย่างแรง ก่อนจะทรุดตัวลงนั่ง พลางจดเอาไว้ในใจว่าเดี๋ยวกลับไป.. ต้องเอากางเกงยีนส์ตัวนี้ไปอบฆ่าเชื้อโรคเสียหน่อย..

"มีแหล่งข่าวบอกฉันว่าคุณเป็นพยานผู้เห็นเหตุการณ์ในคดีฆาตกรรมของจีเซลล์ แอมบรอส" ฉันพูด พยายามสวมวิญญาณนักข่าวให้แนบเนียนที่สุด

"ถูกต้องแล้วครับ" อาร์.ดี. ตอบ พลางเการักแร้แกรก ๆ

"ช่วยบอกหน่อยได้ไหมคะว่าคุณเห็นอะไร..?"

"เดด แบ็ทส์"

"ค้างคาวตายงั้นเหรอ..?"

"นั่นมันชื่อวงของผมต่างหาก.. แล้วคุณไม่ต้องจดเหรอ..?"

"ไม่จำเป็นหรอก.." ฉันตอบก่อนใช้นิ้วเคาะที่ขมับ..

"ความจำเป็นเลิศอยู่แล้ว"

"จริงอ่ะ..? ดีจัง.. ผมนะ.. ขนาดเบอร์โทรศัพท์ตัวเองยังลืมเล๊ย"

"คุณน่าจะลองเลิกเสพย์โคเคนดูนะ ฉันได้ยินมาว่ามันช่วยได้มากเลยล่ะ"

บ้าสิ..! ใครจะกล้าพูดออกไปแบบนั้น

"งั้น.. คืนที่มีการฆาตกรรม คุณเห็นอะไรคะ..?"

"ก็เหมือนที่ผมบอกตำรวจไปนั่นแหละ ประมาณสักสี่ทุ่มครึ่ง ผมเห็นโฟล์คเต่าสีส้มจอดอยู่ด้านนอกแถวลานจอดรถ"

"คุณแน่ใจนะว่าเป็นเวลานั้น..?"

"แน่ใจ.. ผมตื่นจากเมาค้างแล้วลุกมาฉี่ มองออกไปที่นอกหน้าต่าง ก็เห็นโฟล์คคันนั้น จากนั้น ผมก็มองไปที่นาฬิกานั่น"

เขาชี้ไปที่นาฬิกาติดผนังเรือนใหญ่ที่แขวนอยู่เหนือโซฟา แบบที่เห็นได้ตามร้านอาหารเล็ก ๆทั่วไป ซึ่งฉันยังอดสงสัยไม่ได้ว่าเขาอาจขโมย

มันมาเสียด้วยซ้ำ

"ผมจำได้ว่าตอนนั้นมันสี่ทุ่มสามสิบห้า.. เผงเลย"

คำพูดนี้ออกมาจากปากของคนที่เพิ่งบอกว่า ขนาดเบอร์โทรศัพท์ตัวเองยังจำไม่ค่อยได้..

"แล้ว.. มันไม่มีรถคันอื่นอีกเลยเหรอ..? อย่าง.. บี.เอ็ม.ดับเบิ้ลยู. หรืออะไรทำนองนั้น..?"

"ผมไม่เห็นรถบี.เอ็ม. หรอก"

หัวใจของฉันเต้นแรง.. ถ้าเขาไม่เห็นรถบี.เอ็ม. ก็แสดงว่าตอนนั้นเฟรนช์ชี่ไม่ได้อยู่ที่นั่น และเบ็คกี้ก็คงไม่ใช่ฆาตกร

"แต่ก็ไม่ได้หมายความว่ามันจะไม่ได้อยู่ที่นั่นนะ" เขาเสริมขึ้น

"หมายความว่ายังไง..?"

"มาดูที่หน้าต่างนี่สิ.. ผมจะให้คุณดูอะไร"

ฉันเดินโหย่ง ๆเขย่งข้ามถังขยะ แล้วมองลงไปยังลานจอดรถของห้างแพสชั่นส์

"คุณต้องมายืนที่หน้าต่างตรงนี้.. ถึงจะเห็นว่ามีรถอะไรจอดอยู่ข้างล่างบ้าง และคันไหนที่จอดใต้ต้นจาคาแรนด้าเหล่านั้น" อาร์.ดี. บอก

"แต่ถ้าคุณยืนอยู่กลางห้องเหมือนที่ผมยืนในคืนนั้น คุณก็จะมองไม่เห็นรถเหล่านี้ นอกจากรถที่จอดอยู่สุดขอบฝั่งโน้น ทั้ง ๆที่อาจจะมีอีกคันจอดอยู่ริมฝั่งนี้ก็ได้"

ฉันทิ้งตัวลงนั่งบนเก้าอี้ขนมไข่ตัวเมื่อกี้อย่างแรงด้วยความผิดหวัง และมองอาร์.ดี. ที่เริ่มค้นบนโต๊ะกาแฟหากระดาษอะไรสักอย่างเสียกระจุยกระจาย

"เอ้า..! นี่.." เขายื่นกระดาษแผ่นหนึ่งมาให้ฉัน..

"ตารางงานของเรา"

"ตารางงานอะไร..?"

"ตารางคอนเสิร์ตของวงผมไง"

ฉันชำเลืองมองกระดาษที่เขายื่นมาให้

"นี่มันเมนูพิซซ่าสั่งกลับบ้านต่างหาก"

"อ้าว..! โทษที.. ไม่ได้ใส่คอนแทค เลนส์ เลยมองไม่ชัด"

"คุณใส่คอนแทคฯด้วยเหรอ..?"

"ใช่..!"

"แล้วคืนนั้น ตอนที่เห็นรถโฟล์คสีส้ม คุณใส่มันหรือเปล่า..?"

"เปล่า..! แต่ผมก็รู้ว่าเห็นมันจริงๆ"

"ฉันก็ว่างั้นแหละ.."

แต่นี่คือประเด็น.. เขาอาจมองเวลาผิดไปก็ได้ถ้าไม่ได้ใส่คอนแทค เลนส์ เขาสาบานว่าเขาเห็นรถตอนสี่ทุ่มสามสิบห้า.. แต่ถ้าเพิ่งตื่นมาอย่างสะลึมสะลือ แถมไม่ได้ใส่คอนแทคฯอีก เขาอาจจะมองเข็มสั้นเข็มยาวกลับกันก็ได้นะ.. เพราะมันอาจจะเป็นอีกห้านาทีหนึ่งทุ่มก็ได้..

"นี่.. ผมเจอตารางคอนเสิร์ตแล้ว" เขายื่นกระดาษอีกแผ่นหนึ่งให้ฉัน คราวนี้เป็นเมนูจากห้องอาหารของโรงแรมฟาลาเฟล พาเลซ..!

"เยี่ยมเลย..!" ฉันเอ่ย พลางเดินไปที่ประตูห้อง

"อย่าลืมเขียนถึงเรานะครับ"

"ไม่ลืมจ้ะ..! 'เดอะ เดด แรทส์' กำลังจะได้ขึ้นหน้าหนึ่งแน่ๆ"

"เดด แบทส์.." เขาท้วง

"เอ้อ..! โทษที..! เดด แบทส์"

อาร์.ดี. หรี่ตามองอย่างสงสัย

"เดี๋ยว..! ไหนคุณว่ามีความจำเป็นเลิศไง"

"แหม..! มันก็ต้องมีหลงๆกันบ้างสิ.. เอาละ.. ฉันต้องรีบไปแล้ว มีข่าวสำคัญอีกข่าวที่ศาลากลางต้องไปทำ"

และก่อนที่เขาจะทันตอบอะไร ฉันก็ปล่อยให้เขายืนเการักแร้อยู่

อย่างนั้น ส่วนฉันก็เผ่นแผล็วออกประตูไปอย่างรวดเร็ว

ถ้าทฤษฎีของฉันถูกต้องแล้วละก็.. เบ็คกี้ก็ไม่ได้อยู่แถวห้างแพสชั่นส์ในช่วงเวลาที่เฟรนช์ชี่ถูกฆาตกรรม ตอนนี้.. สิ่งที่ฉันต้องทำก็คือ หาให้ได้ว่า 'ใคร' ที่อยู่ที่นั่น และฉันก็จะจับฆาตกรให้ได้ด้วยตัวของฉันเอง

เมื่อเดินกลับลงบันไดมา ช่างออกแบบผมที่เอ็กซ์ตรีม แฮร์ กำลังง่วนอยู่กับการจัดแต่งทรงผมให้ลูกค้า ฉันแอบส่งความเสียใจให้แก่เหยื่อของพวกเขาเงียบ ๆ ก่อนบ่ายหน้าออกไปยังห้างแพสชั่นส์เพื่อคุยกับเกรซ ลินบรูค.. ในบรรดาผู้ต้องสงสัยของฉันทั้งหมด.. ดูเหมือนเกรซนี่แหละที่อยากจะให้เฟรนช์ชี่ตายมากกว่าใคร

ตอนที่ฉันเดินเข้าประตูห้างไปนั้น เบ็คกี้และไทเลอร์กำลังยุ่งอยู่กับลูกค้า เบ็คกี้ส่งยิ้มเฉื่อยอ่อนมาให้ฉัน ผิวของเธอดูซีดขาวและมีริ้วรอยวงใต้ขอบตาที่ดำคล้ำเป็นสิ่งที่บอกให้รู้ว่าเธอไม่ได้หลับไม่ได้นอนอย่างไม่ต้องสงสัย ฉันโบกมือให้เธอก่อนเดินตรงไปยังห้องทำงานของเกรซที่อยู่ด้านหลัง ประตูนั้นเปิดอยู่ และฉันมองเข้าไปเห็นคุณนายทัคเคอร์ในชุดกระชากวัยย้อนยุค นั่งอยู่ที่เก้าอี้สานสีขาวตัวหนึ่งซึ่งอยู่ตรงข้ามกับเกรซ และฉันก็ดีใจที่ได้เห็นส่วนเจ้าหุ่นเบสซี่ยังคงพิงกำแพงอยู่ในที่เดิมที่มันเคยตั้งอยู่ ต้องถือว่าเบสซี่นั้นรอดชีวิตจากการที่เฟรนช์ชี่ได้เข้ายึดอำนาจ และโยนมันทิ้งลงกองขยะมาได้เป็นผลสำเร็จ จะมีก็แต่แขนข้างหนึ่งเท่านั้นที่หลุดออกไป แต่ก็ยังวางอยู่ที่พื้นแทบเท้าของมันนั่นเอง

"เห็นไหมล่ะเกรซ..? ฉันบอกเธอแล้วว่าทุกอย่างมันจะต้องได้ผล" คุณนายทัคเคอร์กล่าวก่อนยกนาฬิกาข้อมือขึ้นมอง

"ต๊าย..! นี่ฉันไปทำโบท็อกซ์* ไม่ทันอีกแล้วสิเนี่ย.. ไปก่อนละเพื่อน

** กรรมวิธีการฉีดสารเพื่อลบรอยเหี่ยวย่นบนผิวหนัง*

รัก แล้วจะโทร.หาทีหลังนะ” เธอลุกขึ้นส่งจูบให้เกรซ ก่อนเดินออกประตูหลังไปที่ลานจอดรถ

ฉันทิ้งช่วงรออีกสักครู่ ก่อนค่อย ๆยื่นหน้าเข้าไปตรงประตู

“จาอีน..! เข้ามาเลย.. เชิญนั่งจ้ะ” เธอส่งยิ้มที่แสนสดใสให้ฉัน

เกรซดูดีกว่าวันที่เธอ `เกษียณ' ตั้งสามร้อยเท่าเห็นจะได้ ดวงตาส่องแสงแวววาวเป็นประกายผิดกับเบ็คกี้ อีกทั้งยังเต็มเปี่ยมไปด้วยความร่าเริงอีกด้วย

ฉันนั่งลงตรงเก้าอี้ที่คุณนายทัคเคอร์เพิ่งจะลุกไป กลิ่นน้ำหอมของเธอยังคงอบอวลอยู่ในบริเวณนั้น และมันก็เป็นกลิ่นประเภทที่ทำให้บางคนในลิฟท์อาจเกิดหืดกำเริบขึ้นมาง่าย ๆเสียด้วยสิ

“จาอีน.. ที่รัก..” เกรซเอ่ยขึ้น พลางชี้ไปที่หนังสือพิมพ์ลอส แองเจลิสไทมส์ ที่วางอยู่บนโต๊ะ

“ฉันเกรงว่าฉันคงไม่ต้องใช้บริการของเธอแล้วละ เพราะตอนนี้ห้างเราได้รับการเผยแพร่ออกไปในทุกสื่อ”

ซึ่งมันก็จริง.. สิ่งที่เกิดขึ้นนั้นลงพาดหัวข่าวใหญ่ในหนังสือพิมพ์ทุกฉบับติดต่อกันหลายวัน

“ที่จริงแล้ว.. นั่นไม่ใช่เหตุผลที่ฉันมาที่นี่หรอกค่ะ”

“หรือจ๊ะ..?”

“ฉันอยากจะคุยกับคุณเรื่องคดีของเฟรนช์ชี่”

“เฮ้อ..! ช่างเป็นเรื่องที่น่าเศร้าจริง ๆนะ” เธอพึมพำด้วยน้ำเสียงไร้อารมณ์ได้จับใจ

“คุณรู้หรือเปล่าคะว่าตำรวจสงสัยเบ็คกี้..?”

“หึ.. ไม่รู้เลย.. นั่นเป็นเรื่องที่แย่มาก ๆ เบ็คกี้ไม่ใช่ฆาตกรหรอก”

“นั่นละค่ะ.. ฉันถึงมาช่วยเธอสืบเรื่องนี้เพื่อหาฆาตกรตัวจริง”

“อย่าบอกนะว่าเธอเป็นนักสืบเอกชนด้วย..?” เธอทำตาโตอย่าง

ไม่เชื่อหู

"ก็ไม่ได้ทำเป็นงานหลักหรอกค่ะ" ฉันพยักหน้ารับ

"แต่.. คนทำงานอย่างนี้เขาต้องรูปร่างดี ๆกันไม่ใช่เหรอ..?"

อุเหม่..!

ฉันรู้สึกเหมือนกำลังบอกเธอว่า..

"จะประหลาดใจก็ได้นะยะ ถึงฉันจะใส่ถุงน่องเต็มตัวเบอร์ใหญ่ แต่ฉันก็ไขคดีมาได้ตั้งหลายคดีแล้วย่ะ.."

เธอคงสัมผัสได้กระมังว่าฉันไม่สบอารมณ์..

"ขอโทษนะจ๊ะ.. ฉันไม่ได้ตั้งใจจะหยาบคายกับเธอหรอก ฉันเพียงแต่เห็นพวกนักสืบเอกชนในโทรทัศน์ล้วนแต่หุ่นแจ๋วเหลือเชื่อทั้งนั้นเลย"

"ใคร ๆในทีวีก็หุ่นแจ๋วทั้งนั้นแหละค่ะ มันเป็นส่วนหนึ่งของโลกแห่งการชวนเชื่อที่เลิศเลอ"

"เธอก็มีแง่คิดที่ดีเน้อะ" เธอยิ้มอย่างขบขันแกมเหน็บแนม

"เอ้อ..! เอาละ.." เกรซเอ่ย พลางจับขอบโต๊ะไว้แน่น..

"มีอะไรจะให้ฉันช่วย..?"

"คุณอาจจะเริ่มตรงที่.. คิดว่าใครจะสามารถฆ่าเฟรนช์ชี่ได้บ้างก็ได้"

"ไม่มีหรอก.. เฟรนช์ชี่ผู้น่าสงสาร.. ฉันชอบเขามากเลยนะ ต้องถือว่าเขาเป็นพนักงานที่มีคุณค่าของเราเลยทีเดียว"

เกรซพยายามทำท่าจริงใจ แต่ฉันว่ายังไงก็ดูไม่เข้าท่า.. ครั้งหนึ่งเธออาจจะเคยเป็นนางแบบมาก่อน แต่ที่แน่ๆ.. เธอเป็นนักแสดงไม่ได้แน่นอน

"เอ่อ..!" ฉันเอ่ยขึ้น พยายามโยนหินถามทาง..

"ฉันรู้เรื่องที่เฟรนช์ชี่ขู่กรรโชกคุณ แม็กไซน์เล่าให้ฉันฟังแล้วว่าเฟรนช์ชี่บังคับให้คุณขายห้างให้เธอ แม็กไซน์บอกฉันหมดทุกอย่าง"

ฉันจงใจเน้นคำว่า 'ทุกอย่าง'..

ทันใดนั้น สุ้มเสียงเศร้าโศกจอมปลอมของเธอก็อันตรธานหายไป

"ก็ได้.." เธอกล่าว พลางลูบผมสีขาวของตนเอง

"มันเป็นเรื่องจริง.. เฟรนช์ชี่บังคับให้ฉันขายห้างให้เธอ ต้องขอบคุณที่เธอถูกฆ่าเสียก่อนที่เราจะได้เซ็นเอกสารครั้งสุดท้าย ฉะนั้น แม้เธอจะตายไป แต่ห้างนี้ก็ยังเป็นชื่อของฉันอยู่"

"ฉันเกลียดที่จะต้องพูดแบบนี้นะ.. แต่ดูเหมือนคุณจะเป็นคนที่มีแรงจูงใจในการฆ่าเธอมากกว่าใครทั้งหมด"

ฉันไม่ได้เกลียดที่ต้องพูดแบบนั้นจริงๆหรอก.. ไม่ใช่หลังจากที่เธอหลุดปากเหน็บฉันเรื่องหุ่นไม่ดีแน่ๆ

"หลายคนก็อาจจะเดาว่าคุณฆ่าเธอเพราะหวังจะได้ห้างคืนมา"

"หลายคนที่เธอว่าก็คงจะคิดผิดไปแล้วละ ฉันจะบอกให้ว่าตอนแรกฉันช็อคกับเรื่องที่เกิดขึ้นขนาดไหน แต่หลังจากที่ไตร่ตรองแล้ว ฉันก็ตัดสินใจว่าจะไม่ยอมแพ้โดยที่ไม่ได้สู้ให้สุดฤทธิ์เสียก่อน ฉันมีแผนว่าจะไปหาตำรวจแล้วเล่าให้พวกเขาฟังว่าเฟรนช์ชี่ทำอะไรไว้บ้าง เธอเป็นคนที่ทำผิดกฎหมาย.. ไม่ใช่ฉัน.. ฉันเป็นผู้บริสุทธิ์ที่ถูกข่มขู่ต่างหาก ส่วนเธอก็ต้องติดตะรางอย่างไม่ต้องสงสัย.. เห็นแล้วยังจาอีน..? ถึงฉันจะบอกว่าไม่เสียใจต่อการตายของเฟรนช์ชี่ แต่.. ฉันก็ไม่ได้ฆ่าเธอ.."

ถ้าตอนนี้เกรซกำลังแสดงละครอยู่ละก็.. ฉันคงต้องยกนิ้วให้แน่..

"คุณรังเกียจไหมถ้าฉันจะถามว่า.. แล้วคืนนั้นคุณอยู่ที่ไหน..?"

"ไม่รังเกียจเลย.. ฉันกำลังกินมื้อดึกอยู่กับเพื่อนคนหนึ่ง"

"เพื่อนคนนั้นคงไม่ใช่คุณนายทัคเคอร์ใช่ไหมคะ..?" ฉันกระทุ้งเข้าให้

"ที่จริงแล้ว.. คำตอบก็คือใช่จ้ะ.. ฉันอยู่กับอแมนด้านั่นแหละ.. เราเป็นเพื่อนกันมาหลายปีแล้ว"

"แล้วคืนนั้นคุณกลับมาที่ห้างหรือเปล่า..?"

รอยยิ้มของเธอแข็งทื่อ.. ฉันคงตีถูกจุดแน่ๆ..

"ฉันก็แค่ถามเท่านั้นเองค่ะ.. เพราะสังเกตเห็นดอกจาคาแรนด้า

ติดอยู่บนหลังคารถคุณเต็มไปหมด และถ้าคุณนึกย้อนกลับไป.. คืนเกิดเหตุก็มีฝนตกด้วย แล้วคุณก็รู้ว่าดอกจาคาแรนด้านี่ เวลาเปียกฝนมันจะเหนียวขนาดไหน.. อย่างกับกาวเลยเชียว"

"เปล่า..!" เธอตอบ รอยยิ้มของเธอในตอนนี้เริ่มเย็นเยือก

"คืนนั้นฉันไม่ได้อยู่แถวนี้เลย ถ้าเธอไม่เชื่อก็ถามคุณนายทัคเคอร์ดูก็ได้.. เอาละ.. ถ้าเธอไม่ว่าอะไร ฉันต้องขอตัวก่อนนะ มีงานต้องทำจ้ะ"

เธอหยิบแว่นสายตากรอบโลหะราคาแพงขึ้นมาสวม แล้วเริ่มหยิบเอกสารบนโต๊ะขึ้นมาจัด.. โอ.เค..! นักเรียนตรง เลิกเรียนได้..!

ดูเหมือนว่าฉันจะไม่มีสิทธิ์ได้เขียนแคมเปญโฆษณา..ไม่ว่าชิ้นไหน ๆ ให้เกรซ ลินบรูค อีกเลย.. ตลอดชีวิตเสียด้วยสิ..

ฉันเดินออกมาที่แผนกขายอย่างใช้ความคิด.. อยากจะพนันเอาค่าเช่าบ้านสักเดือนนักเชียว ว่าเกรซต้องมาที่ห้างในคืนที่มีการฆาตกรรมแน่จริงอยู่.. นั่นไม่ได้หมายความว่าเธอฆ่าเฟรนช์ชี่ แต่เธออาจจะกลับมาเอาอะไรบางอย่าง.. เหมือนอย่างที่เบ็คกี้ทำ.. บางที เธออาจจะอยากได้เก้าอี้สานของเธอคืนสักตัว หรือไม่ก็อาจเป็นกางเกงผ้ายืดสแปนเด็กซ์สำหรับปั่นจักรยานไว้เป็นที่ระลึกก็ได้

มองอีกมุม.. มันก็เป็นไปได้อีกแหละที่เธอจะเป็นคนฆ่าเฟรนช์ชี่ เพราะบางทีเธออาจจะไม่ได้ไปกินอาหารค่ำกับคุณนายทัคเคอร์จริง ๆอย่างที่บอก หรือบางที.. คุณนายทัคเคอร์ก็อาจเตรียมที่จะช่วยโกหกด้วยเหมือนกัน และเท่าที่รู้.. ทั้งคู่อยู่ด้วยกัน.. บางที พวกเขาอาจจะขับรถของเกรซมาที่นี่ แทงเฟรนช์ชี่เข้าที่ลำคอด้วยจิมมี่ ชูว์ ข้างนั้น แล้วก็กลับบ้านไปแบ่งกันจิบบรั่นดีต่อก็เป็นได้

เฮ้อ..! ฉันอยากจะคุยกับคุณนายอแมนด้า ทัคเคอร์ ด้วยจริง ๆ..

เมื่อกลับไปยังแผนกขาย.. ไทเลอร์กำลังยืนพับเสื้ออยู่ ส่วนเบ็คกี้ก็กำลังพูดโทรศัพท์อยู่กับลูกค้า ฉันรอจนกระทั่งเธอเสร็จธุระแล้วจึงเดิน

เข้าไปหาใกล้ ๆทางด้านข้างยิ่งเข้าไปใกล้ก็ยิ่งสังเกตเห็นรอยคล้ำรอบดวงตาได้เด่นชัดมากขึ้น

"หวัดดี.. จาอีน.. ได้เรื่องไหมจ๊ะ..?" เธอยิ้มให้อย่างอ่อนแรง

"ก็ดีจ้ะ.. คืบหน้าไปมากแล้ว" ฉันให้ความมั่นใจแก่เธอด้วยการแสดงความกล้าหาญที่ไม่เป็นจริง

"จริงเหรอ..?" เธอถามอย่างมีหวัง

เปล่า..! แต่ฉันไม่บอกเธออย่างนั้นแน่..

"เธอคิดว่าเธอจะหาที่อยู่กับเบอร์โทรศัพท์ของคุณนายทัคเคอร์ให้ฉันได้ไหม..?"

"ไม่มีปัญหา.. ฉันว่าต้องมีอยู่ในสมุดรายชื่อลูกค้าอยู่แล้วละ"

เธอเปิดดูในสมุดบนเคาน์เตอร์นั้น

"นี่ไง.. อแมนด้า ทัคเคอร์.. ชื่อแรกเลยละ"

เธอลอกข้อมูลนั้นลงที่ด้านหลังของนามบัตรห้าง

"ขอบใจจ้ะ.." ฉันยัดมันไว้ในกระเป๋าสตางค์

พยายามนอนให้หลับนะคืนนี้ ทุกอย่างจะต้องเรียบร้อย ฉันสัญญา.."

จากนั้น ฉันก็สวมกอดเธอก่อนที่จะเดินออกประตูไป ด้วยความหวังว่าจะสามารถทำให้คำสัญญานี้เป็นความจริงขึ้นมาได้..

บทที่ 16

ระหว่างที่ฉันกำลังเดินไปที่ลานจอดรถอยู่นั้นเอง ฉันก็ได้ยินเสียงร้องเรียก

"จาอีน.. รอด้วย.." ฉันหันกลับไป จึงได้เห็นว่าไทเลอร์กำลังกระหืดกระหอบตามมา เขาเหมือนเกรซเลย.. ดูดีขึ้นกว่าที่เห็นครั้งสุดท้ายเป็นกอง

"ผมกำลังจะไปหาฮอท ดอก ที่ร้านพิ๊งคส์ กินสักอัน.. ไปด้วยกันไหมครับ..?"

สิ่งสุดท้ายที่ระบบลำไส้ของฉันจะต้องการก็คือชิลลี่ ชีส ด็อก ที่ทำให้ท้องไส้ฉันปั่นป่วนอีกครั้งแต่ฉันก็ไม่อยากเสียโอกาสที่จะได้คุยกับไทเลอร์เพราะว่าเขาเองก็เป็น.. หนึ่งในผู้ต้องสงสัยของฉันเหมือนกัน

"ไปสิคะ..ก็ดีเหมือนกัน" ฉันตอบ

สิบนาทีต่อมา เราก็ไปนั่งอยู่ที่โต๊ะด้านนอกของร้านพิ๊งคส์ สวาปามชิลลี่ ชีส ด็อก กับเฟร้นช์ ฟราย กันอย่างเพลิดเพลิน ไทเลอร์ นั้นกินฮอทดอก ของเขาอย่างเอร็ดอร่อยและชื่นชอบ พลางป้ายซ้อสพริกที่เลอะปากด้วยหลังมือ และไม่แยแสชีสมันๆที่หยดไหลลงมาตามแขน ผู้ชายคนนี้มีเสน่ห์ดึงดูดอย่างเหลือเชื่อจริงๆ

"ผมชอบกินไอ้พวกนี้มากเลยนะ.. แต่รู้สึกผิดทุกทีเวลาที่เบ็คกี้มากินด้วย เธอพูดถูกนะเรื่องการกินเนื้อสัตว์ นึกถึงทีไรก็รู้สึกแย่ทีนั้น แต่

เอาเข้าจริงๆ ผมก็เลิกกินไม่ได้หรอก"

"ฉันเลยบอกตัวเองอยู่บ่อยๆไงคะ ว่ามันก็ตายของมันตามธรรมชาติละน่า อย่าคิดมาก" ฉันกล่าว

"สงสัยผมต้องลองวิธีนี้บ้างแล้วละ" เขาพูดพลางส่งสายตามาที่ฉันแล้วยิ้มให้ปานหัวใจจะละลายฉันเข้าใจแล้วว่าทำไมผู้หญิงมากมายถึงได้ชอบสายตาแบบนี้กันนัก แต่แล้ว.. รอยยิ้มนั้นก็จางหายไป..

"ผมเป็นห่วงเรื่องเบ็คกี้.. ผมไม่เคยเห็นเธอกลุ้มอกกลุ้มใจขนาดนี้มาก่อน"

"ถ้าตำรวจสงสัยว่าฉันพัวพันการฆาตกรรม ฉันก็คงกลุ้มเหมือนกันนั่นแหละ" ฉันตอบ

"เธอบอกผมว่าคุณช่วยสืบคดีให้"

"ใช่ค่ะ.." ฉันพยักหน้า

"ตลกดีนะ.. ผมไม่เคยคิดมาก่อนเลยว่าคุณเป็นนักสืบเอกชน"

แปลกใจกันอีกละสิ..! ทำไมทุกคนถึงได้คิดว่าฉันแก้คดีในแบบของฉันไม่ได้นะ..?

"คุณว่าใครทำน่ะ..?" เขาถาม

"มันเร็วเกินไปที่จะบอกได้" ฉันตอบ คิดว่าอาจจะเป็นไทเลอร์ก็ได้

แน่ละ..! ที่เขาดูเหมือนเป็นคนดี แต่เท็ด บันดี้* ก็ดูเป็นคนดีเหมือนกัน และฉันก็รู้สึกเหมือนเห็นแววตานักฆ่าอยู่ในดวงตาเขา ในเวลาที่เขาฝังฝ่ามือทั้งสองข้างเอาไว้ที่รอบคอของเฟรนช์ชี่ แล้วเขาก็เคยพูดว่าอยากจะฆ่าเธอ ซึ่งที่จริง.. เขาเกือบทำสำเร็จด้วยซ้ำไป บางที.. เขาอาจจะย้อนกลับมาจัดการกับเธอทีหลังก็ได้

"ฉันหวังว่าคุณคงไม่โกรธนะคะ.." ฉันเอ่ยขึ้น ขณะที่เลียซ้อสพริก

---

* *ฆาตกรต่อเนื่องชื่อดังในอดีตของอเมริกา*

จากนิ้วมือนิ้วสุดท้าย..

"แต่.. คืนนั้นคุณอยู่ที่ไหนน่ะ..?"

"ไม่โกรธหรอก.. ไม่เลย.. นักสืบก็ย่อมต้องสงสัยทุกคนนั่นแหละใช่ไหม..? ไม่งั้น พวกเขาก็ไม่ได้กำลังทำงานของเขาอยู่สิ"

"แล้วคุณอยู่ที่ไหนล่ะคืนนั้น..?"

"ผมอยู่ในชั้นเรียนวิชาการเขียนที่ ยู.ซี.แอล.เอ."

ฉันเองก็เรียนภาคค่ำอยู่ที่ ยู.ซี.แอล.เอ. เหมือนกัน จึงรู้ว่าชั้นเรียนจะเลิกประมาณสี่ทุ่ม เบ็คกี้บอกว่าเฟรนช์ชี่ถูกฆ่าเมื่อเวลาประมาณสามถึงห้าทุ่ม นั่นหมายความว่าไทเลอร์สามารถขับรถมาที่ห้างแพสชั่นส์แล้วทำเรื่องเรื่องที่เลอะเทอะเปรอะเปื้อนนี้ได้ไม่ยาก

"ชั้นเรียนเลิกประมาณสี่ทุ่ม" เขาพูดต่อราวอ่านความคิดของฉันออก

"แต่ผมมีประชุมกับอาจารย์ต่ออีกหน่อย.. อาจารย์การ์เร็ต แกเป็นอาจารย์ที่ปรึกษาที่ยอดมากเลย และท่านก็ดีกับนักศึกษาทุกคนด้วย เมื่อปีที่แล้วนักศึกษาคนหนึ่งขายงานเขียนให้กับสำนักพิมพ์ได้ เขายังส่งหนังสือมาให้แกเลย แต่อย่างไรก็ตาม อาจารย์การ์เร็ตแกรู้ว่าผมโกรธมากขนาดไหน ฉะนั้น หลังชั่วโมงเรียนแกเลยอยู่ช่วยผมคิด และทำให้ผมรู้สึกว่าแค่นิยายเท่านั้นเองที่ถูกทำลายไป ไม่ใช่ตัวผมสักหน่อย.. เราช่วยกันเขียนเค้าโครงเรื่องใหม่อยู่ที่นั่นด้วยกันจนถึงเวลาปิดมหาลัยตอนเที่ยงคืน"

ฉันจ้องไปยังรอยซ้อสพริกที่ติดคางเขาอยู่ และทันใดนั้นเอง.. ฉันก็ยั้งใจไม่อยู่จนเอื้อมมือออกไปปัดให้

เหอ.. เหอ..! เปล่าน่า ฉันไม่ได้ทำอย่างนั้นหรอก เพียงแต่มันมีอะไรบางอย่างเกี่ยวกับไทเลอร์ ที่สามารถสะกิดดึงเอาสัญชาติญาณความเป็นแม่ในตัวฉันออกมาได้ พูดตรงๆเลยนะ.. ฉันดีใจออกที่เขามีข้อแก้ตัว..

"เอ้อ..! แต่ตอนที่โมโหอยู่นั้นผมอยากจะฆ่าเฟรนช์ชี่จริงๆนะ ก็เธอทำลายงานเขียนที่ผมใช้เวลาถึงสามปีในการตั้งใจสร้างสรรค์ขึ้นมาอย่าง

สาหัสสากรรจ์ แต่ผมก็ไม่ได้ทำ.. จริงๆแล้ว.. ตอนนี้หลายสิ่งหลายอย่างดูจะไม่สิ้นหวังเหมือนในช่วงแรกๆ เพราะอาจารย์การ์เร็ตก็ยังมีสำเนางานเขียนของผม ที่ผมเคยส่งให้แกตรวจในชั้นเรียน ผมจึงสามารถนำบทต่างๆ ที่เคยส่งไป มาแก้ไขและผสานกับโครงเรื่องใหม่ได้อีก"

เขามองฉันด้วยแววตาที่แสนจะเปิดเผยและเชื่อใจ ที่ดูเหมือนจะทำให้ความคลางแคลงในตัวเขาดูเป็นเรื่องไร้สาระไปในพริบตา

"ถ้ามีอะไรที่ผมทำให้เบ็คกี้หลุดพ้นจากข้อกล่าวหานี้ได้ บอกผมนะ.. ผมเกลียดที่เห็นเธอเป็นแบบนี้" เขากล่าว

"แล้วคุณสงสัยใครไหม..?" ฉันถาม

เขายักไหล่..

"ผมสงสัยเกรซนะ.. ภายนอกแล้วเธออาจจะดูเป็นคนน่ารัก แต่ก็มีแววเลือดเย็นอยู่เหมือนกัน ผมจะไม่พูดถึงเรื่องที่ผ่านมาหรอก แต่เธอก็ได้ประโยชน์หลายอย่างจากการตายของเฟรนช์ชี่"

เหมือนที่ฉันคิดเผงเลย..

"นี่นามบัตรฉันนะคะ เผื่อคุณจะนึกถึงอะไรที่อาจช่วยได้ ติดต่อฉันได้ตลอดเวลาทั้งกลางวันกลางคืน"

"แน่นอน.." เขาตอบ พลางรับไปเก็บไว้ในกระเป๋าสตางค์

พอเรากินฮอท ดอก เสร็จก็เดินกลับกันไปที่ห้างแพสชั่นส์ ฉันรู้สึกยินดีที่ได้ออกกำลังกายเสียบ้าง ในตอนที่เดินกลับมานั้น ฉันเดาว่าคงจะเบิร์นเอาชิลลี่ ชีส ด็อก ออกไปสักร้อยแคลอรี่ได้กระมัง เยี่ยม..! เอาออกไปได้ตั้งร้อย ยังเหลืออีกตั้งแปดหมื่นโกฏแคลอรี่แน่ะ..

พอเดินมาใกล้จะถึงลานจอดรถ เราก็เห็นเบ็คกี้เดินออกมาทางประตูหลัง

"เฮ้..! เบ็ค.. คุณหายไปไหนมา..?" เขาถาม

"เกรซอยากให้ฉันเอารถเธอไปล้างให้น่ะ"

อา..! กำจัดข้อกล่าวหาเรื่องดอกจาคาแรนด้าอย่างไม่ต้องสงสัย

"เดี๋ยวฉันกลับมาจ้ะ" เธอกล่าว ก่อนจุ๊บเบาๆที่ริมฝีปากแฟนหนุ่ม

"เดี๋ยว.. นั่นกลิ่นชิลลี่ ด็อก ใช่ไหมน่ะ..?"

"ถูกจับจนได้.." ไทเลอร์ยิ้มอายๆ

"ฉันไม่อยากให้คุณใช้คำพูดแบบนั้นเลย"เบ็คกี้เอ่ยด้วยสีหน้าเจ็บปวด

"ฉันกลัวว่าจะต้องไปได้ยินอะไรแบบนั้นในศาลเข้าสักวัน"

"อย่าโง่ไปหน่อยเลยน่า เดี๋ยวทุกอย่างก็จะดีขึ้นเอง จาอีนก็กำลังหาตัวฆาตกรอยู่แล้ว ใช่ไหมจาอีน..?"

ฉันพยักหน้ารับอย่างเหนื่อยอ่อน..อยากจะแบ่งปันความไว้เนื้อเชื่อใจนี้กับเขาจริงๆ ไทเลอร์กอดเบ็คกี้เอาไว้.. เป็นอ้อมกอดที่ดูเหมือนจะไม่มีฉันอยู่ตรงนั้นเอาเสียเลย แถมยังหวานเสียจนอาจเผลอทำอะไรผิดทำนองคลองธรรมเอาตรงนั้นได้ง่ายๆ แต่ฉันก็ยืนขวางอยู่ตรงนั้น.. ฉะนั้น เขาก็เลยต้องผละออกแล้วเดินเข้าห้างไป

"เกรซเขาขอให้คุณช่วยเอารถไปล้างให้บ่อยๆเหรอ..?" ฉันถามในขณะที่เราสองคนพากันเดินไปที่รถจาร์กัวร์คันนั้น

"ใช่..! โดยปกติแล้วจะเป็นวันจันทร์ แต่ไม่รู้ทำไมเธอถึงให้ฉันเอาไปล้างวันนี้"

ฉันรู้เหตุผลนั้นดี.. และเรียกมันว่า 'การทำลายหลักฐาน'

"ฉันไม่ชอบขับจาร์กัวร์ของเธอเลย กลัวจะเอาไปเฉี่ยวชนที่ไหน อ้าว..! แล้วนี่ฉันเอากุญแจรถไปไว้ไหนเนี่ย..?"

เบ็คกี้ค้นกระเป๋าสตางค์เสียกระจุย มันเป็นกระเป๋าใบใหญ่ที่มีรูปทรงอย่างกับ 'ลิง'..

"กระเป๋านี้น่าสนใจดีนะ" ฉันเอ่ย

"ขอบใจจ้ะ..! ฉันออกแบบเองนะ"

มีแต่คนคนตัวเล็กๆอย่างเบ็คกี้เท่านั้นแหละที่จะเหมาะกับการสวม

ใส่ลิงไว้ในอ้อมแขน..

"อ้อ..! อยู่นี่เอง" เธอดึงกุญแจรถออกมา และตอนนั้นเองที่อะไรบางอย่างร่วงลงบนทางเดิน ฉันมองตาม.. และเห็นว่ามันคือไม้กางเขนสีทองแบบมอลทีสของเฟรนช์ชี่

"อุ๊ย..! ตายจริง.." เบ็คกี้อุทาน แล้วรีบเก็บมันขึ้นมาอย่างรวดเร็ว

"ฉันลืมไปว่ามีไอ้นี่อยู่ในกระเป๋าสตางค์"

ฉันเดาว่าเธอคงสังเกตเห็นฉันอ้าปากตาค้าง

"มันดูไม่ดีเอาเลยใช่ไหม..?" เธอถาม

"ไม่.. ไม่ดีแน่.. เธอเอามันมาได้ยังไงน่ะ..?"

"ฉันเจอมันที่อ่างล้างหน้าในห้องน้ำหญิง เมื่อสองสามวันก่อนที่เธอจะถูกฆ่า เฟรนช์ชี่มักใช้ห้องน้ำที่ห้างเวลาจะเปลี่ยนชุดออกไปเที่ยวกับคู่เดทต่างๆ ฉันเห็นมันอยู่บนอ่าง และไม่รู้เหมือนกันว่าอะไรมาดลใจให้เก็บมันไว้ ฉันรู้ว่าเฟรนช์ชี่ขโมยมันมา และฉันก็ไม่สามารถจะปล่อยให้เธอเก็บมันไว้ได้"

"แล้วเธอคิดจะทำยังไงกับมัน..?" ฉันถาม

"ฉันเองก็ไม่รู้เหมือนกัน ตอนแรกคิดว่าจะลองตามหาลูกค้าที่เป็นเจ้าของ หรือไม่ก็อาจจะเอาไปให้เกรซ รู้อยู่อย่างเดียวว่าไม่อยากที่จะให้เฟรนช์ชี่เก็บมันไว้ ก็เลยเอามาใส่กระเป๋านี่ จากนั้น ก็มีเรื่องราวเกิดขึ้นมากมายจนลืมไปเสียสนิท"

ดวงตาของเธอเบิกกว้างด้วยความกลัว

"ถ้าตำรวจเจอสร้อยเส้นนี้ เขายิ่งจะต้องคิดว่าฉันเป็นคนฆ่าเธอชัวร์ โอ๊ย..! ตายแล้วจาอีน.. นี่ฉันจะทำยังไงดีเนี่ย..?"

จากนั้น ฉันก็ได้ทำในสิ่งที่ต้องถือว่าโง่มากๆ..

"เอามันมาให้ฉัน" ฉันกล่าว

เธอยื่นมันมาให้ ก่อนที่ฉันจะหย่อนมันลงไปในกระเป๋า

"ฉันจะเก็บไว้ให้จนกว่าเรื่องทั้งหมดนี่จะจบ"

"โอ้..! ขอบคุณมากนะจาอีน" เธอกล่าว พลางโอบกอดฉันไว้ในอ้อมแขน

"เธอนี่เป็นนางฟ้าของฉันจริง ๆเลย..!"

จากนั้น เธอก็ปีนขึ้นจาร์กัวร์ของเกรซแล้วขับออกไป เกาะพวงมาลัยไว้แน่นด้วยนิ้วมือขาว ๆเหล่านั้น โดยมีกระเป๋าลิงน่ารักนั่นวางอยู่บนเบาะข้างตัว..

หลังจากที่ขับรถกลับบ้านไปได้สักครึ่งทางแล้วนั่นแหละ ฉันจึงเพิ่งจะรู้ว่าตัวเองโง่ขนาดไหนที่ทำลงไปแบบนั้น ถ้าเบ็คกี้โกหกฉันมาโดยตลอด..? ถ้าปรากฏว่าความจริงแล้วเมื่อตอนเด็ก ๆเธอมีประวัติเป็นเด็กเลือดเย็น..? หรือถ้าเผื่อว่าเบ็คกี้เอาสร้อยมอลทีสนั่นออกมาจากคอของเฟรนช์ชี่ในทันทีที่เพิ่งแทงคอหอยคุณนายฝรั่งเศสเสร็จ..? และตำรวจเล็งผู้ต้องสงสัยได้ถูกคนแล้ว..?

แต่.. ทำไมเบ็คกี้ต้องจ้างฉันให้สืบเรื่องนี้ด้วย..? บางทีเธออาจจะคิดว่าฉันเป็นนังโง่ที่มักจะพุ่งเป้าผิดคน หรือไม่.. บางทีเธออาจกำลังดิ้นสุดขีดแล้วทำให้ฉันเชื่อมั่นว่าเธอบริสุทธิ์.. ไม่อีกที.. เธออาจคิดว่าฆาตกรตัวจริงกำลังลอยนวลสบายใจเฉิบอยู่ข้างนอกนั่นจริง ๆก็ได้.. ไม่ว่าจะผิดจริงหรือบริสุทธิ์ก็ช่างเหอะ.. ที่แน่ ๆฉันปัญญาอ่อนมากที่เอาสร้อยนั่นมา อย่างดี.. ฉันก็ถูกจับฐานขโมยหลักฐาน แต่ถ้าแย่ไปกว่านั้นคงไม่พ้นข้อหาให้ความสนับสนุนและช่วยเหลืออาชญากร..

ตอนที่ขับรถกลับมานั้น ฉันก็ประสาทระบมเสียจนอยากจะวิ่งเข้าบ้านไปกระดกชาร์ดอนเนต์เสียให้มันหมดขวดไปเลย แต่โชคก็ไม่ยักกะเข้าข้างเพราะหาที่จอดไม่ได้ นี่แหละคือปัญหาของอพาร์ตเม้นท์ที่ฉันอยู่ เป็นที่ ๆออกจะสวยสง่าภูมิฐาน.. แต่ไม่มีที่จอดรถ.. ฉันจึงต้องขับวนไปวน

มาอยู่นานกว่าจะหาช่องเสียบได้ พอจอดรถแล้วฉันก็เดินขึ้นห้อง ล้วงมือลงไปลูบไล้สร้อยในกระเป๋านั้นไว้ตลอดทางราวกับเป็นเครื่องลางของขลัง เหตุผลหนึ่งก็เพราะต้องการตรวจดูคราบเลือดแห้งๆ แต่ถึงจะสัมผัสอย่างไรก็ไม่พบ.. แต่นั่นก็ไม่ได้หมายความว่าจะมันไม่เคยมีคราบเลือดติดมาก่อน.. กว่าจะถึงตอนนี้.. เบ็คกี้อาจล้างทำความสะอาดไปแล้วก็ได้

ในที่สุด ฉันก็มาถึงบ้านและคว้าชาร์ดอนเนต์มากระแทกปากได้สมใจ ซึ่งมันทำให้ฉันรู้สึกดีขึ้นมากทีเดียว.. เบ็คกี้ไม่ใช่ฆาตกรแน่ ฉันคงคิดมากไปเอง.. ฉันควรที่จะเดินหน้าหาฆาตกรตัวจริงต่อไป พบแล้วจะได้หัวเราะเสียให้สะใจกับความกลัวที่ไม่เข้าเรื่องของตน

แต่เพื่อความปลอดภัย ฉันจึงซ่อนไม้กางเขนมอลทีสนั่นไว้ในรองเท้าแตะผู้หญิงสีชมพูแปร๊ดประดับด้วยโลหะแวววาว ที่แม่ซื้อมาให้จากรายการสินค้าขายตรงทางทีวี พร้อมๆกับเสื้อคาปรีสีชมพูแวววาวอย่างเข้าชุดอ้อ..! แล้วก็มีเสื้อเกาะอกที่ส่งมาเพิ่มให้อีกตัวหนึ่งด้วย..

หลายปีมาแล้วที่ฉันเฝ้าพยายามบอกแม่ว่าฉันเป็นนักเขียน.. ไม่ใช่น้องก๊ะ.. (หอรอสระอีไม้เอก..!) ฉะนั้น จงอย่าได้ส่งเสื้อผ้าอะไรแบบนี้มาให้ฉันอีก เฮ้อ..! นี่ก็เป็นอีกเรื่องที่ฉันอยากจะเล่าให้นักบำบัดจิตฟังเหลือเกิน.. แต่ต้องในทันทีที่ฉันมีปัญญาจ่ายให้เขานะ..

ตอนนี้.. ฉันมีคดีฆาตกรรมที่ต้องสืบ ฉันจึงโทรศัพท์ไปหาคุณนักสืบนัยน์ตาโศกที่เป็นผู้ดูแลคดีนี้.. ผู้มีชื่อปรากฏตามนามบัตรว่า.. ร้อยตำรวจโทแฟร้งค์ มูล่า..

โชคดีที่เขาเป็นคนรับสายเอง..

"หมวดมูล่าคะ.. ฉัน.. จาอีน ออสเตน ค่ะ"

"ใช่เลย..! ส่วนผม.. ชาร์ลส์ ดิคเก้นส์ ครับ..!" เขารับสายกวนๆ

"ผู้หมวดจำฉันไม่ได้เหรอ..? ฉันคือคนที่เจอศพในห้างแพสชั่นส์ไงคะ"

"อ้อ..! คุณน่ะเอง.. ขอโทษที่ล้อเมื่อกี้นะ.. คุณเป็นไงบ้างล่ะ..?"

"ก็ดีค่ะ.. ที่จริง.. ฉันมีข้อมูลบางอย่างที่อาจช่วยคุณได้มาบอก"

"ที่จริงพวกผมก็ทำคดีนี้ได้ดีอยู่แล้วนี่"

"อ้อ..! ก็ดีสิคะ.. แต่ฉันคิดว่าคุณต้องสนใจในสิ่งที่ฉันจะบอกแน่ๆ"

"ก็ได้.. อะไรล่ะ..?" เขาตอบเนือยๆอย่างไม่กระตือรือร้น

ฉันเล่าให้เขาฟังเรื่องที่ฉันไปหา อาร์.ดี. บัทเลอร์ พยานดาวเด่นของเขา และอาร์.ดี. ตาบอดเป็นค้างคาวอย่างไรเวลาที่ไม่ได้ใส่คอนแทคเลนส์ ซึ่งมันอาจทำให้เขามองเวลาผิดตอนที่เห็นรถโฟล์คของเบ็คกี้จอดอยู่ในลานจอดรถนั่น

"น่าสนใจมาก" เขากล่าวทั้งๆที่น้ำเสียงไม่ได้ส่อถึงความสนใจเลยแม้แต่น้อย จริงๆแล้ว.. ฉันเกือบจะสาบานว่าได้ยินเขาหาวหวอดออกมาด้วยซ้ำไป

จากนั้น ฉันก็บอกเขาเรื่องดอกจาคาแรนด้าที่ติดอยู่บนหลังคารถเกรซ ว่าถ้ายิ่งโดนฝนมันจะยิ่งติดแน่นกว่าเดิม โดยเฉพาะอย่างยิ่งคืนนั้นเป็นคืนเดียวที่มีฝนตก เพราะสองอาทิตย์ก่อนคืนฆาตกรรมก็ไม่ได้มีฝนตกลงมาเลย

"เอ่อ..! คุณคงเห็นแล้วสิ" ฉันกล่าวดวยความรู้สึกที่เหมือนตัวเองเป็นเชอร์ล็อค โฮล์มส์

"ดิฉันแน่ใจว่าเกรซ ลินบรูค อยู่ที่ห้างแพสชั่นส์ในคืนที่มีการฆาตกรรมแน่ๆ"

ฉันนั่งเอนตัวพิงพนัก และรอฟังที่จะเห็นเขารู้สึกประหลาดใจกับการอนุมานที่ทรงประสิทธิภาพของฉัน.. แต่ก็เปล่า..

"นี่คุณเป็นอะไรเนี่ย..? เป็นนักส่งนักสืบกะเขาด้วยเหรอ..?" เขาถาม

"จะว่าอย่างนั้นก็ได้ค่ะ"

"ผมนึกว่าคุณเป็นนักเขียนเสียอีก"

"เป็นค่ะ.. แต่บางทีก็รับงานสืบสวนด้วย"

"ตลกตายเลย.. นี่ผมนึกภาพคุณเป็นนักสืบไม่ออกเลยนะเนี่ย"

.. ถ้ามีใครพูดกับฉันอย่างนี้อีกสักคนละก็.. แม่จะกรี๊ดให้สลบเชียว.. คอยดู..!!

"เอ่อ..! แล้วคุณคิดยังไงกับทฤษฎีจาคาแรนด้าในสายฝนของฉัน..?"

"แล้วผมจะให้ฝ่ายอุตุวิทยาทางการโต้แย้งของเราไปตรวจดูก็แล้วกันนะ"

".. 'อุตุวิทยาทางการโต้แย้ง' เหรอ..? ฉันไม่เคยได้ยินมาก่อนเลย มีตำแหน่งแบบนี้จริงๆเหรอคะ..?"

"เก๊าะ.. ก็ไม่เชิงนักหรอก" เขาตอบ พลางยักไหล่ด้วยความรำคาญอย่างล้นเหลือ..

"มันเป็นมุขตำรวจน่ะ"

ต๊าย..! มุขตำรวจเนี่ยนะ..! ฮ่า.. ฮ่า.. ขำตายละย่ะ..!

"ขอบคุณสำหรับเรื่องที่บอกนะครับ" เขาเอ่ย..

"แล้วผมจะดูให้ แต่คงต้องไปก่อนละ พอดีมีสายสำคัญโทร.เข้ามา.."

และก่อนที่ฉันจะทันได้พูดอะไร เขาก็วางหูใส่ไปเรียบร้อยแล้ว หรืออย่างน้อย.. เขาคงคิดว่าเขาวางหูแล้วต่างหาก แต่จริงๆแล้วยังหรอก..

"เฮ้..! เอ็ดดี้.." ฉันได้ยินเขาพูด..

"คืนนี้เราจะไปโบว์ลิ่งกันใช่ม๊า..?"

ฉันกระแทกโทรศัพท์ลงบนแป้นอย่างขยะแขยง..

อีตานั่นต้องไม่ยอมไปเช็คดูไม่ว่าจะตามทฤษฎีไหนๆของฉันเป็นแน่ เห็นได้ชัดว่าเขามองฉันเป็นมือสมัครเล่นที่ไร้ทักษะและฝีมือ..

สิบห้านาทีต่อมา ฉันก็กำลังนอนแช่อยู่ในอ่างอาบน้ำจนฟองสบู่ปริ่มติ่งหูอย่างสบายใจ มันช่างเป็นเวลาที่แสนจะสันโดษและสุขสงบที่สุด

พลางคิดถึงรายละเอียดต่าง ๆของคดี ฉันมักคิดอะไรได้ดีเสมอเวลาที่อยู่ในอ่างอาบน้ำ และอ่างอาบน้ำนี่แหละที่ทำให้ฉันคิดสโลแกนให้บริษัท ดิ อัคเคอร์ แมน โอนนิ่ง คอมปานี ว่า.. *'สร้างสีสันให้ชีวิตที่งดงาม'*.. เฮ้..! ไม่ใช่เช็คสเปียร์นะนั่น แต่มันเป็นเรื่องของการจ่ายค่าเช่าต่างหาก..

แล้วตอนนี้ฉันก็มาอยู่ในอ่างอาบน้ำอีกครั้ง.. ใช้ใยบวบขัดต้นขาไปพลางพยายามคิดว่าใครกันหนอที่เป็นคนลงมือสังหารคุณนายฝรั่งเศส..?

จริงอยู่ที่เกรซ ลินบรูค มีแรงจูงใจที่จะทำ แต่ในขณะเดียวกันฉันก็ไม่สามารถตัดแม็กไซน์ออกไปได้ เพราะรูปเฟรนช์ชี่ที่มีแต่ริ้วรอยขูดขีดรูปนั้น นอกจากนี้ ก็ยังมีโอเว่นสามีของเฟรนช์ชี่ ที่ฉันว่าต้องแกล้งบีบน้ำตาทำเป็นเศร้าแน่ ๆ อืม.. ม..! แล้วก็ยังมีแมนด้า ทัคเคอร์ เพื่อนสนิทของเกรซอีก.. ฉันจำคำที่เธอพูดกับเกรซได้ว่าเธอนึกอยู่แล้ว ว่าเกรซต้องได้ห้างกลับคืนมา แล้วเธอจะแน่ใจขนาดนั้นได้ยังไงถ้าไม่ได้มีส่วนเกี่ยวข้องในการกำจัดเฟรนช์ชี่..?

"แกว่าไงฮึ..?" ฉันหันไปถามโพรแซ็ค ที่กำลังนอนหมอบอยู่บนฝาถังซักโครก..

"แกว่าใครเป็นฆาตกร..?"

แต่โพรแซ็คก็กำลังยุ่งกับการนอนเลีย 'โพรแซ็คน้อย' ของมันเกินกว่าจะตอบคำถามของฉันได้..!

ฉันเอื้อมมือไปคว้าสมุดโน้ตและดินสอที่หยิบติดมือเข้ามาในห้องน้ำ แล้วเริ่มจดบันทึก.. ฉันพบว่ามันเป็นสิ่งที่ช่วยได้มากทีเดียวยามแก้ปัญหาอะไรไม่ตก พอเริ่มขึ้นต้นเขียนหัวข้อได้แค่..

'ผู้ต้องสงสัยต่าง ๆ โดย จาอีน ออสเตน'..

เสียงออดที่หน้าประตูก็ดังขึ้น

ใครจะมากันตอนนี้หนอ..? สงสัยจะเป็นแลนซ์ ที่เอาสูทพราด้ากลับมาให้จากร้านซักแห้ง ฉันลุกขึ้นจากอ่างอาบน้ำมาสวมเสื้อคลุม

"แลนซ์เหรอ..?" ฉันถาม พลางรีบวิ่งไปที่ประตู

"ไม่ใช่หรอกครับคุณผู้หญิง.. นี่เจ้าหน้าที่ตำรวจ"

ตำรวจเหรอ..? ตายละ.. สงสัยพวกเขาจะสะกดรอยตามเบ็คกี้ แล้วเห็นเธอเอาไม้กางเขนมอลทีสนั่นให้ฉันแน่เลย แล้วตอนนี้พวกเขาก็กำลังจะมาจับฉันข้อหาให้ความช่วยเหลือและสนับสนุนการกระทำของอาชญากร..! ฮือ.. ฮือ.. ทำไงดี..?

"รอเดี๋ยวนะคะ" ฉันตะโกนตอบไป ก่อนวิ่งตื๋อเข้าไปในห้องนอนแล้วคว้าเสื้อผ้ามาสวม พอฉันเปิดประตูออกไปก็พบเจ้าหน้าที่ตำรวจสองนายกำลังยืนอยู่บนบันไดหน้าห้อง ส่วนฉันก็อยู่ในอาการตื่นกลัวสุดๆ..

ฉันต้องสูดหายใจลึกๆเพื่อเรียกขวัญกลับคืนมา ตราบใดที่เขาหาไม้กางเขนนั่นไม่เจอ มันก็พิสูจน์ไม่ได้หรอกว่าฉันมีมันอยู่ในครอบครอง ฉะนั้นฉันต้องทำเป็นไม่รู้ไม่ชี้เอาไว้ก่อน โดยพยายามฉีกยิ้มที่สุดแสนจะแข็งทื่อไปให้เขา

"มีอะไรให้ช่วยคะคุณตำรวจ..?" ฉันถามเสียงสั่นด้วยความระแวง

ฮู้ย..! ทำได้แค่นี้ก็ดีแล้วละน่า

"ครับ.. คือ.. คุณ.." หนึ่งในนั้นเอ่ยขึ้น

"จงจำไว้ว่าอย่ายอมรับอะไรทั้งสิ้น.. ตราบใดที่เขายังหาไม้กางเขนไม่เจอ แกก็จะปลอดภัย..!" ฉันรีบบอกตัวเอง

จากนั้น.. ฉันก็ต้องตกใจสุดขีด เมื่อโพรแซ็คเดินกรีดกรายเข้ามาในห้องรับแขก โดยมีรองเท้าแตะผู้หญิงสีชมพูแปร๊ดข้างหนึ่งอยู่ในปาก ฉันยืนตะลึงตัวแข็งอยู่อย่างนั้นในขณะที่มันเคลื่อนไหวด้วยท่าทางโอ้อวดอย่างมีชีวิตชีวามาที่นายตำรวจทั้งสอง

"ดูสิเอ่ย.. ว่าฉันเอาอะไรมาอวด"

ดูเหมือนมันกำลังพูดว่าอย่างนั้น..

"รองเท้าน่าเกลียดข้างหนึ่งไงจ๊ะ.."

โอ๊ะโอ๋..! พ่อแก้วแม่แก้วจ๋า.. ภาวนาขอให้เป็นรองเท้าข้างที่ไม่ได้ยัดไม้กางเขนเอาไว้ทีเถอะ..

แต่โชคแบบนั้นไม่มีมาถึงฉันหรอก.. โพรแซ็ควางรองเท้าลงแทบเท้าตำรวจ แล้วไม้กางเขนนั่นก็กลิ้งโค่โร่ออกมา

"ฉันรู้.. ว่า.. เอ่อ..! ไม่ควรทำมันลงไปเลย" ฉันคร่ำครวญ

จากท่าทีที่ทำไม่รู้ไม่ชี้เมื่อกี้กลายมาเป็นตาขาวในบัดดล (ก็ฉันไม่เคยได้งานเป็นสายลับระดับชาตินี่)

"ก็แน่ละครับ.. คุณไม่ควรทำลงไปเลย" ตำรวจคนหนึ่งพูด

"ไม่รู้เหมือนกันว่าตอนนั้นมีอะไรมาดลใจให้ทำแบบนั้น"

"ไม่น่าให้อภัยนักหรอกนะคุณ" ตำรวจอีกคนกล่าวก่อนส่ายหัวไปมา

"คุณคงจะมาจับฉันละสิ" ฉันพูด พลางนึกเห็นภาพตัวเองต้องอยู่ร่วมห้องขังเดียวกับผู้หญิงที่มีชื่อติดหน้าอกว่า บิ๊ก พีท*

ตำรวจทั้งสองมีทีท่าประหลาดใจ..

"ปกติแล้วเราจะไม่จับคนที่จอดรถในที่ห้ามจอดหรอกครับคุณผู้หญิง"

"หือ..?" ฉันกระพริบตาถี่

"คุณเป็นเจ้าของรถโคโรลล่าสีขาวใช่ไหม..?"

"ใช่ค่ะ"

"คุณจอดรถในที่ห้ามจอด ตรงทางเข้าส่วนบุคคลนะครับ"

แค่นั้นน่ะเหรอ..? พวกเขามานี่แค่เพราะฉันจอดรถขวางทางส่วนบุคคล หุย..! พวกเขานี่คือพระเจ้าดี ๆ นี่เอง..

"เราได้รับโทรศัพท์จากเจ้าของบ้าน ว่าคุณจอดรถขวางทางเข้าบ้านเขา คุณต้องไปเลื่อนรถเดี๋ยวนี้ และก็ต้องโดนใบสั่งด้วย"

** คำแสลงสำหรับใช้เรียกพวก 'ขาใหญ่'*

"ได้เลยค่ะคุณตำรวจ.. ไม่มีปัญหา.. แต่แค่หกดอลล่าร์ได้ไหม..?"

ฉันต่อรองแบบชนิดที่.. เฮ้อ..! พูดไปได้ไง..

ก็ทำไมเล่า.. นี่ถือเป็นครั้งแรกในชีวิตที่ฉันโดนใบสั่งนี่นา

หลังจากที่ย้ายรถเป็นที่เรียบร้อยแล้ว ฉันก็กลับเข้าบ้านมาเจอเจ้าโพรแซ็คกำลังร้องเงี๊ยวง๊าวรออาหารเย็นอยู่ มันมองหน้าฉันด้วยดวงตาสีเขียวสดใสอย่างไร้เดียงสา เหมือนเมื่อกี้ไม่ได้เพิ่งจะจับฉันถ่วงน้ำมายังงั้นแหละ

"แกไม่สมควรจะได้ไอ้นี่เลยจริงๆนะ.." ฉันบ่น ก่อนโยนชามเครื่องในประป๋องแฟนซี ฟิช เอ็นเทรล ให้มันเป็นอาหารเย็น

จากนั้น จึงเอาไม้กางเขนเจ้าปัญหาไปซ่อนไว้ในลิ้นชักถุงเท้า แล้วโยนรายชื่อผู้ต้องสงสัยทิ้งลงถังขยะไป ก่อนจะปีนขึ้นเตียงพร้อมกับซุปกระป๋องอิตาเลี่ยนโพรเกรซโซ ไมนสโตรน ที่ฉันกินทั้งกระป๋อง วันๆหนึ่งก็สืบเสาะหาโน่นหานี่มาพอแล้ว ถึงบ้านก็ขี้เกียจมานั่งหาถ้วยชามอีก..

คืนนั้นฉันนั่งดูหนังของแอนดี้ ฮาร์ดี้ ที่ฉายในทีวีทั้งคืน ตอนที่หนังเรื่องสุดท้ายฉายอยู่นั้น (แอนดี้มีปัญหาเรื่องต่อมลูกหมาก) แอนดี้กำลังอยู่ในช่วงวัยกลางคน และฉันก็เหนื่อยเต็มทีจึงปิดไฟเข้านอน.. สิ่งสุดท้ายที่จำได้ก่อนสติขาดผึงไปกับความง่วงก็คือ โพรแซ็คนอนขดตัวงุ้มอยู่แถวๆซอกคอจนฉันนอนหายใจเอากลิ่นแฟนซี ฟิช เอ็นเทรล เข้าไปเต็มๆ

อีเมล์ที่ได้รับ

ถึง : เจ. ออสเตน

จาก : คุณนายข้อปกระจาย

เรื่อง : เงียบสงบก่อนพายุถล่ม

โอ้..! ลูกรัก.. หนูเดาไม่ถูกแน่ว่าเกิดอะไรขึ้น..! อลิสแทร์ติดต่อกับนักข่าวจากแทมป้า ทริบูน ที่กำลังเขียนเรื่องโรงละครท้องถิ่นอยู่ เขาอยาก

จะมาดูละครของเราด้วยล่ะ แต่ตอนนี้งานเขาเร่งมากๆ อลิสแทร์ก็เลยพยายามเร่งให้เราได้เปิดตัวเร็วๆ หนูเชื่อหรือไม่.. เรากำลังจะได้ขึ้นเวทีจริงในผ้าพันคอของลอร์ดวอร์ธิงตันในอีกสองวันนี้แล้ว พระเจ้าช่วย..! แม่ประหม่าจะแย่ นอกจากแม่ต้องเรียนรู้เรื่องคิวการแสดงแล้ว แม่ยังต้องเรียนรู้เรื่องการพูดสำเนียงแบบคนอังกฤษอีกด้วย..!

และพ่อของหนูก็ไม่ได้ช่วยให้อะไรๆมันง่ายขึ้นเลย แถมยังแกล้งชักใบให้เรือเสียอยู่ตลอดเวลา แม้ว่าดูเขาจะสงบลงบ้างในช่วงสองสามวันมานี่ก็ตาม เพราะเห็นเลิกเปลี่ยนบท แล้วก็เลิกแกล้งกระแอมใส่แม่แล้วนี่

แต่ถึงอย่างนั้นก็เหอะ.. ไม่ค่อยจะไว้ใจเขานักหรอก มันเหมือนฟ้าเงียบก่อนพายุถล่มยังไงไม่รู้ แม่ว่าเขาต้องคิดทำอะไรสักอย่างแน่ แม่สัมผัสความผิดปกตินี้ได้ลึกถึงกระดูกเชียวละ..

ถึง : คุณนายช้อปกระจาย

จาก : เจ. ออสเตน

อย่าห่วงไปเลยค่ะแม่ หนูแน่ใจว่าพ่อต้องรู้ดีรู้ชั่ว และเปลี่ยนเป็นคนใหม่แล้วละ เอาเลยค่ะแม่.. สะกดคนดูให้อยู่หมัดเลยนะ..!

ถึง : เจ. ออสเตน

จาก : แดดดี้ โอ.

แม่หนูเขาคิดว่าพ่อมีแผนจะทำอะไรสักอย่าง.. แล้วหนูล่ะคิดหรือเปล่า..?

ถึง : แดดดี้ โอ.

จาก : เจ. ออสเตน

ถามใครคะพ่อ..? หนูเหรอ..?

บทที่ 17

ตอนที่ฉันตื่นขึ้นมาในเช้าวันรุ่งขึ้นนั้น พระอาทิตย์ก็สาดแสงส่องเข้ามาทางหน้าต่างห้องนอนแล้ว ท้องฟ้าก็กระจ่างใสราวกับนัยน์ตาแห่งดาราดวงใหม่ มันช่างสวยงามเหลือเชื่ออะไรขนาดนั้น ความกังขาใดก็ตามที่ฉันมีต่อความบริสุทธิ์ของเบ็คกี้ ก็ได้มลายลงไปจนหมดสิ้นตั้งแต่เมื่อคืนนี้แล้ว ยังไงฉันก็ไม่สามารถปักใจว่าเธอเป็นฆาตกรไปได้

ฉะนั้น ตอนที่ฉันเดินเข้าไปในครัวเพื่อหาอาหารเช้าใส่ท้อง จึงเป็นช่วงเวลาที่ฉันรู้สึกปลอดโปร่งเป็นอย่างยิ่ง

"อยู่นี่เองเจ้าโพรแซ็ค" ฉันเอ่ยทัก พลางโยนอาหารกระป๋องสำหรับแมวให้มัน..

"เอ้านี่..! กุ้งบดแสนอร่อย"

ตอนที่ออดหน้าบ้านดังขึ้นนั้น ฉันกำลังมองเข้าไปในตู้ลอยติดผนังของแม่แล้วคิดว่าจะหาอะไรใส่ปากให้ตัวเองดี ระหว่างขนมป็อป ทาร์ตค้างคืน กับขนมปังเบเกิ้ลเหม็นหืน..?

แลนซ์น่ะเอง..

"ดูสิว่าฉันเอาอะไรมาให้" เขาเอ่ยทัก พลางยื่นถุงกระดาษสีน้ำตาลสองถุงมาตรงหน้า

"กาแฟคั่วหอมฉุยแบบฝรั่งเศส กับครัวซองต์ร้อนๆจากร้านเบเกอรี่ย่ะ มีเนย.. แล้วก็แยมสตรอเบอรี่ด้วย"

เฮ้อ..! ทำไมผู้ชายดี ๆต้องเป็นเกย์กันเสียหมดนะ..?!?

สามนาทีต่อมา.. เราก็มานั่งอยู่ที่โต๊ะกินข้าว เฝ้ามองเนยที่กำลังหลอมละลายลงบนเนื้อครัวซองต์จนน้ำลายหยด

"ฉันมีข่าวดีจะมาบอกเธอด้วยล่ะ.." แลนซ์กล่าว

"ร้านซักแห้งบอกว่า เขาสามารถกำจัดคราบไวน์ออกจากสูทพร้าด้าของเธอได้"

"โอ้..! แลนซ์.. นั่นมันวิเศษเลยเชียว"

ฉันแทบจะกระโดดกอดเขาอยู่แล้ว แต่ติดที่ว่าไม่สามารถถอนสายตาออกไปจากครัวซองต์ชิ้นนั้นได้..

"ไหน.. เล่าเรื่องงานสืบสวนของเธอให้ฉันฟังหน่อยสิยะ คิดได้แล้วยังว่าใครเป็นคนทำ..?" แลนซ์ถาม

"ยังง่ะ.. แต่ก็มีผู้ต้องสงสัยอยู่ในใจหลายคนแล้ว"

ฉันเอ่ยชื่อคนที่สงสัยให้แลนซ์ฟัง แล้วก็เล่าเรื่องดอกจาคาแรนด้าบนหลังคารถเกรซ , เรื่องภาพถ่ายของเฟรนช์ชี่ในอัลบั้มของแม็กไซน์ , เรื่องโอเว่น สามีขี้เมาของเฟรนช์ชี่ แล้วก็คุณนายทัคเคอร์ เพื่อนซี้ของเกรซที่อาจมีส่วนเกี่ยวข้องในการฆาตกรรมนี้ด้วย

"ฉันไม่ยักกะรู้ว่าอแมนด้า ทัคเคอร์ เป็นเพื่อนของเกรซ" แลนซ์กล่าว

พลางยื่นมือไปหยิบครัวซองต์ขึ้นมาชิ้นหนึ่ง ส่วนฉันน่ะเหรอ..? กินชิ้นที่สองหมดไปแล้ว และกำลังเล็มชิ้นที่สามอยู่

"เธอรู้จักเขาด้วยเหรอ..?" ฉันถาม

"ไม่ได้เป็นการส่วนตัวหรอก แต่ก็เห็นหน้าตามข่าวสังคมอยู่ตลอดเวลา ยายนั่นน่ะเห็นทีไรก็หน้าตึงเปรี๊ยะเสียทุกครั้ง สงสัยจังว่าจะปิดตาลงได้เหมือนชาวบ้านเขาหรือเปล่า..?"

"รู้อะไรเกี่ยวกับเธออีกบ้างล่ะ..?"

"ก็รู้แค่ว่าเธอได้เงินมามาก ก็จากไอ้สะโพกดินระเบิดของเธอนี่

แหละ เพราะสามีคุณนายแกเป็นมหาเศรษฐีพ่อค้าน้ำมันระดับพันล้านเชียวนะ"

"เหรอ..? ที่พูดเนี่ยเรื่องในอดีตใช่ไหม..?"

"ใช่..! สามีแกตายได้ราวปีที่แล้วนี่เองละมั้ง จัดงานศพเสียใหญ่โต อาทิตย์นั้นฉันขายรองเท้าดำของมาโนโลสได้เพียบเลย เออ..! พอพูดถึงมาโนโลส" เขายกนาฬิกาข้อมือขึ้นดู

"ฉันต้องไปแล้วละ ไม่งั้นสายแน่"

"ไม่กินครัวซองต์ให้หมดก่อนล่ะ" ฉันถาม สายตาจับจ้องอยู่ที่ครัวซองต์ที่เหลือครึ่งชิ้นบนจาน

"ไม่เอาละ.. อิ่มแล้ว"

ปล่อยให้คนหุ่นดี ๆเขารู้สึกอิ่ม หลังจากที่กินครัวซองต์ฉ่ำเนยไปได้แค่ครึ่งอันเหอะ..

แลนซ์ถลาออกไปทำงาน ส่วนฉัน.. หลังจากที่ฟาดครัวซองต์ที่เหลือครึ่งอันนั้นเสียเกลี้ยงแล้ว ก็ไปนั่งหน้าคอมพิวเตอร์ เช็คจดหมายอิเลค-ทรอนิคส์ที่พ่อแม่ส่งมาถึง แล้วก็ต้องครวญคราง.. พ่อฉันมีแผนที่จะทำอะไรจริง ๆด้วย เฮ้อ..! ฉันสาบานว่าสักวันจะต้องไปดูภาพหน้าเขาบนโปสเตอร์ที่ติดอยู่บนกำแพงไปรษณีย์ให้ได้

แต่ฉันไม่ได้กังวลเรื่องพ่อนักหรอก ไม่ใช่ตอนนี้แน่.. ไม่ใช่ตอนที่ยังมีคดีฆาตกรรมแขวนอยู่เหนือหัวตัวเองแบบนี้ เลยตัดสินใจลบความคิดเรื่องพ่อทิ้งไป ก่อนที่จะล็อกอินเข้าสู่เว็บไซต์ของหนังสือพิมพ์ แอล.เอ. ไทมส์ เพื่อเสิร์ชหาข้อมูลที่เกี่ยวกับอแมนด้า ทัคเคอร์

ก็อย่างที่แลนซ์บอกนั่นแหละ.. มีชื่อของเธอปรากฏอยู่ในข่าวสังคมเป็นโหล มีอยู่บทความหนึ่งที่เอ่ยถึงความเป็นภรรยาหม้ายของมหาเศรษฐีพันล้านหมาด ๆอย่างอังเดรย์ ทัคเคอร์ จากนั้น ฉันจึงเข้าไปเสิร์ชหาข้อมูลของอังเดรย์ แล้วทายสิว่าฉันเจออะไร..?

ตามที่หนังสือพิมพ์บอกนั้น อังเดรย์ตายเพราะอาหารเป็นพิษ ปล่อยให้ภรรยาของเขาต้องเผชิญชะตาอยู่กับเงินเป็นพันล้านโดยลำพัง ในข่าวบอกว่าเป็นการตายเพราะอุบัติเหตุที่แพ้อาหารธรรมดา แต่ฉันว่าไม่น่าใช่.. ไม่ว่ายังไง.. ยาพิษก็คือยาพิษวันยังค่ำ.. และเท่าที่ฉันรู้.. มันเป็นการฆาตกรรมที่ไตร่ตรองไว้ล่วงหน้าด้วยซ้ำ

เหมือนแบบนี้เปี๊ยบเลย.. นี่ฉันได้ผู้ต้องสงสัยคนใหม่เพิ่มขึ้นมาอีกแล้ว..

อแมนด้า ทัคเคอร์ อาศัยอยู่ในย่านพักที่ทันสมัยที่สุดของเบรนท์-วู้ด ที่ซึ่งขายกันทีราคาเป็นล้าน และบ้านของอแมนด้าก็อยู่ค่อนข้างห่างออกไปจากใจกลางย่านหรูนั้นนิดหน่อย มีแนวพุ่มไม้สูงประมาณหกฟุตเป็นตัวกั้นแนวบ้านออกจากถนน สนามหญ้าหน้าบ้านนั้นใหญ่ยังกับสนามฟุตบอลก็ไม่ปาน ฉันจอดโคโรลล่าคันเก่งของฉันไว้ที่ริมถนน มันเป็นรถสั่วๆระดับกลางเพียงคันเดียวที่จอดอยู่แถวนั้น แล้วฉันก็เดินมาตามทางเดินจนถึงประตูใหญ่หน้าบ้าน

บ้านหลังนั้นเป็นคฤหาสน์ทรงอังกฤษที่หรูหรา หน้าต่างเป็นไม้ประดับด้วยกระจกชิ้นเล็กๆ ฉันเกือบแอบหวังที่จะได้เห็นท่าน 'ดยุค และดัชเชส' แห่งวินเซอร์ ออกมาเล่นโครเคท์* กันอยู่ที่สนามหน้าบ้านด้วยซ้ำ

ฉันตัดสินใจมาโดยที่ไม่ได้นัดไว้ล่วงหน้ากะว่าจะให้คุณนายทัคเคอร์ประหลาดใจ เพราะเชื่อว่าเธอคงปฏิเสธที่จะให้ฉันเข้าพบ

ฉันสั่นกระดิ่งหน้าประตูบ้าน และได้กลิ่นหอมอ่อนๆของดอกไลแลคบานโชยมาเตะจมูก ประตูนั้นเปิดออกอย่างเร็ว โดยผู้หญิงร่างกำยำม่อต้อคนหนึ่งในชุดเครื่องแบบหญิงรับใช้

"คะ..? มีอะไร..?" เธอถาม พลางหรี่ตามองฉัน

** กีฬาชนิดหนึ่งเล่นบนลานหญ้า เล่นโดยการตีลูกบอลตัวเองเพื่อกระทบลูกบอลคนอื่นให้กระเด็นไป*

ฉันส่งยิ้มที่สุดแสนจะหวานที่สุดไปให้

"ฉันมาพบคุณนายทัคเคอร์ค่ะ"

"ถ้าคุณมาที่นี่เกี่ยวกับการฆาตกรรมที่ห้างแพสชั่นส์แล้วละก็" เธอกล่าว พลางยกแขนขึ้นกอดอกไว้อย่างน่าเกรงขาม

"คุณนายทัคเคอร์ไม่มีอะไรจะพูดเกี่ยวกับเรื่องนี้ ยกเว้นแต่กับเกรซ ลินบรูค ผู้เดียว เพราะเธอเป็นผู้หญิงที่ควรค่าแก่การให้เกียรติเพียงคนเดียวเท่านั้น"

หล่อนตั้งท่าจะปิดประตู..

"เดี๋ยวค่ะ..!" ฉันรีบร้องขึ้น..

"ฉันไม่ได้มาที่นี่เรื่องคดีฆาตกรรมนั่นนะคะ"

"โอ้..! แล้วงั้นคุณต้องการอะไรล่ะ..?"

ฉันใช้ปลายเท้าเคาะพื้นอย่างใช้ความคิด แล้วเริ่มโกหกเหมือนพวกนักการเมืองออกหาเสียง

"พวกคนที่นิตยสารไม่ได้โทร.มาหรือไงเนี่ย..?"

"ไม่มีอ่ะ.. นิตยสารอะไรกัน..?"

"วานิตี้ แฟร์ ค่ะ.. เรากำลังทำคอลัมน์เกี่ยวกับผู้นำแฟชั่นในแอล.เอ. ก็เลยอยากจะมาสัมภาษณ์คุณนายทัคเคอร์"

"ไม่เห็นมีใครจากวานิตี้ แฟร์ โทร.มาเลย"

ในวันที่ฟ้ากระจ่างขนาดนั้น มันเลยทำฉันสังเกตเห็นไรหนวดบาง ๆ เหนือริมฝีปากงอนคู่นั้นได้

"ไอ้พวกกอง บ.ก. บ้าเอ๊ย..! ทำงานกันยังไงนะ.." ฉันคว้ามือถือออกมา แล้วโทร.ไปที่บ้านของตัวเอง

"คิมเบอร์ลี่..!" ฉันเห่าเสียงขรม

"นี่ฉันอยู่ที่บ้านอแมนด้า ทัคเคอร์นะ คนที่นี่เขาบอกว่าเธอไม่ได้โทร.มาขอนัดเลยนี่.. ไม่ต้องเลย.. ฉันไม่อยากได้ยินคำขอโทษอะไรทั้งสิ้น..

เธอมีงานเหรอ.. ฉันก็มีงานต้องทำเหมือนกันนะยะ”

ฉันกดวางสายอย่างแรง..

“เชื่อเขาเลย..! เด็กพวกนี้น่ะเหรอที่อยากจะเป็นนักเขียน กะอีแค่โทรศัพท์ง่าย ๆยังทำไม่ได้”

สาวใช้ผู้นั้นมองฉันหน้าตายอย่างไร้อารมณ์ นี่เธอไม่คิดจะเจรจาอะไรกับฉันบ้างเลยหรือนี่..?

“รอข้างนอกนี่แหละ ฉันจะไปบอกคุณนายทัคเคอร์ว่าคุณมา”

ในที่สุด เธอก็พูดออกมา

วูปี้..! เธอยอมฉันแล้ว..

“ในขณะที่ฉันยืนเคาะส้นเท้าเล่นแก้เซ็งอยู่นั้นเอง ฉันก็ตระหนักได้ว่านี่เป็นโอกาส.. คุณนายทัคเคอร์เคยเห็นฉันแล้วที่ห้างแพสชั่นส์ ฉะนั้นจึงเป็นไปได้อย่างยิ่งที่เธออาจจะจำฉันได้ แต่ฉันก็มีสัญชาติญาณที่น่าประทับใจบางอย่าง ว่าจุดรวมความสำคัญใหญ่ ๆสำหรับชีวิตของอแมนด้าทัคเคอร์ ก็คือตัวของเธอเอง ซึ่งไม่ว่าอย่างไร ฉันก็คิดว่าเธอเป็นคนที่ไม่ใส่ใจอะไรในคนรอบข้างมากมายนัก หรืออย่างน้อย.. ฉันก็หวังให้เธอเป็นแบบนั้น

อีกไม่กี่นาทีต่อมา.. สาวใช้ก็เดินกลับมาแล้วเปิดประตูให้ฉันเข้าไป

“ตามฉันมา” เธอสั่ง

และฉันก็ทำตาม.. เดินเข้าไปในห้องรับแขกแบบผู้ดีอังกฤษที่เต็มไปด้วยผ้าที่มีแสงสว่างเป็นเงามัน และดอกไม้สดที่ตัดปักแจกันไว้มากมาย อแมนด้า ทัคเคอร์ กำลังรอฉันอยู่ในชุดเข้ารูปสีขาวผ่องของคาปรี และเสื้อขนสัตว์กันหนาวสีชมพูแปร๊ดรัดรูป เสื้อตัวในนั้นมันฟิตเสียจนฉันอดที่จะสังเกตหน้าอกหน้าใจของเธอไม่ได้.. สมบูรณ์ทีเดียวละ.. มันเด้งดึ๋งออกมาปริ่มขอบเสื้อขนสัตว์นั่นอย่างน่ามอง.. ทำแล้วแน่ ๆ.. ไม่ต้องสงสัย..

“ยินดีนะคะที่ได้พบคุณ.. เอ่อ..”

"รัสเซลล์ค่ะ" ฉันแนะนำตัวเองอย่างเร็ว..

"โรซาลิน รัสเซลล์"

นี่ฉันท่าจะบ้าไปแล้วมั้ง..? ดันไปบอกชื่อดาราที่ตายไปแล้วได้ไง..!

"คุณหมายถึง.. แบบ.. นักแสดงเหรอคะ..?"

"ค่ะ..!" ฉันยิ้มแห้งๆ..

"คือ.. แม่ฉันเป็นแฟนตัวยงของเธอน่ะค่ะ"

"เอ๊ะ..! นี่เราเคยพบกันที่ไหนมาก่อนรึเปล่าคะ..? ดูคุ้นหน้าชอบกล"

บ้าจริง..! นี่เธอช่างสังเกตกว่าที่ฉันคิดเอาไว้เสียอีก

"ก็อาจเป็นไปได้ค่ะ" ฉันตอบ..

"คุณไปร่วมงานเลี้ยงค็อกเทลของหนังสือวีเมนส์ แวร์ เดลี่ เมื่อเดือนที่แล้วหรือเปล่าคะ..?"

"เปล่าค่ะ.. ฉันไม่ได้พบหนูที่นั่นแน่"

"ฉันหน้าโหลออกค่ะ.. โดนทักอยู่เรื่อย"

"อืม.. ม.. ช่างมันเถอะ ไว้ค่อยนึกทีหลัง อ้าว..! เชิญนั่งก่อนสิจ๊ะ แม่หนูรัสเซลล์ ให้เกอร์ต้าหาอะไรให้หนูดื่มหน่อยดีไหม..?"

"ไม่เป็นไรค่ะ.. ขอบคุณ"

"งั้นรับขนมสตรูเดิ้ลใส้แอ้ปเปิ้ลหน่อยนะ..? สดๆจากเตาอบเลยเชียวละ"

"ไม่ต้องหรอกค่ะ ขอบคุณ"

ก็ได้.. ฉันไม่ได้ตอบไปแบบนั้นหรอก จริงๆแล้วคุณก็น่าจะเดาได้ว่าคำพูดที่หลุดออกไปจากปากฉันคืออะไร..

"ฮื่อ..! ก็ดีค่ะ.. น่าอร่อยนะคะ"

อแมนด้าทิ้งมาดคุณนายเลดี้เจ้าของคฤหาสน์ไปชั่วขณะ ด้วยการตะโกนเรียกคนรับใช้เสียงลั่น

"เกอร์ต้า.. จัดขนมสตรูเดิ้ลใส่จานมาให้คุณหน่อยสิ.."

จากนั้น เธอก็หย่อนตัวลงนั่งอย่างแรงบนโซฟาที่ตั้งอยู่ตรงข้ามฉัน แล้วเอนหลังพิงหมอนอิงเล็ก ๆหลายใบที่ตั้งซ้อนกันอยู่ราวภูเขาลูกย่อม ๆ

"ฉันตื่นเต้นมากทีเดียวละ" เธอเอ่ยยอ..

"ที่หนังสือวานิตี้ แฟร์ มาสัมภาษณ์ถึงบ้าน"

จากนั้น เธอก็หันมองไปรอบ ๆ

"ช่างภาพอยู่ไหนล่ะจ๊ะ..? หนูคงไม่ได้เป็นคนถ่ายภาพใช่มั๊ย..?"

"ไม่ใช่หรอกค่ะ.. ประเดี๋ยวช่างภาพจะตามมา นี่เป็นวิธีการทำงานของเราค่ะ ดิฉันมาสัมภาษณ์ก่อน จากนั้นเขาจึงจะตามมาเก็บภาพทีหลัง"

"ก็ดีจ้ะ..! ฉันจะได้มีเวลาแต่งหน้าด้วย"

ก็แหงละ..! แต่ฉันว่าคุณนายแกประโคมเครื่องแต่งหน้าไว้มากพอแล้วนะ ถ้าเอาออกมากองคงได้เท่าเคาน์เตอร์เครื่องสำอางคลินิกทั้งเคาน์เตอร์เลยละกระมัง..!

"เอ่อ..! เอาเลยมั้ยจ๊ะ อยากถามอะไรก็เชิญ" เธอเริ่มด้วยรอยยิ้มที่ฉาบไปทั่วใบหน้าอันเต่งตึง (เปรี๊ยะ) นั้น

ตายละวา..! แล้วฉันจะถามอะไรเธอดีเนี่ย..? ฉันรู้เรื่องแฟชั่นชั้นสูงอย่างมากก็แค่เวลาที่ห้างชั้นกลางอย่างเคมาร์ทออกล็อตพิเศษมาเท่านั้นละ

"อืม.. ใครคือนักออกแบบเสื้อผ้าสุดโปรดของคุณคะ..?" ฉันลองเริ่ม

เธอเริ่มไล่ชื่อนักออกแบบดัง ๆเหล่านั้น แต่แล้วเธอก็สะดุดกึกแล้วถามขึ้นว่า..

"เดี๋ยว..! หนูไม่ต้องจดหรือจ๊ะ..? หรือว่ามีเครื่องบันทึกเสียงมาด้วย..?"

"อ๋อ..! ใช่ค่ะ.. เครื่องบันทึกเสียง"

ฉันล้วงมือลงไปในกระเป๋า แล้วหยิบโทรศัพท์มือถือของตัวเองออกมาวาง

"นั่นมันมือถือ..?"

"อ๋อ..! มันมีเครื่องบันทึกเสียงในตัวค่ะ ประดิษฐกรรมล่าสุดที่แจ๋ว

ทีเดียว เขาฝังไมโครโฟนไว้ตรงนี้ค่ะ" ฉันชี้มั่ว ๆ ลงไปที่รูเสียบสายรูหนึ่งตรงปลายขอบโทรศัพท์

"เออ..! แล้วอีกหน่อยเขาจะคิดอะไรได้อีกนะ..?" เธอพึมพำ

ฉันวางมือถือลงบนโต๊ะกาแฟนั้น

"พยายามพูดใส่ตรงรูเล็ก ๆ นั่นนะคะ.. โอ.เค้..?"

เธอจึงเริ่มร่ายยาว และฟุ้งเรื่องดีไซเนอร์คนโปรดต่าง ๆ และฉันสังเกตว่าหมอนอิงแปลกตาที่เธอวางไว้บนตักนั้น เป็นหมอนผ้าไหมสีเขียวตะไคร่น้ำที่มีตัวอักษรปักเอาไว้ว่า..

'ของหวือไม่เฉียบ.. ของเรียบสินาน..!'

ฉันจำวันที่คุณนายทัคเคอร์มาได้ยินเฟรนช์ชี้ล้อเลียนเธอที่ห้างแพสชั่นส์ได้ว่าเดี๋ยวเธอจะเอาคืน.. ฉันเลยชักจะสงสัยว่าเธออาจจะใช้รองเท้าจิมมี่ ชูว์ เลียนแบบข้างนั้นเป็นอุปกรณ์ในการแก้แค้นหรือเปล่า..?

ความคิดของฉันสะดุดลงทันที เมื่อคุณนายทัคเคอร์ขัดคอการสัมภาษณ์ของตัวเอง..

"ฉันจำได้แล้ว.. ว่าฉันเคยเห็นหนูที่ไหน.." เธอร้องออกมา..

"ที่แพสชั่นส์นั่นเอง..!"

ซวยเลยตู..!

"ฉันเห็น.. หนูใส่ชุดพร้าด้าใช่ไหมล่ะ..?"

"ใช่ค่ะ..! หนูไปสัมภาษณ์เกรซ ลินบรูค ให้กับวานิตี้ แฟร์ นี่ละค่ะ"

"เออ..! ตลกดีนะ ไม่เห็นเกรซเล่าให้ฟังบ้างเลย"

"นั่นเป็นเพราะเราเซ็นสัญญาลับต่อกันไว้ค่ะ.."

"สัญญาลับอย่างนั้นหรือ..?"

"เวลาที่เราไปสัมภาษณ์แหล่งข่าว เราจะมีการลงนามในข้อตกลงว่าผู้ให้สัมภาษณ์จะเก็บเรื่องการให้สัมภาษณ์นี้ไว้เป็นความลับ จนกว่าหนังสือจะถูกตีพิมพ์ค่ะ"

นี่ถ้าฉันขืนโกหกอะไรอีกแม้แต่เพียงนิดเดียว มีหวังจมูกต้องยื่นยาวออกมาแบบพิน็อคคิโอให้เขาจับได้แน่ ๆ..!!

"นอกจากนี้.. การฆาตกรรมที่เกิดขึ้นในห้างของคุณนายลินบรูคก็น่าจะทำให้เธอคิดถึงการสัมภาษณ์ของเราเป็นเรื่องสุดท้าย"

เหอ.. เหอ..! งานนี้ต้องให้ฉันห้าดาวแล้วละ ที่พูดนำจนมาเข้าเรื่องการฆาตกรรมจนได้

"เป็นเรื่องเศร้าที่แย่มาก ๆเลยนะคะ" ฉันกล่าว

"แย่มาก ๆ.." เธอพูดตาม

"คุณว่าใครเป็นคนทำกันคะ..?"

แต่ฉันไม่ทันได้ยินคำตอบของคุณนายทัคเคอร์หรอก เพราะพอเหลือบตาไปมองที่หน้าต่าง ฉันก็เห็นรถจาร์กัวร์ของเกรซกำลังแล่นเข้ามาพอดี ฉันต้องรีบไสหัวออกไปจากที่นี่เสียแล้ว.. ให้เร็วด้วย..

"หนูขออนุญาตใช้ห้องน้ำหน่อยได้ไหมคะ..?"

"เอาสิจ๊ะ.. เดินไปตามโถงนี่แหละ ห้องทางขวามือนะ"

ฉันคว้ามือถือมายัดใส่กระเป๋าแล้วทำท่าจะเดินออกมา

"เดี๋ยว..! ทำไมต้องเอาเครื่องบันทึกเสียงนี่ไปด้วยล่ะจ๊ะ..?" เธอถาม

"ถ่านใกล้จะหมดแล้วละค่ะ ต้องเอาไปเปลี่ยนแบตฯ"

ฉันเดินเขย่งมาตามโถงทางเดินจนชนกระแทกเข้ากับเกอร์ต้า ที่ถือจานขนมสตรูเดิ้ลแอ้ปเปิ้ลร้อน ๆเข้ามา ฉันต้องบังคับตัวเองแทบแย่ไม่ให้ฉวยมันติดมือมาสักชิ้น ก่อนจะรีบเดินต่อไป

ในที่สุด ฉันก็เจอห้องน้ำ ซึ่งเป็นอีกห้องที่มีดอกไม้ประดับอยู่มากมาย ทั้งที่ผ้าเช็ดมือสำหรับแขก และมีกล่องใส่ไม้หอมที่ส่งกลิ่นตลบอบอวล แต่นั่นมันไม่สำคัญหรอก.. สิ่งสำคัญที่สุดที่ฉันเห็นในตอนนี้ก็คือ.. หน้าต่าง.. ฉันรีบเปิดมันออกอย่างรวดเร็ว ก่อนที่จะกระโดดออกไปหล่นตุ๊บอยู่บนกอต้นไลแลคเบื้องล่าง

(คำแนะนำก็คือ.. อย่าพยายามทิ้งตัวลงบนต้นไลแลคเป็นอันขาด เพราะมันไม่ได้นุ่มนิ่มเหมือนที่คุณคิดเลยสักกะนิด)

หลังจากที่ช่วยตัวเองให้หลุดพ้นออกมาจากกอต้นไลแลคได้อย่างยากลำบากแล้ว ฉันก็คลานออกมาทางด้านข้างของตัวบ้าน จนกระทั่งได้ยินเสียงของเกรซดังลอดออกมาจากหน้าต่างที่เปิดทิ้งไว้

"ข่าวร้าย..! มีนักสืบเอกชนบางคนรู้แล้วว่าเราอยู่หลังห้างในคืนนั้น" เธอกล่าว

งั้นฉันก็ถูกน่ะสิ..! คืนนั้นพวกเขาอยู่ที่ห้างกันจริง ๆด้วย ไม่ว่าจะอยู่ด้วยเหตุผลใด แต่พวกเขาก็อยู่ด้วยกัน..

"อย่าเอ็ดไป..!" อแมนด้ากล่าว..

"เดี๋ยวนักข่าวก็มาได้ยินเข้าหรอก"

"นักข่าวอะไรกัน..?"

"นักข่าวจากวานิตี้ แฟร์.. เขาบอกว่าเพิ่งไปสัมภาษณ์เรื่องเธอมาด้วย เกี่ยวกับผู้นำแฟชั่นใน แอล.เอ. อะไรเนี่ยแหละ"

"ฉันไม่เคยคุยกับนักข่าวจากวานิตี้ แฟร์ เลยนะ"

"ไม่เคยเหรอ..?" น้ำเสียงของอแมนด้าดูประหลาดใจอย่างเห็นได้ชัด

ฉันคิดว่าถึงเวลาที่ฉันต้องเผ่นจริง ๆเสียแล้ว.. ฉันจึงทิ้งกิ่งไลแลคอย่างแรงแล้ววิ่งหน้าตั้งออกมา..

บทที่ 18

ตอนที่เบ็คกี้โทรศัพท์มาหานั้น ฉันกลับมาถึงบ้านเรียบร้อยแล้ว และกำลังใช้ครีมว่านหางจระเข้ทาถูนวดให้ 'น้องหนูของฉัน' อยู่.. น้ำเสียงเธอ ดูตื่นเต้นมากทีเดียว

"ฉันนึกถึงอะไรบางอย่างขึ้นมาได้ และมันอาจจะเป็นข้อมูลสำคัญก็ได้นะ"

"อะไรเหรอ..?"

"เอ่อ.. เมื่อเช้านี้ฉันไปซูเปอร์มาเก็ตเพื่อซื้อแป้งมาทำบราวนี่ แล้วฉันก็บังเอิญลืมกุญแจรถไว้ข้างใน"

"แล้วไง..?"

"พอฉันมองเข้าไปในกระเป๋าสตางค์ ซึ่งเป็นที่เก็บกุญแจสำรอง ก็ปรากฏว่ากุญแจไม่ได้อยู่ที่นั่น"

แล้วไงเนี่ย..! นี่ฟังดูเหมือนน่าจะไปเล่าให้พวกช่างกุญแจล็อคสมิธฟังมากกว่านะ

"จากนั้น ฉันก็เลยจำได้ว่าเมื่อสองสามเดือนก่อน รถของแม็กไซน์เข้าอู่ ฉันก็เลยให้เธอยืมรถโฟล์คคันนี้ไปใช้ ซึ่งฉันก็ได้ให้กุญแจสำรองไป ฉันลืมเรื่องนี้ไปหมดแล้วจนวันนี้นี่แหละ ที่เกิดนึกขึ้นมาได้ว่าแม็กไซน์ยังไม่เคยคืนกุญแจสำรองให้ฉันเลย"

"งั้น.. ในคืนเกิดเหตุ แม็กไซน์ก็มีกุญแจรถของเธอน่ะสิ"

“ฮื่อ..!”

อืม.. ม.. น่าสนใจแฮะ..!

“เธอจอดรถไว้ในโรงรถหรือเปล่า..?”

“เปล่า!.. ฉันจอดไว้ที่นอกถนน”

“ที่ซึ่งแม็กไซน์อาจจะไขกุญแจเข้าไปได้ง่าย ๆ นั่นหมายความว่าเธออาจจะเป็นคนขับไปที่แพสชั่นส์ก็ได้”

บางที.. อาร์.ดี. บัทเลอร์ อาจจะเห็นรถเต่าสีส้มในเวลาที่มีการฆาตกรรมจริง ๆ โดยมีนางสาวแม็กไซน์ผู้ขี้อายเป็นคนถือพวงมาลัย

“เป็นเรื่องยากนะ ที่จะให้นึกภาพแม็กไซน์เป็นฆาตกรน่ะ” เบ็คกี้กล่าว

“แล้วทำไมเขาถึงต้องดึงฉันไปพัวพันด้วยล่ะ.. ฉันไม่เคยทำร้ายเขาเลยนะ”

“ก็เพื่อปกป้องตัวเองไง”

“นั่นมันห่วยมากเลยนะ” เบ็คกี้บ่น

“ฆาตกรก็อย่างงี้แหละ”

ฉันวางหูโทรศัพท์และสัญญากับเบ็คกี้ว่าจะลองไปคุยกับแม็กไซน์ดูอีกครั้ง จากนั้น ฉันก็โรยแป้งให้ ‘น้องหนู’ แล้วรีบบ่ายหน้าออกไปยังหุบเขา.. เฮ้..! ก็ต้องนุ่งกุงเกงก่อนสิพี่.. คิดอารายเนี่ย..

ฉันพบแม็กไซน์และสปาร์คเกิ้ลส์กำลังดูหนังเรื่องอาหารเช้ากับทิฟฟานี่ส์อยู่

“จาอีน.. ดีใจจังที่ได้เจอเธออีก” แม็กไซน์กล่าวก่อนนำฉันเข้าไปยังห้องรับแขกข้าวโอ๊ตนั่น

“หนังจบพอดี.. นี่เป็นตอนโปรดของเจ้าสปาร์คเกิ้ลส์เลยนะเนี่ย ตอนที่ ฮอลลี่ โกไลท์ลี่ ช่วยชีวิตแมวของเธอเอาไว้ได้ไง”

สปาร์คเกิ้ลส์นอนขดตัวอยู่บนพนักพิงอย่างไม่สนใจใคร ลิ้นสีชมพูเล็ก ๆของมันโผล่ออกมาห้อยอยู่นอกปาก แม็กไซน์บรรจงอุ้มมันขึ้นมาไว้ในอ้อมแขน

"ตื่นได้แล้วสปาร์คเกิ้ลส์ นี่เป็นตอนที่เราดูแล้วร้องไห้ด้วยกันเรื่อยเลยไม่ใช่เหรอ..? จำได้หรือเปล่า..?"

เราทั้งสามชีวิตต่างก็นั่งดูออเดรย์ เฮปเบิร์น , จอร์ช เพ็พพาร์ด และแมวสีส้มของออเดรย์เข้าสวมกอดกันอย่างรักใคร่ภายใต้สายฝนกระหน่ำก่อนที่เครดิตทีมงานจะค่อย ๆเลื่อนขึ้นมาสู่หน้าจอในที่สุด ที่จริง.. คนที่ดูก็เห็นจะมีแต่ฉันกับแม็กไซน์เท่านั้นแหละ ส่วนเจ้าสปาร์คเกิ้ลส์นั่นก็หลับเป็นตายเหมือนเคย

"เป็นหนังที่วิเศษจริง ๆ" แม็กไซน์กล่าว พลางทอดถอนใจ

จากนั้น เธอก็ปิดโทรทัศน์ ก่อนหันมาหาฉันแล้วยิ้มกว้าง

"เดาสิ..? เกรซจ้างฉันกลับไปทำงานที่แพสชั่นส์แล้วละ"

"นั่นเป็นเรื่องดีมากเลยแม็กไซน์"

"ทำไมเธอไม่อยู่ทานมื้อค่ำกับฉันล่ะ จะได้ช่วยฉันกับสปาร์คเกิ้ลส์ฉลองด้วยกัน..?" เธอกล่าว พลางยิ้มให้ฉันอย่างอาย ๆ..

"เรามีไก่ทอดเคนตั๊กกี้.. แบบกรอบพิเศษด้วยนะ.."

ถ้าพูดถึงอาหารจานด่วนที่น่าขายหน้าแล้ว.. ฉันก็ว่ามันก็น่ากินพอที่จะรับคำเชิญอยู่นะ เพราะฉันเองก็ออกจะชื่นชอบสูตรการปรุงอาหารตามวิธีของท่านนายพันผู้นี้อยู่ไม่น้อย แต่.. ฉันกำลังจะกล่าวโทษสตรีผู้นี้ในข้อหาฆาตกรรมผู้อื่น ฉะนั้น จะให้พูดว่า..

"เอ่อ..! ช่วยส่งปีกไก่ให้หน่อยสิ แหม..! ขอบใจนะจ้ะ แล้วนี่เธอเป็นคนแทงกระเดือกเฟรนช์ชี่ใช่ม๊า..?" แบบนั้นฉันคงทำไม่ได้หรอก..

"ที่จริงแล้ว.. เอ่อ..! แม็กไซน์.. ที่ฉันมานี่ ก็อยากจะมาถามเธอเรื่องคดีฆาตกรรมน่ะ"

"โอ้..!"

นี่ฉันคิดไปเองหรือเปล่านะ..? ฉันว่าเธอดูตัวแข็งอย่างไรชอบกล..

"เบ็คกี้บอกว่าเมื่อหลายเดือนก่อน เธอขอยืมรถของเขาไปขับ"

"ใช่จ้ะ.. รถฉันเข้าอู่ แล้วฉันมีนัดสำคัญกับหมอฟัน เพื่อรักษาเยื่อหุ้มฟันอักเสบ ตอนนั้นฉันมีเลือดออกที่เหงือกเยอะเลย เบ็คกี้ก็เลยให้ฉันยืมรถไปหาหมอ"

"เบ็คกี้บอกว่าเธอยังไม่เคยคืนกุญแจสำรองให้เขาเลย"

"โอ๊ย..! ตาย.. จริงด้วยสิ.. ฉันลืมเสียสนิทเลย" เธอกระเด้งตัวขึ้นจากพนักเก้าอี้ทันที

"เดี๋ยวไปหยิบให้นะ ฉันเอาไว้ในกระเป๋าสตางค์ ตรงไหนสักแห่งนี่แหละ.."

เธอผลุนผลันออกไป และกลับมาพร้อมกับถุงสีน้ำตาลใบใหญ่

"ฉันเก็บอะไรๆไว้ในนี้เยอะแยะไปหมดเลย" เธอกล่าวก่อนเทของออกมากองรวม

"นี่ไง.. ติดอยู่ในกระเป๋าใส่ทิชชู่นี่เอง ฉันมักจะพกกระดาษทิชชู่เสมอ.. ไหมขัดฟันด้วย.. ครั้งหนึ่งมีเศษกุ้งติดฟัน มันน่าเกลียดมากเลย จากวันนั้นฉันก็ไม่เคยออกจากบ้านไปไหนโดยไม่มีไหมขัดฟันติดกระเป๋าไปเลย แต่ฉันไม่เข้าใจนะ.." เธอกล่าว พลางยื่นกุญแจให้กับฉัน

"กุญแจนี่มันมาเกี่ยวอะไรกับการฆาตกรรมเฟรนช์ชี่งั้นเหรอ..?"

ฉันสูดหายใจยาว.. ดูเหมือนงานนี้จะไม่ง่ายเสียแล้ว ฉันลืมไปว่าผู้หญิงคนนี้เปราะบางขนาดไหน.. นี่ฉันกำลังจะปรักปรำแม่หนูตัวเล็กนี่ว่าเป็นฆาตกรงั้นหรือ..?

จากนั้น.. ฉันจึงเตรียมเผชิญกับตัวเอง..

"แม็กไซน์.. เธอไม่ได้มีเหตุ.. หรือโอกาสใดๆ.. ที่จะขับรถของเบ็คกี้เข้าไปในห้างแพสชั่นส์คืนนั้นใช่ไหม..?"

ประหลาดใจมาก ๆ.. เพราะแม็กไซน์ไม่ได้มีปฏิกิริยาอย่างที่ฉันหวั่นว่าจะเห็นเลย ในทางตรงข้าม.. ใบหน้าเธอดูจะปกคลุมไปด้วยความโกรธเสียด้วยซ้ำ

"ฉันบอกเธอแล้วไง" เธอขบฟัน..

"ฉันไม่ได้ฆ่าเฟรนช์ชี่"

แม่หนูตัวน้อยกลายเป็นนางสิงห์กระดูกเหล็กไปเสียแล้ว..

"แล้วถ้าฉันบอกเธอว่า.. ฉันมีพยานที่เห็นผู้หญิงคนหนึ่งลักษณะตรงกับเธอ ก้าวลงจากรถของเบ็คกี้ในคืนนั้นล่ะ..?"

โดยทางเทคนิคแล้ว.. ฉันไม่ได้โกหกนะ.. แล้วก็ไม่ได้เจาะจงบอกว่าฉันมีพยานจริง ๆนี่นา ฉันแค่ถามว่า.. เธอจะว่ายังไง 'ถ้า..' ฉันบอกว่ามีพยานเห็นต่างหาก..

"ใครก็ตามที่บอกเธอแบบนั้นต้องโกหกแล้วล่ะ..!" ใบหน้าเธอแดงก่ำด้วยความโกรธ

"ฉันไม่ได้ขับรถเบ็คกี้ไปที่ห้างนะ..ฉันขับรถของฉันไปเองต่างหาก..!!"

จากนั้น เธอก็อ้าปากค้างด้วยความตกใจกับสิ่งที่หลุดปากออกไป และทันใดนั้นเอง ความโกรธก็มลายไปสิ้น แม่หนูน้อยคนเดิมก็กลับมา.. แถมยังมีท่าหวาดกลัวแทบตายอีกต่างหาก

"ฉันว่าเธอเล่าให้ฉันฟังเสียดี ๆจะดีกว่านะ" ฉันกล่าว

"ถ้าฉันเล่า.. เธอจะบอกตำรวจไหม..?"

"ไม่บอกหรอก.. ถ้าไม่จำเป็นจริง ๆ"

ฉันนั่งอยู่อย่างนั้น พยายามอย่างยิ่งที่จะทำให้ตัวเองดูน่าไว้วางใจและน่าเชื่อถือที่สุด

"ก็ได้..!"

เธอทรุดตัวลงนั่งพิงพนัก แล้วเริ่มลูบคลำเจ้าสปาร์คเกิ้ลส์เหมือนคนสติลอย

"คืนนั้นฉันนอนไม่หลับ และหยุดคิดเรื่องที่เฟรนช์ชี่ปฏิบัติต่อฉันอย่างร้ายกาจไม่ได้ ฉันตัดสินใจที่จะแก้ไขบัญชีที่ปลอมไว้ เธอจะได้โกงเอาห้างของเกรซไปไม่ได้ พอประมาณตีสอง ฉันก็ขับรถไปที่ห้างแพสชั่นส์ แต่พอฉันไปถึงที่นั่น เฟรนช์ชี่ก็กลายเป็นศพไปเสียแล้ว ฉันคงไม่มีวันลืมภาพสยดสยองที่เห็นไปตลอดทั้งชีวิต ฉันจึงไม่ได้อยู่แก้ไขสมุดบัญชีแล้ววิ่งหนีออกมา และนั่นคือความจริง สาบานได้ว่าฉันไม่ได้ฆ่าเธอ"

จากนั้น ทำนบน้ำตาของแม่หนูตัวจ้อยก็พังทลายลงมา

"เธอไม่เชื่อฉันใช่ไหมล่ะ..?"

"เชื่อสิจ๊ะ.."

และในตอนนั้น.. ฉันเชื่อนะ.. แต่ถึงงั้นก็ไม่ได้หมายความว่าเธอไม่ใช่ฆาตกรนี่นา บางที.. ทั้งหมดนั่นอาจจะหมายความว่าฉันเป็นนังเซ่อที่ถูกหลอกได้ไม่ยาก และเธอก็เป็นเซียนโกหกชั้นยอดก็ได้..

ฉันยื่นกระดาษคลีเน็กซ์จากกระเป๋าทิชชู่ของเธอให้เธอซับน้ำตาเอาเอง แล้วเดินออกประตูมา..

ไหน..! ลองมานับดูคนที่โผล่หัวไปห้างแพสชั่นส์ในคืนนั้นกันดูทีสิ.. คนแรกก็มี.. เบ็คกี้.. ที่กลับไปเอาแบบเสื้อ จากนั้นก็มีเกรซและอแมนด้าที่จะมาทำอะไรก็มีแต่พระเจ้าเท่านั้นที่รู้ และตอนนี้ก็มีแม็กไซน์ที่บอกว่าเธอมาเพื่อจะแก้สมุดบัญชีให้เกรซ นี่ถ้ามีคนมากกว่านี้แล้วละก็ พวกเขาคงต้องรับบัตรคิวก่อนเข้าแน่..

ฉันขับรถกลับมาบ้านที่เบเวอรี่ ฮิลล์ แต่ก็แวะซื้อไก่ทอดที่ เค.เอฟ.ซี. เสียก่อน มันตะครั่นตะครออยากกินไก่สูตรของผู้พันมาตั้งแต่ที่แม็กไซน์ชวนไว้เมื่อกี้แล้ว และตั้งแต่กินครัวซองต์มาเมื่อเช้า ก็ยังไม่มีอะไรตกถึงท้องอีกเลย ฉันจึงท้องกิ่วจะแย่..

โพรแซ็คโดดดึ๋งขึ้นมาต้อนรับตอนที่ฉันก้าวเข้าประตูไป แมวน่ะจมูก

ดีจะตาย.. ต่อให้ไปยืนทอดไก่อยู่ที่เนวาด้ามันก็ยังได้กลิ่นเลีย.. แถมเปิดปี๊บไว้รอท่าด้วยซ้ำ

พอมันมาร้องเหมียว ๆอยู่แถวข้อเท้า ฉันเลยตัดไก่เป็นชิ้นเล็ก ๆแล้วแบ่งเทใส่ชามให้มัน จากนั้น ฉันก็ไปปักหลักนั่งอยู่ที่โซฟาในห้องรับแขกพร้อมกับอุ้มกล่องไก่ทอดไว้บนตัก ฉันเพิ่งจะแทะไก่ไปได้สองน่องเองตอนที่โทรศัพท์ดัง บทเรียนที่โพรแซ็คขโมยฟาดไก่ย่างของฉันไปเมื่อคราวก่อนทำให้ฉันต้องอุ้มกล่องไก่ทอดไปรับโทรศัพท์ด้วย

คานดินั่นเอง..

"ว่าไงยะ..!" เธอเอ่ยทักโดยที่ไม่ต้องเกริ่นอะไรทั้งสิ้น..

"จะใส่อะไรไป..?"

"ฉันจะใส่อะไรไปไหน..?"

"ก็ไปนั่งเรือชมพระอาทิตย์ลับขอบฟ้าไง"

บ้าเอ๊ย..! วันนี้ฉันมีเดทกับแดร์เรลล์ พ่อกะลาสีสายฟ้าแลบนี่นาลืมเสียสนิทเลย..

คานดิถอนหายใจอย่างเหนื่อยอ่อน..

"นี่เธอลืมหมดเลยใช่ไหมเนี่ย..?"

"โอ.เค. ฉันลืม แล้วไง.. เรื่องใหญ่..?"

"เรื่องใหญ่สิ.. เธอคิดจะสานสัมพันธ์ต่อได้ยังไง ถ้าลืมแม้กระทั่งวันที่นัดจะไปออกเดทน่ะ..?"

"แต่ฉันไม่แคร์เรื่องสานสัมพันธ์อะไรนั่นหรอก"

"เธออยากแน่.. แต่มันโดนกระตุ้นเบาไปหน่อย เธอก็เลยไม่ได้สนใจ"

ถึงตอนนี้เป็นฉันบ้างที่ต้องทอดถอนใจ..

"ฉันควรจะไปเจอแดร์เรลล์ที่ท่าเรือตอนสี่โมงเย็น และตอนนี้มันก็เกือบสามโมงแล้ว ฉันว่าฉันวางหูแล้วเตรียมตัวไปดีกว่า"

"โชคดีนะเพื่อนรัก แล้วอวยพรให้ฉันด้วย"

"ทำไมยะ..? เธอจะไปไหน..?"

"ฉันจะไปออกเดทกับแอนตั้น"

"แอนตั้น..?"

"พ่อหนุ่มศิลปินนักแสดงยุคใหม่ที่ฉันเจอที่สตาร์บั๊คส์ไงเล่า เขาเชิญฉันไปดูการแสดงของเขาด้วยละ"

"แสดงอะไร..? เล่นเพลงลำดับที่ห้าของบีโธเฟ่นบนเครื่องปั่นเอสเพรสโซ่รึไงยะ..?"

"เฮอะ..! ขำ..! ขำมากนะจาอีน.. จริง ๆแล้วฉันก็ไม่รู้หรอกว่าเขาแสดงอะไร แต่อะไรก็ช่างเหอะ.. ฉันว่ายังไงเขาก็เล่นได้ยอดเยี่ยมอยู่แล้วละ.."

นี่ฉันจะบอกว่ายังไงดีเนี่ย..? ลองเปิดพจนานุกรมดูคำว่า 'มองโลกในแง่ดี' ดูสิ.. คำแปลมันจะออกในรูปหน้าของคานดิ แล้วลองเปิดหาคำว่า 'มองโลกในแง่ร้าย' ดูละกัน.. เดี๋ยวคุณก็จะเห็นหน้าฉันเองแหละ และถ้าโชคดี.. คุณก็จะได้คำตอบที่ตรงไปตรงมา

"ดีจังเลยเน้อะ..!" คานดิกล่าว..

"ที่เธอกำลังจะได้ไปออกเดทกับหนุ่มในฝันของเธอ ส่วนฉันก็ไปกับหนุ่มของฉัน งานนี้ยังกะอภินิหารเดทคูณสองแน่ะ"

"คานดิ.. เธอรู้ได้ยังไงว่าเขาจะเป็นหนุ่มในฝันของเธอจริง ๆ เธอแทบไม่รู้จักเขาเลยนะ"

"บอกได้ก็แล้วกันน่า.. ฉันมีสัญชาติญาณในเรื่องพวกนี้ออก"

ก็ใช่น่ะสิ.. เจอผู้ชายทีไร สัญชาติญาณของคานดิก็เชื่อถือได้พอ ๆ กับนาฬิกาปลุกโปเกทุกทีนั่นแหละ

"แล้วนี่เธอจะไม่อวยพรให้เพื่อนโชคดีหน่อยเหรอจ๊ะ..?" เธอถาม

หลังจากที่อวยพรให้ก้อนกลม ๆบางอย่างของเธอโชคดีแล้ว.. (บางสิ่งบอกฉันว่าเธอกำลังจะต้องการมันแน่).. ฉันก็วางหูโทรศัพท์แล้วก้มหน้า

ลงมองกล่องไก่ทอดสีเหลืองอร่ามที่อยู่บนตัก ฉันมีทางเลือกนี่นา.. ฉันอาจทำได้ทั้งสองอย่าง คือ กินไก่ในกล่องนี้ให้เสร็จ แล้วค่อยไปออกเดทกับพ่อพุงพลุ้ย หรือไม่ก็เลือกในสิ่งที่ฉลาดแล้วก็เก็บไก่เข้าตู้เย็นไปซะ..

ขอฉันได้ตื่นตาตื่นใจไปกับสื่อนี่สักครั้งเถอะน่า.. เอ้า..! ตัดสินใจเลือกทำในสิ่งที่คิดว่าฉลาด แล้วก็เอากล่องไก่ยัดใส่ช่องแข็ง.. ถ้าคุณไม่เชื่อว่าฉันทำงั้นได้จริง.. ถามโพรแซ็คดูก็ได้นี่..

ฉันใช้เวลาหยิบชุดโน้นลองชุดนี้อยู่ยี่สิบนาที กว่าจะตัดสินใจเลือกใส่กางเกงยีนส์กับเสื้อยืดคอกลมสีแดง ทับด้วยเสื้อกั๊กสีน้ำเงินแวววาวแล้วสวมรองเท้ากีฬาสีขาว ดูจกะลาสีที่ดูสะอาดและประณีต

หลังจากที่แปรงฟันและกลั้วคอให้สดชื่นกระปรี้กระเปร่าแล้ว ฉันก็จัดแจงแต่งหน้าแล้วเป่าผมม้าหยอย ๆนั่นให้เรียบร้อยอยู่ทรง ฉันไม่รู้เลยว่าผมหยิก ๆของฉันจะเป็นอย่างไรเวลาที่อยู่บนเรือ ฉะนั้น ก็เลยฉีดสเปรย์อัดเสียแข็งโป๊ก ก่อนโยนขวดสเปรย์นั้นลงกระเป๋าไปด้วย เผื่อจะต้องแล่นเรือผ่านชายฝั่งที่มีหมอกลงจัด

พอแต่งตัวเสร็จ ฉันก็กล่าวลาโพรแซ็คที่กำลังบิดขี้เกียจอยู่บนโซฟา

"แม่ดูเป็นไงมั่งลูก..?" ฉันถาม พลางหมุนตัวไปมาอย่างขอความเห็น

มันจ้องฉันด้วยดวงตาที่เรียวยาวคู่นั้น

"เอาไก่ให้อีกหน่อยก่อนสิ.. แล้วถึงจะบอกว่าแม่น่ะดูดีมั้กม๊าก.."

ฉันว่ามันต้องกำลังพูดแบบนั้นแน่

"ไม่มีไก่ให้แล้วละน่าไอ้ตัวยุ่ง.. แล้วไม่ต้องมาทำอะไรสนุก ๆเลยนะแม่ไม่อยากเห็นรอยเท้าหนูอยู่บนหลังตู้เย็นตอนที่แม่กลับมา.. เข้าใจ๋..?"

จากนั้น ฉันก็ส่งจูบให้มันแล้วมุ่งหน้าออกไปหาแดร์เรลล์ พ่อหนุ่มเรือยอร์ช คู่เดทสายฟ้าคนนั้น..

บทที่ 19

ฉันขับรถไปที่อู่จอดเรือในชุดกะลาสีอย่างไม่เป็นทางการ และผมเผ้าก็แข็งโป๊กพอที่จะทิ่มแทงชั้นบรรยากาศให้เป็นรูได้เลยทีเดียว แต่เอาเข้าจริงๆ ฉันก็ไม่ต้องการสเปรย์ฉีดผมที่หนีบมานั่นหรอก เพราะมันเป็นวันที่อากาศดีและมีความชื้นสัมพัทธ์ต่ำ ในเบเวอรี่ ฮิลล์ นั้น บางครั้งถึงแม้จะมีอากาศดีแต่ก็มีหมอกหนา แต่วันนี้อากาศบรรเจิดไปตลอดทางมาจนกระทั่งถึงชายหาดเลยทีเดียว

ฉันใส่แผ่นซีดีของซีซาเรีย อีโวร่า ลงในเครื่องเล่น แล้วขับรถมาด้วยเสียงเพลงที่ดังกระหึ่มพอๆกับความประหลาดใจในตัวเองที่อยากจะได้เจอคู่เดทโดยเร็ว และรู้สึกดีที่จะได้หลบลี้ออกมาจากเรื่องฆาตกรรมหนักหัวนั่นสักครู่หนึ่ง

ฉันจอดรถไว้แถวๆทางลาดที่จะนำเรือลงน้ำ ตรงจุดที่แดร์เรลล์นัดพบมีเรืออยู่เพียงลำเดียวที่ผูกไว้บริเวณนั้น มันเป็นเรือยอร์ชที่สวยงามอลังการมาก เนื้อไม้ขัดเงามันปลาบ สอดรับเข้ากันได้เป็นอย่างดีกับทองเหลืองที่ขัดเสียจนขึ้นเงาเป็นประกาย

เรือจากสวรรค์ลำนี้เป็นของแดร์เรลล์หรือเปล่านะ..? ฤๅชะตาแห่งการออกเดทห่วยๆของฉันจะสิ้นสุดลงเสียที..? และคงเป็นจุดจบในการอำลาจากพวกผู้ชายที่หนีบเครื่องคิดเลขไปกินอาหารกับสาวๆด้วย จะได้คำนวณถูกว่าต้องหารจ่ายกันคนละเท่าไหร่..? ทันใดนั้น ฉันก็สัมผัสได้ถึงกระแส

แห่งความหวังขนาดมหึมาที่แผ่ปกคลุมไปทั่วบริเวณ บางทีคานดิอาจพูดถูกก็ได้ บางทีมันอาจเป็นความรู้สึกที่แอบแฝงอยู่ทั้งหมด ฉันคงต้องการความสัมพันธ์จริง ๆนั่นแหละ

ทันใดนั้น ใครคนหนึ่งก็ตะโกนเรียกชื่อฉันออกมา

"จาอีน.."

ฉันมองไปที่เรือยอร์ชลำนั้น แต่ก็ไม่เห็นใครในสายตา

"จาอีน.. ทางนี้ครับ"

ฉันหันกลับมาและได้เห็นเรือสีเทาเสียงดังฉึกฉักอุ้ยอ้ายลำหนึ่ง ข้างลำเรือเขียนไว้ว่า 'ท่าเรือลอส แองเจลิส' กำลังค่อย ๆลอยลำเข้ามา และบนดาดฟ้าเรือนั้นก็มีหนุ่มนักกล้ามผมสีเหลืองอมแดงหวีเป๋เรียบแปร้ที่ฉันจำได้ไม่ค่อยแจ่มชัดนัก ว่าใช่คนเดียวกับที่พบในงานเดทสายฟ้าแลบหรือไม่

"ผมเอง..! แดร์เรลล์ไงครับ..!" เขาบอก พลางโบกมือให้อย่างตื่นเต้น

มหัศจรรย์พอหรือยังเนี่ย..? เขาก็ดูเหมือนคนธรรมดาทั่วไป และนี่เป็นสิ่งที่แสดงให้เห็นว่าคุณจะวิจารณ์หนังสือแค่ดูจากหน้าปกไม่ได้หรอก หรือในกรณีนี้.. คงต้องเปลี่ยนเป็นวิจารณ์ตาเบื้อกนี่เอาจากรูปลักษณ์ภายนอกไม่ได้เหมือนกัน..

"หวัดดีครับคุณผู้หญิง..!" เขาตะโกน..

"ยินดีต้อนรับสู่เทพธิดากองขยะคร้าบ.. ผม..!"

เขารีบก้าวข้ามรั้วเหล็กที่อยู่บนเรือมาทักทาย..

"เราเรียกมันว่าเทพธิดากองขยะ.. เพราะว่าเดี๋ยวเราจะออกตรวจน่านน้ำเพื่อเก็บขยะกันนะครับ"

"คุณ.. ทำอะไรนะคะ..?"

"เราจะออกไปเก็บขยะกันครับ เพราะนี่เป็นเรือเก็บขยะ"

ดูเหมือนชะตาแห่งการออกเดทห่วย ๆของฉันจะกลับพลิกฟื้นคืนชีพขึ้นมาอีกแล้ว..

"ที่จริงแล้ว.. ฉันแค่ขับรถมาที่นี่เพื่อจะบอกคุณว่า วันนี้คงฉันจะไปตามนัดไม่ได้หรอกค่ะ พอดีแมวของฉันต้องเข้ารับการผ่าตัดช่องท้องเป็นการด่วน"

นั่นเป็นสิ่งที่ฉันควรพูดออกไปที่สุด แต่ฉันก็เป็นนังโง่เหมือนเคย เพียงแค่ยิ้มแล้วตอบว่า..

"ยินดีที่ได้พบค่ะ"

"โดดดึ๋งไปกันเล๊ย..!"

แล้วเขาก็หมายความถึงการกระโดดดึ๋ง ๆจริง ๆเสียด้วยสิ.. 'เทพีกองขยะ' นั้นล้อมรอบไปด้วยรั้วเหล็กสูงสามฟุต ฉันจ้องดูมันด้วยสายตาที่ผิดหวังท้อแท้ ครั้งสุดท้ายที่ฉันกระโดดขาเดียวจริง ๆก็คือ เมื่อตอนเรียนพละในโรงยิมสมัยอยู่เกรดหกโน่น.. และหลังจากนั้นมาก็ไม่เคยเขย่งก้าวกระโดดได้ดีอีกเลย

"ไปกันเหอะ.. ปีนขึ้นมาเล๊ย.." เขากล่าว

พูดง่ายนี่หว่า..

ฉันใช้เวลาตั้งหลายนาที กว่าที่จะดึงก้นตัวเองให้ผ่านอากาศ และพยายามที่จะยกตัวให้ข้ามพ้นรั้วเหล็กที่สกปรกน่าแหวะนั่นไปให้ได้

"ให้ผมช่วยนะครับ" เขาเอ่ย พลางคว้าเอวฉันไว้

"นี่เป็นเรื่องน่าอายที่แย่มาก ๆเชียวค่ะ"

"ไม่มีปัญหาครับ ผมชินกับการลากของหนักอยู่แล้ว"

หลังจากที่ดันฉันให้ขึ้นไปอยู่บนดาดฟ้าเรือ เหมือนแมวน้ำเกยหาดได้แล้ว แดร์เรลล์ก็แนะนำฉันให้รู้จักกับเบอร์นีย์ผู้เป็นคู่หูของเขา เบอร์นีย์เป็นผู้ชายผมหงอกที่ปากคาบและเคี้ยวก้นซิการ์หยับ ๆอยู่ตลอดเวลา

"มีแค่เราสองคนที่เป็นลูกเรือลำนี้นะครับ" แดร์เรลล์อธิบาย

"เบอร์นีย์จะเป็นคนขับเรือ ส่วนผมก็เป็นคนกวาดหาขยะ"

"ยินดีที่ได้พบนะหนู" เบอร์นีย์ทักทาย พลางเคี้ยวซิการ์เสียงดัง

จากนั้นเขาก็มองมาที่ฉันด้วยแววตาเห็นใจก่อนจะหายตัวไปเข้าในห้องเครื่อง

เบอร์นีย์เร่งเครื่องยนต์ และในอีกไม่กี่วินาทีต่อมาเทพธิดากองขยะก็แล่นออกไปท่ามกลางกลิ่นโฉ่ของขยะเน่า

"เหม็นหน่อยนะครับ" แดร์เรลล์ยิ้มยิงฟัน..

"ขอโทษด้วยที่ต้องมาเจออะไรแบบนี้ เดี๋ยวอีกสักชั่วโมงคุณก็จะชินไปเอง"

จากนั้น เขาก็ล้วงลงไปในเป้สะพายหลังที่สุดแสนจะโสโครก

"ผมเอาเครื่องดื่มที่ทำให้เราสดชื่นมาด้วยละ"

เขาโยนกระป๋องน้ำส้มคั้น และขนมปังแคร็กเกอร์เนยถั่วมาให้ฉันห่อหนึ่ง.. อร่อยตายละ..!

เขาฉีกห่อแครกเกอร์ออกแล้วเริ่มหยิบมันเข้าปาก ผู้ชายคนนี้มีความสกปรกซ่อนอยู่ในซอกเล็บมากพอที่จะปลูกกุหลาบได้ทั้งสวนเลยทีเดียว

"คุณอยากดู 'อุปกรณ์' ของผมไหม..?" เขาเอ่ยถามก่อนขยิบตาให้อย่างคนทะลึ่ง

ฉันละแหม..! อยากจะกระโดดลงจากเรือแล้วว่ายน้ำกลับเข้าฝั่งเสียให้มันรู้แล้วรู้รอดไปนัก.. แต่ก่อนที่ฉันจะทันรู้ตัว.. เขาก็หยิบ 'อุปกรณ์' ที่ว่าออกมาโชว์เสียแล้ว.. มันเป็นคราดแบบที่ใช้เวลากวาดขยะนั่นเอง

"คุณต้องประหลาดใจกับสิ่งที่เราเก็บขึ้นมาได้แน่ๆ" เขากล่าว

ยิ่งกว่าขยะแขยงเสียอีก.. เป็นเวลาสองชั่วโมงเต็มที่ฉันต้องนั่งดูแดร์เรลล์ใช้อุปกรณ์ของเขาในการคราดไถแยกประเภทของจำพวกถุงยางอนามัยหลากสี ยางในรถยนต์ กางเกงในใช้แล้ว และ.. ไฮไลท์ของการเดินทาง.. หนูตายจากท่อระบายน้ำครับผม.. ซึ่งทั้งหมดนี่.. เขาทำให้ฉันรู้สึกสนุกเพลิดเพลินไปได้กับเรื่องเล่าที่น่าจับใจเรื่อง.. *'ความมหัศจรรย์ของสมบัติหนึ่งกุรุส ที่ข้าพเจ้าพบในระหว่างการทำงาน'* ของเขา

"ผมไม่เคยลืมเวลาที่เราเคยลากโยงอ่างอาบน้ำ ข้างในมีศพขึ้นอืด

ที่ถูกรัดเอาไว้ด้วยสายหนังหรอก.. โว้ว..! นี่เราคุยเรื่องที่เหม็นไปถึงสวรรค์เลยนะเนี่ย.. อ้าว..! แล้วนั่นทำไมคุณไม่กินแคร็กเกอร์เสียล่ะครับ..?"

"ฉันไม่ค่อยหิวน่ะค่ะ"

"คุณไม่ได้เมาเรือใช่ไหม..? ไม่ต้องห่วง.. ถ้าอยากจะอ้วกละก็เชิญได้เลยนะ ผู้หญิงที่มาออกเดทกับผมอ้วกกันทุกคนแหละ"

หลังจากที่ให้ความแน่ใจกับเขาว่าฉันยังคงฟิตเปรี๊ยะอยู่แล้วแดร์เรลล์ก็ร่ายยาวถึงมหากาพย์แห่งชีวิตของคนกวาดขยะทางน้ำต่อไป..

"แหงละ..! แต่ก็ไม่ใช่ว่าทุกอย่างที่ผมเจอจะเป็นขยะไปเสียหมดหรอกนะ ผมกวาดได้ของมีค่าก็บ่อยไป ครั้งหนึ่งเคยกวาดได้ตุ๊กตาบาร์บี้ใหม่เอี่ยมเลย อีกครั้งหนึ่งก็ได้แมงกะพรุนหนวดเกลี้ยง ผมเลยเอาไปให้หลาน เธอชอบมันมากเลยละ"

ตอนนี้ฉันตระหนักแล้วว่า แดร์เรลล์คงไม่อยากให้ฉันยุติบทสนทนานั้น เขาเพียงเป็นคนที่มีความสุขอยู่กับการคราดไถขยะ และขอให้ได้พูดเพื่อถ่ายทอดมันออกมา ฉะนั้น ฉันจึงเพียงแต่พยักหน้าเอออออไปอย่างนั้นเหมือนตัวอะไรสักอย่างที่คุณเห็นเวลาไปนั่งรถเที่ยวที่สวนสัตว์เปิด แล้วเห็นมันเอาแต่ส่ายหัวหงึกหงักผ่านทางกระจกหลังนั่นไง..

"เฮ้..! ดูนี่สิ.. นี่น่าสนใจนะ" แดร์เรลล์หยิบอะไรบางอย่างขึ้นมาจากกองขยะ..

"ซากปลาดาวน่ะ.."

ฉันเฝ้ามอง ในขณะที่เขาดึงเอาถุงยางอนามัยอันหนึ่งออกมาจากก้านของมัน

"คุณอยากจะเก็บมันไว้เป็นที่ระลึกสำหรับการออกเดทครั้งแรกของเราไหม..?"

"ไม่ล่ะค่ะ.. ขอบคุณ.. มันก็น่ารักนะ แต่แมวของฉันเป็นโรคภูมิแพ้ปลาดาวค่ะ"

"คุณมีแมวด้วยเหรอ..? ผมก็มีสัตว์เลี้ยงเหมือนกันนะ.. เป็นงู ชื่อเจ้าเบ็ทซี่.. ผมเจอเธอในกองขยะนี่แหละ ที่น่าสงสารก็คือมันบาดเจ็บจนแทบจะไม่รอด ผมเลยเอามันไปรักษาจนแข็งแรง"

และมันก็วนเวียนอยู่อย่างนั้นถึงสองชั่วโมงเต็มจนทั้งสมองและจิตใจของฉันมึนตึ้บไปหมด ฉันได้แต่นั่งอยู่อย่างนั้น ยิ้มยิงฟันราวกับคนปัญญาอ่อน สูดกลิ่นไอทะเลเข้าปอดโดยมีกลิ่นขยะเน่าที่อบอวลอยู่ทั่วลำเรือเป็นตัวเพิ่มรสชาติ.. จะมีอะไรที่สาว ๆต้องการมากไปกว่านี้อีกเล่า..? เมื่อใกล้จะหมดเวลาของเรือสำราญ พระอาทิตย์ก็เริ่มตั้งท่าจะลาลับพอดี..

"ผมเกือบลืมไปแน่ะ.. ผมเอากล้องส่องทางไกลมาให้คุณด้วย คุณจะได้ส่องดูวิวไง" แดร์เรลล์เอ่ย

เขายื่นกล้องส่องทางไกลที่คิดว่าน่าจะปลอดเชื้อมาให้ฉัน..

"เอาเลยครับ.. ลองส่องดูสิ.. ตามชายฝั่งนี่มีอะไรน่าสนใจให้คุณดูเยอะแยะเชียวนะ"

ในขณะที่ฉันสอดส่ายสายตาเข้าไปในกล้องส่องทางไกล ก็ได้แต่ภาวนาขออย่าให้ลูกกะตาฉันต้องติดเชื้อเพราะไอ้กล้องอันนี้เล๊ย.. สาธุ..! แต่เอาน่า.. อย่างน้อยก็ดีกว่าการนั่งมองกองขยะแล้วกัน

"ดูตรงหลังแท่นเจาะน้ำมันนั่นสิ..!" เขาบอก..

"ถ้าคุณดูให้ดีก็จะเห็นเครื่องบำบัดสิ่งปฏิกูลของเรา"

ฉันแสร้งทำเป็นจดจ่ออยู่กับทิวทัศน์ และพยายามทำเป็นไม่ได้ยินเสียงของแดร์เรลล์ที่พูดอะไรหึ่ง ๆอยู่ข้างหู และแล้วฉันก็ได้เห็นเรือลำหนึ่งผ่านเข้ามาในสายตา มันเป็นเรือสำราญภัตตาคารลอยน้ำหรูหราที่ลอยลำอยู่แถว ๆอ่าว เพื่อให้บริการแก่คนที่มารับประทานอาหารค่ำ และต้องการจะเต้นรำให้สุดเหวี่ยง ฉันมองไปที่คนโชคดีเหล่านั้น บ้างก็หัวเราะ บ้างก็จิบแชมเปญ กิ๊กกั๊กกันอย่างมีความสุขภายใต้พระอาทิตย์สีแดงกลมโตสวยสดที่กำลังจะลับแผ่นน้ำเบื้องหลัง

ตอนที่ฉันกำลังคิดอยู่ว่าโลกนี้ช่างแสนจะอยุติธรรม และกำลังนึกอยากฆ่าคานดิเสียให้ตายคามือที่ดันลากฉันเข้ามาติดแหงกอยู่กับเรื่องบ้าๆ นี่.. ฉับพลันนั้นเอง ฉันก็เหลือบไปเห็นอะไรบางอย่างที่ดึงดูดความสนใจของฉันไปจนหมดสิ้น..

บนดาดฟ้าเรือลำนั้น.. ฉันเห็นผู้ชายคนหนึ่งที่ดูแย่และหาความน่ารักไม่ได้เลย ไม่ยักกะเหมือนไทเลอร์.. เขากำลังชนแก้วแชมเปญกับคู่เดทที่มาด้วย ฉันปรับความคมชัดของกล้องเพื่อมองอีกที..

อ๊ะ..! นั่นมันไทเลอร์จริงๆนี่นา..

แต่ผู้หญิงที่มาด้วยนั่นกลับไม่ใช่เบ็คกี้.. หากแต่เป็นหญิงสูงวัยที่ดูน่ารักแสนหวาน เพราะแก้มยุ้ยๆและผมที่ขมวดมุ่นเป็นมวยไว้บนศีรษะนั้น แทบไม่อยากเชื่อเลยว่านี่เป็นคู่เดทของไทเลอร์ เอ๊ะ..! หรือจะเป็นแม่ของเขา..? ไทเลอร์นี่น่ารักจัง พาแม่มาทานอาหารค่ำบนเรือสำราญเสียด้วย

จากนั้น ฉันก็ต้องยิ่งประหลาดใจมากขึ้นไปอีก เพราะไทเลอร์วางแก้วแชมเปญลงแล้วกอดผู้หญิงคนนั้นไว้ในอ้อมแขน ก่อนบรรจงจูบเธอที่ริมฝีปากอย่างดูดดื่มลืมลั่นล็อคติดสนิทแนบแน่นขนาดนั้น ไม่ว่าผู้หญิงคนนั้นจะเป็นใครก็ตาม.. แต่มั่นใจได้อย่างว่าเจ้าหล่อนไม่ใช่แม่ของเขาแน่ๆ..!!

หลังจากภาพที่เห็นผ่านไป ฉันก็รู้สึกว่าบรรยากาศในการผจญภัยท่องทะเลในวันนั้นดูพร่ามัวไปหมด เพราะมัวแต่คิดถึงเรื่องของไทเลอร์และผู้หญิงคนนั้น.. กว่าจะรู้ตัว เราก็กลับมาถึงท่าเทียบเรือเรียบร้อยแล้ว และแดร์เรลล์ก็กำลังอุ้มฉันข้ามรั้วเหล็กให้ขึ้นมาอยู่บนฝั่ง

"ขอบคุณสำหรับเวลาที่น่ารักในวันนี้นะคะ" ฉันเอ่ยมันออกมาด้วยความพยายามอย่างยิ่ง

"ด้วยความยินดีครับ" แดร์เรลล์ฉีกยิ้มกว้างอย่างน่าขำ

โอ้..! พระผู้เป็นเจ้าผู้ศักดิ์สิทธิ์ ขอท่านจงโปรดอย่าให้เขาชวนลูกออกไปไหนอีกเลย..

"เอ่อ..! จาอีน.. ไว้วันไหนว่าง ๆ ออกไปเที่ยวกันอีกนะครับ..?"

"เอิ่ม.. ม..!!" สงสัยเหลือเกินว่าเขาจะเชื่อไหม ถ้าฉันบอกว่าฉันกำลังจะย้ายไปอยู่ทัสมาเนียแล้ว..?

"เอาไว้แล้วผมจะโทร.ไปหานะครับ" เขากล่าว..

"ขอลองดูตามรายชื่อให้หมดเสียก่อน"

"รายชื่องั้นเหรอ..?"

เขาพยักหน้า..

"ผมติ๊กชื่อสาว ๆจากเดทสายฟ้าแลบเอาไว้สิบเจ็ดคน ผมอยากจะดูด้วยว่าคนอื่นเป็นไงบ้าง แล้วถ้ายังไง.. บางทีผมอาจจะโทร.หาคุณอีกนะ"

อยากจะอ้วกจริง ๆนะเนี่ย.. ลองคิดถึงหัวอกผู้หญิงดี ๆที่เขายังหาคู่เดทที่ลงตัวที่จะมาปกป้องความรู้สึกไม่ได้ดูบ้างสิ.. แล้วต้องมาเจอผู้ชายที่มีแต่เพรียงเกาะตุ๊กตาบาร์บี้แบบนี้แถมยังทำซ่าจะลองคนโน้นลองคนนี้อีก..

จากนั้น แดร์เรลล์ก็ขยิบตาให้ฉันแล้วกล่าวว่า..

"นี่ครับ.. ของเล็ก ๆน้อย ๆที่จะทำให้คุณระลึกถึงผม"

ชั่วแวบหนึ่งที่ฉันคิดว่าเขาจะโดดข้ามรั้วปีนเรือมาจูบฉัน หรือถ้าแย่ไปกว่านั้น ก็อาจจะโดดมาโชว์ 'อุปกรณ์' อะไรให้ดูอีก.. แต่เปล่าเลย..! เขาแค่โยนขนมปังแคร็กเกอร์เนยถั่วที่เหลืออีกห่อมาให้ จากนั้น เขาและบาร์นีย์ก็แล่นเรือจากไปกับตะวันที่กำลังลาลับแผ่นน้ำ

ฉันไม่ได้รู้สึกอิจฉาตะวันเลยจริง ๆนะนั่น.. ให้ตาย..!

สิ่งแรกที่ฉันทำเมื่อกลับมาถึงบ้านก็คือการพุ่งเข้าไปอาบน้ำ เพื่อชำระล้างเอากลิ่นเหม็นของเรือขยะลำนั้นออกไปจากร่างกาย ในขณะที่ยืนให้สายน้ำจากฝักบัวพุ่งมาราดรดอยู่นั้นเอง ฉันก็อดที่จะคิดเรื่องไทเลอร์ไม่ได้ เห็นได้ชัดเลยว่าเขากำลังนอกใจเบ็คกี้อยู่.. แต่กับใครล่ะ..? หญิงสูงวัยที่ฉันเห็นเขายืนจูบนั้นเป็นใคร..?

แล้วฉันก็นึกถึงคำแก้ตัวของไทเลอร์ขึ้นมาได้ เขาบอกว่าในคืนที่เฟรนช์ชี่ถูกฆ่านั้น เขาอยู่กับอาจารย์สอนการเขียนที่ชื่ออาจารย์การ์เร็ตต์.. รึว่าอาจารย์การ์เร็ตต์นี่จะเป็นมากกว่าอาจารย์ที่ปรึกษาผู้ใจดี..? บางทีเธออาจจะเป็นคนรักของเขาด้วยก็ได้ และอาจจะรักมากเสียจนสามารถช่วยเป็นพยานยืนยันในคำแก้ตัวนั้น..

บทที่ 20

เช้าวันรุ่งขึ้น หลังจากที่คว้าไก่ทอดเย็นๆมากินกลั้วคอกับกาแฟ (ที่ชงจากน้ำก็อก) เป็นอาหารเช้าเพื่อสุขภาพแล้ว ฉันก็ขับรถไปที่สำนักงานการศึกษาต่อเนื่อง ยู.ซี.แอล.เอ. ที่ตั้งอยู่แถวเวสท์วู้ด อันเป็นแหล่งรวมหลักสูตรการศึกษาผู้ใหญ่นับร้อยโปรแกรม

ฉันเช็คแคตาล็อกในห้องโถงกลางแล้วพบว่า มีหลักสูตรที่เกี่ยวกับการเขียนนวนิยายอยู่สี่หลักสูตร หนึ่งในนั้นดำเนินการสอนโดย 'เคท การ์เร็ตต์'.. ถึงตอนนี้ สิ่งที่ฉันต้องทำก็คือหาให้ได้ว่า 'เคท' นี้เป็นคนเดียวกับผู้หญิงที่ฉันเห็นสวีตหวานหยดกับไทเลอร์บนเรือใช่หรือไม่

ฉันเดินขึ้นไปยังแผนกหลักสูตรการเขียนที่ชั้นบนของตัวอาคาร และเข้าไปหาพนักงานต้อนรับ ซึ่งเป็นชายหนุ่มที่ดูเอาการเอางาน สวมแว่นตาขอบกระ และมีดวงตาชนิดที่ทำให้ฉันแทบมลายอยู่ตรงนั้น

"ให้ผมช่วยอะไรไหมครับ..?" เขาถาม พลางเงยหน้าขึ้นจากเอกสารเรื่อง 'การเขียนบทละครในยี่สิบเอ็ดวัน'

"ค่ะ..! คือ.. เพื่อนบอกดิฉันว่าเธอมาเรียนวิชาการเขียนนวนิยายที่นี่แล้วสอนดีมากๆเลย แต่โชคร้ายที่ดิฉันจำชื่ออาจารย์ผู้หญิงที่เป็นคนสอนไม่ได้"

"คณาจารย์ของเราล้วนล้ำเลิศทุกท่านครับ ไม่ว่าคุณจะเลือกเรียนกับใคร ก็รับรองได้ว่าไม่ผิดหวังอย่างแน่นอน"

นี่ต้องโน้ตไว้เลยนะเนี่ย.. เรียบเรียงคำได้ถูกหลักไวยากรณ์แบบนี้รับรองจบเอกอังกฤษแหง ๆ..

"โอ้..! ดิฉันเชื่อค่ะว่าทุกท่านล้วนแต่มีฝีมือ แต่ดิฉันอยากจะลงเรียนคอร์สเดียวกับที่เพื่อนบอก คอร์สที่มีอาจารย์ผู้หญิงคนที่ดูหวาน ๆ อวบ ๆ แล้วก็ไว้ผมมวยน่ะค่ะ"

"อ้อ..! นั่นคงเป็น เคท การ์เร็ตต์"

บิงโก..! งั้นฉันก็เดาถูกละสิ.. ผู้หญิงที่เห็นบนเรือนั่นเป็นอาจารย์ของไทเลอร์จริง ๆด้วย และดูเหมือนว่าเขาจะเป็นศิษย์โปรดเสียด้วยสิ..!

"คอร์สของอาจารย์การ์เร็ตต์ก็ดีครับ ผมลงทะเบียนให้คุณเดี๋ยวนี้เลยก็ได้ แต่คงต้องขอเครดิตการ์ดด้วย"

ฉันแกล้งทำเป็นเช็คดูในกระเป๋าสตางค์ ก่อนใช้ฝ่ามือตบหน้าผากเบา ๆอย่างหงุดหงิด

"เวรกรรม..! ฉันคงลืมมันไว้ที่บ้านแน่ ๆ"

เขามองฉันด้วยสายตาขบขัน สงสัยฉันจะตบหน้าผากสูงไปหน่อยละมั้ง..

"ถ้าคุณสนใจคอร์สนี้จริง ๆละก็ ลงทะเบียนทางโทรศัพท์ก็ได้นะครับ หรืออินเตอร์เน็ตก็ได้ รายละเอียดทุกอย่างดูได้จากด้านหลังแคตาล็อกนี่เลยครับ"

จากนั้น เขาก็หลุบสายตาที่น่าแดดิ้นนั้นลงต่ำ แล้วก้มหน้าก้มตาอ่านวิธีการเขียนบทให้ได้เร็วกว่าเวลาที่คนเป็นหวัดนั่นต่อไปอย่างไม่ไยดีฉันอีกเลย

ฉันรีบกลับมาบ้านแล้วพลิกสมุดโทรศัพท์หาชื่อเคทจนข้อมือแทบหัก แต่ทั้งหมดของคนที่นามสกุลการ์เร็ตต์ในสมุดหน้าเหลืองนั้น ไม่มีใครชื่อเคทเลยสักคนเดียว จึงตัดสินใจโทร.ไปที่แผนกบัญชีของ ยู.ซี.แอล.เอ.

สุ้มเสียงของผู้หญิงที่รับสายนั้นดูเบื่อหน่าย ราวกับกำลังนับวินาที

รอเวลาพักอยู่งั้นแหละ

"แผนกบัญชี.. แวนด้ารับสายค่ะ" เสียงเธออู้อี้เหมือนเบื่อเต็มประดา

"สวัสดีค่ะ.. ดิฉันชื่อเคท การ์เร็ตต์ สอนอยู่แผนกการศึกษาต่อเนื่องของ ยู.ซี.แอล.เอ. อืม.. ม..! ฉันยังไม่ได้รับเช็คเงินเดือนครั้งที่แล้วเลยค่ะ เห็นว่ามันเลยมานานแล้ว เลยอยากจะเช็คดู เผื่อทางมหา'ลัยจะจดที่อยู่ของฉันไว้ผิด"

"เลขประจำตัว..?"

"หือ..?"

"หมายเลขประจำตัวประชาชนของคุณเบอร์อะไรคะ..?" เธอถอนใจอย่างหงุดหงิด

บ้าจริง..!นี่ฉันลืมไปเลยว่าเธอต้องถามหมายเลขประจำตัวประชาชนด้วย

"เอ้อ..! บังเอิญฉันทิ้งบัตรไว้ที่ในครัวข้างล่างน่ะค่ะ แล้วตอนนี้ฉันก็ขึ้นมาที่ห้องนอนข้างบน พอดีเมื่อวานนี้ข้อเท้าซ้น เลยเดินขึ้นเดินลงไม่ค่อยสะดวก รบกวนคุณช่วยไล่หาเอาจากชื่อฉันแทนได้ไหมคะ..?"

"ก็ได้.. ก็ได้.." แวนด้าถอนใจอีกแล้ว

ฉันได้ยินเสียงเธอเคาะแป้นคีบอร์ดหน้าคอมพิวเตอร์ดังแว่วมาในโทรศัพท์

"เจอแล้วค่ะ.. เคท การ์เร็ตต์.. 1724 ถนนเกล็นดัน เวสท์วู้ด 90024"

"เอ..! ก็ถูกต้องนี่คะ" ฉันตอบ พลางรีบจดที่อยู่นั้นไว้อย่างรวดเร็ว

"ไม่เข้าใจจริง ๆเลยว่าทำไมถึงยังไม่ได้เช็คเสียที บางทีอาจจะเป็นความผิดของทางไปรษณีย์ก็ได้"

ฉันขอบคุณแวนด้าเสียยกใหญ่ ก่อนคว้ากุญแจรถออกบ่ายหน้าไปเวสท์วู้ดอีกครั้ง

เคท การ์เร็ตต์ อาศัยอยู่ที่บ้านสีเหลืองขนาดกระทัดรัดหลังหนึ่งที่ไม่ไกลจากมหาวิทยาลัยมากนัก เธอออกมาเปิดประตูในชุดผ้าลายบาติคพริ้วไสวและสร้อยลูกปัดไม้กลม ๆ ใบหน้ากลม ๆและผมที่ขมวดมวยนั้นยิ่งทำให้เธอดูเหมือนคุณป้าแก่ ๆที่ทำตัวหลุดโลกมากขึ้นไปอีก

"เคท การ์เร็ตต์..?"

"ฉันเองค่ะ.." เธอตอบด้วยรอยยิ้มที่อบอุ่นเหมือนผลเบอร์รี่ในเดือนพฤษภา

"ดิฉันอยากจะคุยกับคุณเกี่ยวกับคดีฆาตกรรมของเฟรนช์ชี่ แอม-บรอส ค่ะ"

รอยยิ้มของเธอหายวับไปกับตาทันที..

"คุณเป็นตำรวจ..?"

"เปล่าค่ะ.. ดิฉันเป็นนักสืบเอกชน"

"ฉันเกรงว่าจะคุยอะไรกับคุณตอนนี้ไม่ได้หรอก" เธอเอ่ย พลางไล่นิ้วไปตามเม็ดลูกที่อยู่ปัดบนสร้อยคอ

"ฉันเป็นนักเขียน แล้วก็กำลังเขียนบทที่ยาก ๆค้างอยู่ครึ่ง ๆกลาง ๆ"

เธอทำท่าจะรีบปิดประตู ฉันจึงชิงพูดขึ้นก่อนว่า..

"ไทเลอร์กำลังนอกใจคุณอยู่นะคะ"

"อะไรนะ..?"

"แฟนของคุณไง.. ไทเลอร์.. เขานอกใจคุณอยู่"

ใบหน้านั้นแดงก่ำไล่จากแก้มขึ้นมาในทันที

"ไทเลอร์คบคนอื่นอยู่ด้วยงั้นเหรอ..?"

ฉันพยักหน้า..

"งั้นก็.. เข้ามาสิ"

ฉันตามเธอเข้าไปในห้องรับแขกเล็ก ๆที่มีแต่ชั้นหนังสือเรียงรายไปทั่ว และอดที่จะสังเกตไม่ได้ว่าเธอเป็นคนที่มีเรือนร่างอวบอิ่มอย่างล้น

เหลือ ซ่อนอยู่ภายใต้เสื้อคลุมแขนยาวที่มีสายคาดเอวตัวนั้น ผิดกับร่างเล็กบอบบางของเบ็คกี้ลิบลับจนแทบจะอยากร้องไห้

เธอผายมือให้ฉันนั่งลงบนโซฟา ก่อนจะทิ้งตัวลงนั่งบนเก้าอี้มีพนักเท้าแขนตัวใหญ่ที่อยู่ตรงข้าม ยิ่งดูใกล้ๆ.. เธอยิ่งดูสาวกว่าที่ฉันเห็นผ่านกล้องส่องทางไกลของแดร์เรลล์มากทีเดียว แต่ถึงอย่างนั้น เธอก็อยู่ในช่วงวัยสี่สิบเศษที่แก่กว่าไทเลอร์แน่นอน..

"คุณรู้เรื่องฉันกับไทเลอร์ได้ยังไง..?"

"นั่นมันไม่สำคัญหรอกค่ะ" ฉันกล่าว..

"สิ่งสำคัญก็คือเขาคบอยู่กับเบ็คกี้ โคเป็ก.. ผู้เป็นลูกค้าของฉัน"

"เบ็คกี้..? ก็เขาบอกฉันว่าเบ็คกี้เป็นญาติ"

"และก่อนที่จะคบกับเบ็คกี้ เขาก็มีสัมพันธ์ซ้ำซ้อนกับเฟรนช์ชี่ แอมบรอส เหยื่อฆาตกรรมนั่นด้วย"

เธอล้วงมือไปหยิบกล่องบุหรี่ในกระเป๋าเสื้อคลุม นิ้วมือนั้นสั่นระริกขณะจุดไฟ

"ฉันจะรู้ได้ยังไงว่าคุณพูดความจริง..?"

"ถามใครๆที่ห้างแพสชั่นส์ หรือถามตำรวจในเรื่องที่เขารู้ดูก็ได้"

ถ้าฉันหวังจะได้เห็นเธอหลอมละลายแบบผู้หญิงที่ถูกเหยียดหยามแล้วละก็.. ฉันต้องประหลาดใจแน่ๆ..

"ฉันเองรู้สึกมาตลอดนั่นแหละ ว่าคนอย่างไทเลอร์นั้นออกจะดูดีเกินจริงไปหน่อย" เธอหัวเราะอย่างขมขื่น

"แล้วทำไมคนรูปหล่ออย่างเขาถึงได้มาสนใจผู้หญิงแบบฉัน..?"

เธออัดควันเข้าปอดลึกๆ ก่อนพ่นมันออกมาเป็นทางยาว

"แน่ละ.. เขาหลอกใช้ฉัน.. ลึกๆแล้วฉันก็รู้.. เพียงแต่ไม่ยอมรับกับตัวเองเท่านั้น"

"หลอกใช้คุณงั้นเหรอ..?"

"กว่าห้าปีมาแล้วที่งานเขียนของฉันได้รับการตีพิมพ์เป็นครั้งแรก"

เธอยื่นหนังสือเล่มบาง ที่วางอยู่บนโต๊ะกาแฟมาให้

"แต่ฉันก็ยังคงติดต่ออยู่กับสำนักพิมพ์หลายแห่ง มองก็รู้ว่าไทเลอร์สามารถทำอะไรก็ได้ ที่จะทำให้ฉันยอมช่วยให้งานเขียนของเขาได้รับการตีพิมพ์บ้าง ซึ่งนั่นรวมไปถึงการหลับนอนกับฉันด้วย"

ฉันมองไปที่ภาพถ่ายผู้ประพันธ์ที่พิมพ์ไว้บนปกหลัง และเห็นรูปเคทเมื่อครั้งที่ยังสาวกว่านี้ กำลังส่งยิ้มให้คนอ่านแบบที่ยิ้มให้ฉันเมื่อตอนมาเปิดประตู

"คุณจะเก็บไว้ก็ได้นะถ้าอยากได้" เธอกล่าว

"ใจดีจังค่ะ"

"ก็ไม่เชิงหรอก.. ฉันยังมีซุกไว้ในโรงรถอีกเป็นร้อยเลย"

คำพูดนั้นทำให้ฉันเดาว่าเคทคงไม่เคยติดอันดับนักเขียนขายดีอะไรกับเขา..

"ในคืนที่เฟรนช์ชี่ถูกฆาตกรรม.. เลิกเรียนแล้วไทเลอร์ยังอยู่คุยกับคุณต่อจนดึกจริง ๆหรือเปล่าคะ..?"

"ก็อยู่ต่ออีกห้านาทีแหละค่ะ ก็แค่นานพอที่จะจูบแล้วบอกว่ารักฉันเท่านั้นเอง"

"งั้น.. คืนนั้นเขาก็อาจจะอยู่ที่ห้างแพสชั่นส์ตอนเฟรนช์ชี่ถูกฆ่าก็ได้น่ะสิ"

เธอพยักหน้า..

"วันรุ่งขึ้นเขาก็โทร.มาหาฉัน น้ำเสียงหวาดกลัวลนลาน บอกว่าเฟรนช์ชี่ถูกฆ่าตายเสียแล้วก่อนจะเล่าเรื่องที่เขาคุกคามเธอและมีคนในห้างได้ยินกันทั่ว เขากลัวว่าจะถูกตำรวจจับ ฉะนั้น ฉันก็เลยตัดสินใจที่จะช่วยโกหกให้ว่าเขาอยู่กับฉัน"

"ถ้าคุณยังขืนโกหกเพื่อปกป้องเขาแบบนี้ คุณเองนั่นแหละที่อาจ

ต้องติดคุกนะคะ"

"อย่าห่วงไปเลย.. ฉันจะไม่พูดปดให้ไทเลอร์อีกแล้วละ"

เธอขยี้บุหรี่ในมืออย่างแค้นเคือง ดวงตาเย็นใสราวน้ำแข็ง.. ลาก่อน.. ป้าแก่หลุดโลก..! สวัสดี เลดี้ แม็กเบ็ท*

เมื่อกลับมาถึงบ้าน ฉันก็พบว่าเบ็คกี้ได้ฝากข้อความไว้ในเครื่องตอบรับ วันนี้เป็นวันหยุดของเธอ และเธอก็ต้องการให้ฉันไปหาที่อพาร์ตเม้นท์เพื่อคุยถึงความคืบหน้าต่าง ๆ

"ฉันแทบตายแน่ะ.. พอรู้ว่าเกิดอะไรขึ้นบ้างเมื่อเธอไปคุยกับแม็กไซน์"

เธอส่งเสียงจ๊อกแจ๊กมาตามสาย

"นี่เป็นครั้งแรกเลย..ที่ฉันเริ่มรู้สึกเหมือนมีรังสีแห่งความหวังปรากฏขึ้นที่ปลายอุโมงค์"

เอ้อ..! เยี่ยมสิ.. พอเธอเริ่มมีความหวัง ฉันก็เริ่มจะเต้นเร่า ๆอยู่บนความหวังนั้น แล้วนี่ฉันจะบอกกับเธอว่าไงดีนะ..? เอางี้ไหม..?

"เบ็คกี้.. แฟนเธอน่ะจะดิ้นไม่หลุดแล้วนะ.. แล้วไม่ใช่แค่นั้น.. ยังนอกใจเธออีกด้วย..!!"

ฉันขับรถไปหาเบ็คกี้ที่บ้านอย่างไม่ค่อยเต็มใจนัก เธอออกมาเปิดประตูในชุดกางเกงรัดรูปสีชมพูสด และเสื้อหนาวสีเขียวมะนาว ซึ่งถ้ามองรวม ๆกับผมสีส้มของเธอด้วยแล้ว ฉันว่าเธอดูเหมือนแท่งชาร์ตเทียบสียังไงก็ไม่รู้

นีน่ากำลังเอกเขนกทรงชุดนอนอยู่บนโซฟาแล้วอ่านหนังสือเนชั่นแนลเอ็นไคว์เรอร์ อยู่อย่างสบายใจ

** พระนามของวีรกษัตรีผู้เข้มแข็งแห่งสก็อตแลนด์*

"ฟังนี่สิ.. ฉันคือคนที่มาดอนน่า และโทนี แบลร์ ลุ่มหลง.."

"ใครคือ โทนี่ แบลร์..?" เบ็คกี้ถาม

นีน่ามองหน้าเพื่อนสาวด้วยสายตาตำหนิ

"อะไรยะ.. นี่เธอไม่รู้อะไรพวกนี้เลยจริงๆหรือไง.. เขาก็เป็นประธานาธิบดีของแคนาดาไงเล่า..!"

ฉันจดจำเอาไว้ในใจว่า.. จงเก็บอาการประสาทเอาไว้เป็นเฉพาะเวลาที่ต้องเข้าโรงพยาบาล แล้วมีนีน่ามาคอยพยาบาลให้จะดีกว่า..

"ฉันเพิ่งทำคุ๊กกี้บราวนี่ถั่วคารอบเสร็จพอดีเลย ลองสักชิ้นนะ" เบ็คกี้กล่าว

เธอยื่นจานขนมบราวนี่มาให้ นี่ขอพูดแบบนักวิชาการบราวนี่เลยนะ.. ฉันว่ามันดูเหมือนถ่านก้อนเล็กๆขนาดพอคำเสียมากกว่า แต่ฉันจะทำอะไรได้ล่ะ นอกจากยิ้มแห้งๆแล้วหยิบมาอันหนึ่ง

"ระวังน๊า.. พวกกินถั่วเนี่ย.." นีน่าพูด..

"เดี๋ยวก็ไปติดหลอดอาหารให้สำลักตายหรอก"

เบ็คกี้กัดขนมของเธอเข้าไปคำหนึ่งโดยไม่สนใจคำเตือนนั้น

"ไหน.. เล่าเรื่องที่เธอไปหาแม็กไซน์ให้ฉันฟังหน่อยสิ" เธอกล่าวพลางเคี้ยวอย่างมีความสุข

ฉันเล่าเรื่องที่แม็กไซน์โกงและโกหกเพื่อเฟรนช์ชี่ เพียงเพื่อจะถูกเฟรนช์ชี่เขี่ยเธอทิ้งในที่สุดและเล่าเรื่องที่เธอขับรถไปที่ห้างในคืนเกิดเหตุด้วย

"งั้นเธอก็มีแรงจูงใจแล้วก็มีโอกาสด้วยน่ะสิ" นีน่าเอ่ยขึ้น พลางผละออกจากเรื่องชวนหัวก่อนนอนของมาดอนน่า และโทนี่ แบลร์

"ก็ใช่..! แต่เธอสาบานว่าตอนที่เธอเข้าไป.. เฟรนช์ชี่ตายแล้วนะ"

"ก็นั่นแหละ.. เธออาจจะโกหกก็ได้" นีน่ากล่าว

"ที่จริงแล้วแม็กไซน์ไม่ใช่คนเดียวที่อยู่ในที่เกิดเหตุคืนนั้น เกรซกับอแมนด้า ทัคเคอร์ ก็อยู่ที่นั่นด้วย"

ฉันเล่าให้พวกเขาฟังถึงสิ่งที่ได้ยินจากนอกหน้าต่างข้างห้องรับแขกของอแมนด้า

"โอ้โห..! จาอีน.. นี่เธอทำงานได้เยี่ยมมากเลยนะ เจ๋งยังกะนักสืบตัวจริงแน่ะ" เบ็คกี้เอ่ยชม

ฉันยิ้มหยิ่งๆ.. พลางคิดว่าเธอน่าจะยกระดับให้ฉันเลื่อนขั้นขึ้นเป็นนักสืบ 'จริงๆ' ได้แล้ว

"ฉันต้องจ่ายค่าเสียเวลาให้กับเธอ เดี๋ยวไปเอาสมุดเช็คก่อนนะ" เธอกระโดดไปที่กระเป๋า

"เดี๋ยว..! เอ่อ.. มันมีอะไรอีกอย่างที่เธอควรจะรู้ไว้" ฉันรีบพูด

"อะไรเหรอ..?" เธอถาม ดวงตาสีฟ้าคู่นั้นช่างกลมโต และเต็มไปด้วยความเชื่อมั่นที่ไม่มีวันจะถูกโค่นลงได้

"เกี่ยวกับไทเลอร์..!"

"เขาทำไม..?"

"ประการแรกเลยเนี่ยนะ.. เขาไม่มีข้อแก้ตัวใดๆในเรื่องนี้"

"มีสิ.. เขามีอยู่แล้ว ก็ตอนที่เฟรนช์ชี่ถูกฆ่านั่น เขาอยู่กับอาจารย์ของเขาไง"

"แต่ฉันเกรงว่าจะไม่ใช่อย่างนั้นน่ะสิ ฉันคุยกับอาจารย์ของไทเลอร์มาแล้ววันนี้ เธอบอกว่าเธอโกหกเพราะต้องการปกป้องเขา เธอบอกอีกว่าเขาออกจากชั้นเรียนไปในเวลาที่มากพอจะขับรถไปฆ่าเฟรนช์ชี่ที่ห้างได้สบาย"

"ฉันไม่เข้าใจ.." เบ็คกี้กล่าว พลางเกาผมสีส้มของเธอไปมา..

"ทำไมหล่อนต้องโกหกเพื่อเขาด้วย..?"

เอาละ.. ถึงบทยากแล้วละสิ.. ฉันสูดหายใจเข้าปอดลึกๆ..

"เธอ.. เอ่อ..! มีสัมพันธ์ที่.. ลึกซึ้งกับเขา"

นีน่าอ้าปากตาค้าง..

"ไม่จริงอ่ะ.. ไม่จริง" เบ็คกี้ส่ายหัวไปมาอย่างแรงจนฉันกลัวว่าเธอจะคอเคล็ดเอาเสียก่อน

"หล่อนแต่งเรื่องขึ้นแน่ๆ.. ไทเลอร์บอกฉันว่าหล่อนเป็นคนมาชอบเขา แล้วยังตามตื๊ออีกต่างหาก แต่ไทเลอร์ไม่ได้สนใจหล่อนเลยนะ หล่อนแก่เกินไป.. เขามีแฟนแก่แบบนั้นไม่ได้หรอก"

"ฉันเห็นเขาจูบเธอนะเบ็คกี้"

เธอส่ายหัวอีก.. ราวกับจะสั่นให้ทั้งฉันและข่าวร้ายที่ได้รับหายวับไปกับตา..

"ฉันไม่รู้ว่าเขาบอกเธอว่าเมื่อคืนนี้เขาอยู่ที่ไหน แต่.. เขาไปกินอาหารค่ำกันบนเรือสำราญที่หน้าอ่าว แล้วฉันก็เห็นเขา"

"ไม่..! นั่นเป็นไปไม่ได้ ที่เธอเห็นน่ะมันคนอื่นแล้วละ ไทเลอร์ไม่เคยนอกใจฉัน"

เธอเชิดหน้าขึ้นอย่างท้าทาย..

"ฉันว่าเธอควรไปได้แล้ว ฉันไม่ต้องการให้เธอทำคดีนี้อีกต่อไปแล้ว ฉันจะส่งเช็คค่าจ้างตามไปให้พรุ่งนี้"

จากนั้น ต่อมน้ำตาของเธอก็ระเบิดออกมา แล้ววิ่งร้องไห้หนีหายเข้าห้องนอนไป

"บ้าจริง..!" นีน่าส่ายหัวอย่างผิดหวัง

"ฉันคิดว่าไทเลอร์เป็นคนดีเสียอีก เฮ้อ..! ผู้ชาย.. น่าคลื่นไส้แทบอ้วกจริงๆนะเนี่ย.."

นีน่าโยนหนังสือเอ็นไคว์เรอร์เล่มนั้นทิ้งไป แล้วรีบตามไปปลอบใจเพื่อนที่กำลังร้องไห้คร่ำครวญ จนเสียงสะอึกสะอื้นดังลอดประตูห้องออกมาจนฉันได้ยิน..

บทที่ 21

"ไหน..? เล่าเรื่องที่เธอไปออกเดทมาเร็ว เอาให้ครบทุกเม็ดนะยะ.."

คานดิและฉันนัดไปกินอาหารเย็นกันแต่หัววันที่แฮมเบอร์เกอร์แฮมเล็ต ซึ่งเป็นร้านแฮมเบอร์เกอร์ที่อยู่แถบชานเมืองเบรินท์วู้ด เราสั่งมาร์การิต้าแก้วใหญ่ยังกะอ่างอาบน้ำมาละเลียดรอเบคอน ชีส เบอร์เกอร์

"ไม่เอาอ่ะ.. ฉันว่าเธอไม่อยากได้ยินแน่ถ้าไม่ได้เอากระโถนมาตั้งรอเสียก่อน" ฉันจิบมาร์การิต้าเข้าปาก ก่อนแลบลิ้นเลียเกลือที่ครอบอยู่ปากแก้วนั้นหนึ่งแผล็บ

"ฮะ..? ไม่ดีเหรอ..?"

"ดีได้ไงยะคุณนาย..? ลองนึกภาพพวกพูดจนลิงหลับ.. กะลาสีฝันร้าย.. หรือไม่ก็เดทฟ้าผ่านรกดูก็แล้วกัน"

ฉันเล่าให้คานดิฟังถึงช็อตเด็ดต่าง ๆในการผจญภัยทางทะเลของฉัน (หรือยิ่งไปกว่านั้นก็รวมถึงช็อตที่ไม่ค่อยจะเด็ดด้วย..!)

คานดิกระพริบตาอย่างประหลาดใจ

"เขาพาเธอออกไปท่องทะเลด้วยเรือเก็บขยะเนี่ยนะ..? แล้วยังเลี้ยงน้ำส้มคั้นกับแคร็กเกอร์เนยถั่วอีก.. ให้ปลาดาวตายด้วย..? แล้วเธอก็แค่หนึ่งในผู้หญิงอีกเป็นโหลที่เขาจะลองออกเดทดูก่อนงั้นเหรอ..?"

"ย่ะ..! ที่พูดออกมาทั้งหมดนั่นแหละ"

คุณนายแม่สื่อได้แต่นั่งส่ายหัวอยู่อย่างนั้น ก่อนจะถามด้วยเสียง

เป็นงานเป็นการว่า..

"เอ่อ..! แล้วเธอว่าเขาจะโทร.มาอีกไหมน๊า..?"

"คาน - ดิ..!"

"โอ.เค..! โอ.เค..! ฉันแค่คิดว่าบางทีเธออาจจะลองให้โอกาสเขาดูอีกทีเท่านั้นเอง"

"เธอจะบ้า..? ฉันจะไม่ออกไปไหนกับเขาอีกทั้งนั้นแหละ ต่อให้เขาเป็นคนกวาดขยะคนสุดท้ายของโลกก็ตาม"

เธอมองฉันอย่างกับจะขอโทษ..

"ขอโทษที่รัก.. นี่ถ้าฉันไม่ดันไปเปลี่ยนกากบาทในแบบสอบถามของเธอ เรื่องแบบนี้ก็คงไม่เกิดขึ้น ฉันรู้สึกว่าฉันต้องรับผิดชอบเรื่องนี้เลยนะเนี่ย"

"เธอต้องรับผิดชอบแน่ย่ะ.. นี่ถ้าฉันเอื้อมมือข้ามโต๊ะไปบีบคอเธอให้ตาย โดยมาร์การิต้าฉันไม่กระฉอกได้ละก็.. ฮึ่ม.. ม..!"

"อึม.. ม..!" เธอเปล่งเสียงอยู่ในคอ

นับเป็นการปิดฉากความสำนึกผิดที่สั้นที่สุดในประวัติศาสตร์มนุษยชาติเลยทีเดียว

"งั้นเธออยากฟังเรื่องที่ฉันไปเดทกับแอนตั้น พ่อหนุ่มนักแสดงของฉันไหมล่ะ..?"

"ฮื่อ..!" ฉันถอนใจกับการที่ต้องยอมรับกับสิ่งที่หลีกเลี่ยงไม่ได้..

"ก็ว่ามาสิ..!"

"เธอต้องไม่เชื่อแน่เลย เธออยากรู้ไหมว่าเขาแสดงยังไง..? เขานั่งอยู่บนเวที.. เปลือยกายในอ่างอาบน้ำที่ใส่ฟัดจ์* ร้อนๆไว้จนเต็ม..! และในขณะที่นั่ง.. เขาก็ร่ายยาวชื่อรสไอศครีมของบาสกิน ร็อบบิ้นส์ ทั้งสามสิบเอ็ด

** ขนมหวานชนิดหนึ่ง ทำด้วยน้ำตาล เนย นม ช็อคโกแล็ต และส่วนผสมอื่นๆ*

รสออกมา พอตอนจบเขาก็พ่นวิปครีมใส่ตัวเองทั้งตัวเลยนะ แล้วเรียกการแสดงชุดนี้ว่า.. 'ซันเดย์ อิน แอล.เอ...!' น่าอร่อยไหมเล่า.."

แม่เจ้าโว้ย..! ฉันว่าคู่เดทของฉันนี่ทุเรศทุรังแล้วนะ แต่นี่.. ฉันอดเวทนาคานดิไม่ได้.. โดยเฉพาะอย่างยิ่งเมื่อเธอบอกว่า..

"ช่างเป็นการแสดงที่สร้างสรรค์สุด ๆ..!"

ต๊าย..! เทวดาเจ้าขา.. นี่เพื่อนฉันชอบมันจริง ๆเหรอเนี่ย..? ตกหลุมรักปัญญาอ่อนอีกสิท่า..! แค่มองตาก็รู้แล้ว.. ถึงขนาดวางแผนชีวิตอนาคตร่วมกับแอนตั้นด้วยการย้ายไปอยู่กับเขา แล้วยังบอกว่าจะซื้อผ้าปูที่นอนซาตินสีดำที่ร้านในเมืองมาปูอีกต่างหาก..

และถ้าคุณถามฉัน.. ฉันก็จะบอกว่า.. คนบางคนไม่ควรกระโดดลงสระน้ำแห่งการออกเดท ทั้ง ๆที่ไร้บอดี้การ์ดคอยช่วยชีวิตอยู่ริมตลิ่ง..!

พอเบอร์เกอร์ถูกยกมาเสิร์ฟ.. แปลกมากที่ฉันกลับไม่รู้สึกหิวสักเท่าใดนัก คงเป็นเพราะบราวนี่ของเบ็คกี้ยังนอนหมอบอยู่เต็มท้อง ราวกับจะอธิบายถึงกฎของการย่อยอาหารได้เป็นอย่างดี และฉันก็เล็มหอมใหญ่ชุบแป้งทอดของคานดิฆ่าเวลาไปเสียเกือบหมดจานแล้วด้วย

ฉันนั่งฟังคานดิพูดเรื่องโง่ ๆที่เกี่ยวกับวิสัยทัศน์นักแสดงของแอนตั้นจนกินเสร็จ.. จ่ายเงิน.. แล้วเดินออกมาที่รถ

"อย่าห่วงไปเลยเพื่อนรัก สักวันเธอจะต้องได้พบใครบางคนที่พิเศษพอที่จะสามารถร่วมชีวิต หรือร่วมเตียงกันได้ละน่า"

"ฉันมีคนที่ร่วมชีวิต ร่วมเตียงกันได้แล้วจ้ะ"

"แมวไม่นับย่ะยายบ้า"

เธอกอดฉันก่อนเอ่ยลาแล้วขึ้นรถขับออกไป โดยมีภาพของขนมฟัดจ์ร้อน ๆเต้นเร่าอยู่ในหัวอย่างเพลิดเพลิน ฉันขับรถกลับบ้าน สงสัยว่าความสัมพันธ์ของคานดิและราชาฟัดจ์ร้อนผู้นี้จะยาวนานสักเท่าใด.. แต่ฉันว่ายังไงก็ไม่เกินสองเดือนแน่..

หลังจากที่จอดรถ และดูให้แน่แล้วว่าไม่ได้จอดขวางทางเข้าบ้านใครอีก ฉันก็เดินขึ้นห้อง.. ซึ่งตอนนี้ไอ้เจ้าคุ๊กกี้บราวนี่ถั่วคารอบนั่นก็ย่อยไปหมดแล้ว แต่ฉันก็ยังไม่มีเวลาที่จะสังเกตสังกาว่ามันจะทำให้ท้องไส้ฉันปั่นป่วนอะไรไปบ้างหรือเปล่า เพราะในทันใดนั้นเอง.. ฉันก็ต้องตกใจกับเสียงของใครคนหนึ่ง ที่ตะโกนออกมาจู่โจมเสียจนรอยตีนกาทะลึ่งพรวดออกมาให้เห็นได้อย่างชัดเจนภายใต้แสงสลัวของดวงอาทิตย์ที่ยังรำไรอยู่นั้น

"แก..! นังตัวแส่เรื่องชาวบ้าน..!"

หัวใจฉันเต้นแรงเมื่อเห็นไทเลอร์ก้าวออกมาจากในเงามืด.. ไม่เหลือเค้าชายหนุ่มผู้สง่างามอีกต่อไป.. จะมีก็แต่เพียงความกราดเกรี้ยวที่เกิดจากโทสะอันเดือดดาลและพลุ่งพล่าน.. เป็นความกราดเกรี้ยวแบบเดียวกับที่ฉันเห็นในวันที่เขาแสดงอาการคุกคามเฟรนช์ชี่..

"แกทำลายทุกอย่าง" เขาตะคอก เส้นเลือดที่ขมับปูดโปนเห็นเต้นเป็นจังหวะ

"นั่นไม่จริงเลยนะ" ฉันกล่าว พลางยิ้มแหย

"ฉันไม่ได้ทำลายอะไรเลย และเบ็คกี้ก็ยังคงรักคุณอยู่"

"ฉันไม่ได้พูดถึงเบ็คกี้ แต่ฉันพูดถึงนังวัวแก่ เคท การ์เร็ตต์ ต่างหาก.. นังนั่นมันรู้จักบรรณาธิการคนสำคัญของสำนักพิมพ์ แล้วมันก็กำลังจะให้เขาอ่านต้นฉบับงานของฉัน.. แล้วตอนนี้เป็นไงล่ะ.. มันไม่ช่วยฉันอีกแล้ว"

เขากล่าว พลางขยับเข้ามาใกล้

"แกเคยคิดบ้างไหม..? ว่าฉันต้องผ่านอะไรมาบ้างกว่าจะได้เชื่อมไปถึงจุดนั้น ฉันจะอ้วกแตกทุกครั้งที่ต้องจูบกับหล่อน แต่แล้วทุกอย่างที่ฉันทำก็สูญเปล่า.. เพราะแก.."

ฉันหลบตาและเห็นเขากำมือขยับนิ้วงองุ้มขึ้นลงอย่างแค้นเคือง คุณพระเอ๋ย..! ช่วยลูกที..! นี่ถ้าเขาเกิดบีบคอลูกอย่างที่เขาพยายามบีบคอเฟรนช์ชี่ ลูกจะทำยังไงเนี่ย..? แต่วันนั้นเขาก็ทำเฟรนช์ชี่ไม่ลงนี่นา.. แค่ขู่

เท่านั้นเอง..แต่เหตุผลที่เขาไม่ทำก็อาจเป็นเพราะแถวนั้นมีพยานรู้เห็นหลายคนก็ได้ แต่ตอนนี้มันไม่มีพยานสักคนเลยนี่.. งั้นก็ไม่มีอะไรมาขวางไม่ให้เขาบีบคอฉัน แล้วก็..

"จาอีน.. เป็นไรรึเปล่า..?"

ฉันหันไปและเห็นแลนซ์ยืนอยู่ที่หน้าประตูห้องเขา.. หูย..! ที่รัก..! แลนซ์ผู้สอดรู้สอดเห็นของฉัน..!

"เป็น.. แลนซ์.. เป็น.. โทร.เรียก 911 ที..!"

ไทเลอร์ยืนกระพริบตาเมื่อเห็นแลนซ์ก้าวออกมาจากห้อง

"ไทเลอร์ไม่ใช่เหรอนั่น..? ที่ทำงานอยู่ห้างแพสชั่นส์ใช่ไหม..?" แลนซ์ถาม

"ใช่..! ไทเลอร์.. ทีนี้เรียกตำรวจได้แล้ว" ฉันตอบ พลางถอนใจอย่างเซ็งเพื่อน

"อ้าว..! หวัดดีจ้ะไทเลอร์.." แลนซ์เอ่ยทัก ส่งยิ้มหวานที่เจ้าชู้ประตูดินไปให้

"โอ๊ย..! ฉันอยากจะร้องไห้จริงๆ.. แลนซ์.. เขาจะทำร้ายฉัน เธอช่วยหยุดแจ๋นแล้วรีบไปโทร.เรียกตำรวจมาให้ทีได้ไหม..?"

อาจจะเป็นเพราะแลนซ์เห็นเส้นขมับที่ปูดโปนราวกับจะออกมาเต้นคองก้าของไทเลอร์ หรือไม่ก็อาจตกใจกับน้ำเสียงขึ้งโกรธของฉัน.. อะไรก็ช่างเหอะ แต่ในที่สุดเขาก็ตัดสินใจทำตามที่ฉันสั่งอย่างจริงจัง

"จ้ะ.. จาอีน.. " เขากล่าวก่อนหายตัวเข้าไปในอพาร์ตเม้นท์

แต่ดูเหมือนคำขู่เรื่องตำรวจจะไม่ได้ทำให้ไทเลอร์รู้สึกตระหนกแต่อย่างใด เขากลับยิ่งเดินตรงเข้ามาหาฉันจนใกล้เสียยิ่งกว่าใกล้ จนฉันได้กลิ่นบุหรี่โชยออกมาจากไรฟันของเขาเลยทีเดียว

"อย่าเข้ามาใกล้กว่านี้นะ.. ไม่งั้น.."

"ไม่งั้นอะไร..? แกจะทำอะไรฉัน" เขาถามอย่างดูถูก

ฉันเอื้อมมือควานเข้าไปในกระเป๋าสตางค์อย่างลนลาน เพื่ออะไรสักอย่างที่จะใช้ฟาดหัวเขาได้ แล้วโชคก็เข้าข้างเมื่อฉันควานไปเจอสิ่งที่สัมผัสได้ว่ามีรูปทรงทู่ๆ จากนั้น ฉันจึงจำได้ว่ามันคือกระป๋องสเปรย์ฉีดผมที่ฉันโยนใส่กระเป๋าไว้ตั้งแต่เมื่อวานตอนไปท่าเรือนั่นเองฉันรีบควักมันออกมาโบกกวัดแกว่ง

"ฉันมีอาวุธนะ" ฉันกล่าว พยายามถือกระป๋องอย่างไม่ให้เห็นป้ายที่ขวด

"นั่นมันไม่ใช่อาวุธหรอก มันคือสเปรย์ฉีดผมต่างหากเล่า"

ถึงงั้น.. ฉันก็ยังคงโบกมันฉีดพ่นไปมาอยู่ดี.. และทายสิ.. มันได้ผลด้วยแฮะ.. ถ้าคุณเคยตีค่าใครเอาไว้ต่ำ แล้วมันย้อนกลับมาทำให้คุณหน้าหงายได้นี่ คุณจะรู้สึกอย่างไร..

ในขณะที่ไทเลอร์มัวแต่ปิดหน้าปิดตาปัดป้องพลางแช่งด่าอยู่นั้น ฉันก็ถือโอกาสรีบวิ่งตื๋อหนีหายเข้าไปในบ้าน จากนั้นก็มาแอบมองทางหน้าต่างห้องรับแขก เห็นไทเลอร์เดินโซซัดโซเซออกไปตามทางเดิน

กว่าตำรวจจะมาถึง ไทเลอร์ก็หนีไปนานแล้ว และนี่เป็นครั้งที่สองภายในเวลาสองวันที่ฉันมีตำรวจมายืนกดออดอยู่ที่หน้าประตูบ้าน ถ้ายังเป็นอย่างนี้ต่อไปมีหวังโดนซุบซิบระเบิดเถิดเทิงแน่

ฉันเล่าให้ตำรวจฟังว่าเกิดอะไรขึ้น.. ว่าไทเลอร์ซุ่มอยู่และกำลังจะทำร้ายฉันอย่างไร..

"ฉันมีพยานนะคะ เพื่อนบ้านของฉันเขาเห็นเหตุการณ์ทุกอย่าง"

ฉันชี้ไปที่แลนซ์.. เขารีบกลับมาที่อพาร์ตเม้นท์ของฉันในทันทีที่ไทเลอร์ลับไป.. ตำรวจหันไปทางแลนซ์

"คุณเห็นเขาแสดงอาการคุกคามอะไรหรือเปล่าครับ..?"

"ก็ไม่เชิงครับ.. แต่ผมเห็นทีท่าเขาโกรธมากทีเดียว"

"ผมได้ยินแล้ว.." ตำรวจกล่าว..

"แต่แค่ดูโกรธนั่นมันไม่ถือเป็นอาชญากรรมนะคุณ"

"ก็ฉันบอกคุณแล้วไง" ฉันแทบจะกรี๊ดเสียงแหลมออกมา..

"ว่าผู้ชายคนนั้นกำลังจะทำร้ายฉัน"

"แล้วคุณรู้หรือเปล่าว่าคนที่คุณกล่าวหาเขาอาศัยอยู่ที่ไหน..?"

ฉันไม่ชอบคำว่า 'คนที่คุณกล่าวหา' ของตำรวจนั่นเลย.. ไม่ชอบจริงๆ..

"รู้สิคะ.. ฉันรู้แน่" ฉันโผไปที่โต๊ะเขียนหนังสืออย่างรวดเร็ว แล้วเปิดลิ้นชักค้นกระจุยกระจาย หากระดาษรายชื่อและที่อยู่พนักงานห้างแพสชั่นส์ที่เบ็คกี้เคยให้มา

"นี่ค่ะ..! ไทเลอร์ เบนจามิน ชื่อที่อยู่บรรทัดที่สาม" ฉันยื่นกระดาษแผ่นนั้นให้ตำรวจ

เจ้าหน้าที่ตำรวจจดที่อยู่เหล่านั้นลงในสมุด และสัญญาว่าเขาจะไปสอบถามไทเลอร์แล้วกลับมาพบฉันอีกครั้ง

"คืนนี้เธอไม่ควรอยู่คนเดียวนะ"แลนซ์กล่าวหลังจากที่ตำรวจกลับไป..

"ทำไมเธอไม่ไปค้างกับฉันล่ะ..?"

"ไม่ต้องหรอก.. ฉันอยู่ได้"

"แน่ใจนะ..?"

"ฮื่อ..! จริงๆ.. ไม่เป็นไร"

แต่.. ฉันไม่ได้ไม่เป็นไรอย่างปากว่าหรอก.. มันยิ่งกว่านั้นเสียอีก..

และนั่นคือเหตุผลที่ทำไมพอแลนซ์คล้อยหลังไปปุ๊บ ฉันก็ปรี่ไปคว้าขวดชาร์ดอนเนต์จากตู้เย็นมาซัดอั๊กๆๆเข้าให้จนมือไม้สั่น โพรแซ็คมักจะสัมผัสได้ทุกครั้งที่ฉันเกิดความเครียด มันร้องเงี๊ยวง๊าวขอขนมกิน ฉันเลยโยนอาหารแมวรสตับให้มันไปก้อนหนึ่งก่อนจะเดินกลับไปห้องรับแขก ที่ซึ่งฉันทรุดตัวลงนั่งจ่อมจนแทบจะจมหายลงไปใน โซฟา

หลังจากที่จิบ (เฮ้อ..! ยกซดอึ๊กๆก็ได้..!) ชาร์ดอนเนต์ไปแล้วแก้ว

หนึ่ง ฉันก็ค่อยรู้สึกผ่อนคลายขึ้นหน่อย ประสาทที่ขมึงเกลียวได้หยุดแปลความหมายของคำว่า `การบรรเลงบทบู๊' ลงแล้ว แต่ฉันยังร้องไห้ออกมาอย่างมากมายจากอารมณ์ที่สงบนั้น ฉันยังคงเห็นภาพนิ้วมือของไทเลอร์ที่งองุ้มขยับขึ้นลงอยู่อย่างนั้น ราวกับเตรียมพร้อมจะขย้ำคอหอยได้ทุกเมื่อ เขาช่างเป็นคนที่มีความโกรธรุนแรงเหลือเกิน

รุนแรงเสียจน.. สามารถฆ่าเฟรนช์ชี่ แอมบรอส ได้แน่ๆ.. ฉันคิด

ฉันเดินตรวจตราดูจนแน่ใจว่าล็อคหน้าต่างห้องทุกบานเรียบร้อยแล้ว จากนั้นก็เปลี่ยนเสื้อผ้าแล้วปีนขึ้นเตียง มือข้างหนึ่งแปะไว้บนตัวของโพรแซ็ค ส่วนอีกข้างก็แปะไว้กับรีโมทโทรทัศน์ และฟุ้งซ่านเกินกว่าจะหลับได้ลงได้

ฉันนอนถอนใจจึ๊กจั๊กๆ.. สายตาไม่อาจจับจ้องหรือเพ่งความสนใจไปที่ทีวีได้ในทุกครั้งที่คิดว่าได้ยินเสียงอะไรอยู่ในห้องโถงจนต้องซุกตัวคลุมโปงอยู่ใต้ผ้าห่ม.. ใช่..! ฉันได้ยินเสียงอะไรจริงๆนั่นแหละ.. มันเป็นเสียงคนหายใจ.. หายใจดังอย่างกระหืดกระหอบ..!

ต้องเป็นไทเลอร์แน่ๆ.. เขาจะพังห้องเข้ามาไหมเนี่ย..? เอ๊ะ..! นี่ฉันล็อคหน้าต่างไว้หมดทุกบานหรือเปล่านะ..? โอ..! คุณพระช่วย.. เขาอาจจะมีเครื่องมือพิเศษที่ใช้ในการย่องเบาก็ได้ ประเภทที่ทำลายกุญแจล็อคหน้าต่างด้วยการกระตุกข้อมือเพียงครั้งเดียวอะไรแบบนั้น หรือไม่.. เขาก็อาจจะไม่ได้ไปไหน แต่แอบอยู่หลังพุ่มไม้ตลอดเวลา รอเวลาเหมาะๆที่จะบุกเข้ามาบีบคอฉันแน่ๆ

หัวใจฉันตกลงมาอยู่ที่ตาตุ่ม.. กำลังจะเอื้อมมือไปหยิบโทรศัพท์มาโทร.แจ้งตำรวจอยู่แล้วเชียว ก็บังเอิญเหลือบไปมองทีวี และเห็นว่าไอ้เสียงหายใจหนักหน่วงที่ได้ยินนั่นมาจากในโทรทัศน์ต่างหาก โดยมีดาราห่วยๆสองคนกำลังนอนตัวงอบิดตัวเบี้ยวอย่างเจ็บปวดอยู่บนเตียง

ฉันจึงทิ้งตัวจมหายลงบนเตียงอีกครั้ง ตัวอ่อนปวกเปียกด้วยความใจชื้น.. จริงๆนะเนี่ย.. ถ้าฉันต้องการที่จะประสบความสำเร็จในงานนักสืบ ฉันก็ควรต้องหยุดอ่อนแองี่เง่าเสียที..

ฉันตัดสินใจคว้าแคลเซี่ยมเม็ดสีแสดเข้มที่มีสรรพคุณช่วยให้หลับได้เร็วขึ้นมาใส่ปาก และในขณะที่กำลังรู้สึกว่าตัวเองเริ่มเคลิ้มจนตาปิดลงไปเรื่อยๆนั้นเอง ฉันก็ต้องสะดุ้งตื่นด้วยเสียงเคาะประตูอย่างแรง..

โอ..! ตายละ.. คราวนี้ต้องเป็นไทเลอร์แน่ๆ

ฉันเผ่นพรวดเดียวเข้าไปในครัว แล้วคว้ากระทะใบที่หนักที่สุดติดมือออกมา ถ้าเขาเกิดพังประตูเข้ามาจะได้เอาไว้ฟาดหัวเสียให้เต็มเหนี่ยว

"ใครน่ะ..?"

"เจ้าหน้าที่ตำรวจครับ"

ฉันแง้มหน้าต่างห้องรับแขกออกมอง และเห็นตำรวจสองคนที่มาเมื่อตอนหัวค่ำ จึงวางกระทะนั้นลงแล้วรีบเปิดประตูให้

"ขอบคุณสวรรค์ที่เป็นพวกคุณ" ฉันเอ่ย

"หวังว่าพวกเราคงไม่ได้ปลุกคุณนะครับ"

โอ๊ย..! เปล่าเลย.. จะปลุกได้ไง.. ในเมื่อฉันยังคงเดินท่อมๆถือกระทะไปทั่วอพาร์ตเม้นท์ตอนตีสองอยู่แบบนี้..

"เราคุยกับคุณเบนจามินมาแล้วนะครับ"

"แล้วคุณจับเขามาหรือเปล่า..?"

"เปล่าครับคุณผู้หญิง.. เราไม่ได้จับ"

"อ้าว..! ทำไมล่ะ..?"

"เขาบอกว่าคุณเป็นคนเชิญให้เขามาหาที่อพาร์ตเม้นท์นี่"

"ฉันเปล่านะ"

"เขาบอกว่าคุณเป็นคนให้นามบัตรเขา และบอกว่าเขาสามารถที่จะติดต่อมาได้ตลอดเวลาทั้งกลางวันกลางคืน"

บ้าเอ๊ย..! ฉันให้นามบัตรเขาไว้จริงๆแหละ วันนั้นไง.. ที่เราไปกินอาหารกลางวันด้วยกันที่ร้านพิงค์ส

"คุณให้นามบัตรเขาไปหรือเปล่า..?"

"ให้ค่ะ.. แต่.."

"คุณบอกเขาหรือเปล่า ว่าเขาสามารถติดต่อคุณได้ไม่ว่าจะกลางวันหรือกลางคืน..?"

"บอกค่ะ.. แต่.."

"คุณเบนจามินให้การว่าคุณชอบเขา แล้วพอเขาไม่มีใจกับคุณ คุณก็ฉีดสเปรย์ใส่ตาเขาด้วยสเปรย์ฉีดผมยี่ห้อเอ็กซ์ตร้า โฮล์ด สเปรย์ เน็ต"

"โกหกชัดๆ..!"

"แล้วคุณไม่ได้ฉีดสเปรย์ใส่ตาเขาเหรอ..?"

"ฉีดค่ะ.. แต่.."

"ด้วยสเปรย์เอ็กซ์ตร้า โฮล์ด สเปรย์ เน็ต นะ"

"ค่ะ.. แต่.."

โอ๊ย..! ให้ตายเหอะ.. นี่ฉันชักจะเหนื่อยกับบทสนทนาแบบนี้แล้วนะเนี่ย..

ตำรวจทั้งสองหันไปมองหน้ากัน เห็นได้ชัดว่าเขาพยายามตอกย้ำฉันเรื่องการใช้สเปรย์ฉีดผมในการทำร้ายคนที่ปฏิเสธความรัก

"เอ่อ..! คุณผู้หญิงครับ คุณรู้หรือเปล่าว่าคุณโชคดีขนาดไหนแล้วที่เขาไม่แจ้งข้อหาทำร้ายร่างกายกับคุณด้วย..!"

จากนั้น เขาก็กล่าวราตรีสวัสดิ์แก่ฉันแล้วหันหลังเดินจากไปในความมืด.. ฉันเดินอย่างเมื่อยล้ากลับไปขึ้นเตียง ที่ตอนนี้มีเจ้าโพรแซ็คมายึดอำนาจเอาหมอนของฉันไปครองเสียแล้ว

"เออดี..!" ฉันบ่น พลางล้มตัวลงบนเตียง

โพรแซ็คโงหัวขึ้นมองก่อนร้องเงี๊ยวง๊าว เหมือนกับจะพูดว่า..

"ถ้ายังไม่หลับละก็.. ขนมสักชิ้นได้ไหมล่ะแม่..?"

"ลืมไปได้เลยนะโพรแซ็ค..!" ฉันไม่มีอารมณ์จะลุกขึ้นไปหาขนมมาถวายแม่เจ้าประคุณหรอก คืนนั้นทั้งคืน ฉันเลยต้องนอนหลับทั้ง ๆ ที่ไม่มีหมอนน่ะสิ..

อีเมล์ที่ได้รับ

หนังสือพิมพ์แทมป้า ทริบูน
เริ่มแสดงได้อย่างชุ่มโชก..!

การแสดงละคร 'ผ้าพันคอของลอร์ดวอร์ธิงตัน' ของคณะ 'เดอะแทมป้า วิสต้า' เริ่มขึ้นแล้วอย่างชุ่มฉ่ำ เมื่อนักแสดงผู้รับบทคนรับใช้เกิดจุดไฟเผาผ้าพันคอของลอร์ดวอร์ธิงตันเข้าโดยไม่ตั้งใจ ทำให้ระบบน้ำดับไฟอัตโนมัติทำงานขึ้นมาในทันที แม้ไม่มีผู้ใดได้รับบาดเจ็บ แต่ผู้คนที่วิ่งหนีกันอย่างสับสนอลหม่านออกมาจากโรงละครต่างก็เปียกโชกไปตาม ๆ กัน

"ผมนึกอยู่แล้วเชียวว่าหมอนั่นมันบ้า..!"

นี่คือคำกล่าวที่นักเขียนและผู้กำกับละครนามอลิสแทร์ เซนท์เจอร์มาอีน เมื่อเอ่ยถึงแฮงค์ ออสเตน ลูกทีมผู้รับบทคนรับใช้ ซึ่งคุณออสเตนยังไม่สามารถที่จะให้ความเห็นในเรื่องนี้ได้..

ถึง : เจ. ออสเตน
จาก : คุณนายช้อปกระจาย
เรื่อง : แม่ว่าแล้ว..!

แม่บอกแล้วว่าพ่อหนูจะต้องทำอะไรสักอย่าง.. แล้วก็จริงเสียด้วย..! หนูต้องไม่เชื่อแน่ แต่พ่อเขาจุดไฟเผาสโมสรของเมืองเลยนะลูก..! ลือกระฉ่อนกันไปทั้งบาง.. ถึงขนาดเป็นข่าวลงแทมป้า ทริบูน เลยเชียว.. แม่ละไม่เคยขายหน้าอะไรขนาดนี้มาก่อนเลยในชีวิต..!

แม่คิดอยู่แล้วตั้งแต่ในนาทีที่ม่านเปิดฉาก ว่าเดี๋ยวเหอะจะต้องมีปัญหา.. ตั้งแต่ฉากแรกเลยนะที่พ่อหนูเริ่มทำท่าโง่ๆ แล้วเล่นหูเล่นตากับคนดู แม่ว่ามันน่าอายที่สุด.. แต่ที่แย่ก็คือคนดูดันชอบเสียอีกแน่ะ..! หัวเราะกันขำแทบจะตกเก้าอี้ เลยยิ่งทำให้เขากล้าทำอะไรบ้าๆเข้าไปใหญ่ นักแสดงคนอื่นๆโกรธกันมาก แต่เราก็ทำอะไรไม่ได้

จากนั้น พอมาถึงฉากที่พ่อควรจะต้องเข้าไปต่อบุหรี่ให้กับลอร์ดวอร์ธิงตัน พ่อหนูดันสะบัดไฟแช็คไปมา แล้วแทนที่เขาจะดูว่าเขากำลังทำอะไรอยู่ ก็ดันหันไปโค้งคำนับให้คนดู ไฟแช็คกับบุหรี่พลาดท่าห่างกันไปตั้งไมล์ เลยผ่าไปจุดโดนผ้าพันคอของอลิสแทร์เข้าจนไฟลุกพรึ่บ อลิสแทร์เลยโดดโหยงปัดมันออกแล้วพยายามกระทืบดับไปบนพรม แต่ปรากฏว่าไฟก็ลุกพรึ่บขึ้นที่พรมอีกจนควันโขมงโฉงเฉง ระบบจับควันอัตโนมัติก็เลยทำงาน ถึงตอนนี้.. คนดูดันคิดว่าไอ้ที่ไฟไหม้นี่เป็นส่วนหนึ่งของการแสดงเลยฮากันน่าดู แต่พอทุกคนเริ่มเปียกเพราะน้ำที่พุ่งออกมาจากระบบจับควันอัตโนมัติ ก็ไม่มีใครเขาสนุกด้วยละ.. เฮ้อ..! ฝันร้ายชัดๆเลยลูกเอ๋ย..!!

ถึง : เจ. ออสเตน

จาก : แดดดี้ โอ.

เรื่อง : มันเป็นอุบัติเหตุ..!

พ่อว่าแม่ต้องเอาเรื่องอุบัติเหตุเล็กๆน้อยๆที่สโมสรมาฟ้องหนูแล้วแน่ๆ ลูกรัก.. พ่อสาบานได้นะว่ามันเป็นเรื่องที่ไม่ได้ตั้งใจ หนูต้องเชื่อพ่อนะลูก.. พ่อยอมรับว่าแสดงอะไรเกินจริงไปหน่อย แต่ก็ไม่ได้ตั้งใจจะจุดไฟเผาผ้าพันคอของไอ้เจิร์มนั่นแน่..!

ถึง : เจ. ออสเตน

จาก : คุณนายช้อปกระจาย

เรื่อง : ป.ล.

แม่เพิ่งได้รับโทรศัพท์จากกรรมการบริหาร บริษัท แทมป้า วิสต้า ว่า.. มีคำสั่งพักงานไม่ให้พ่อและแม่แสดงละครที่สโมสรเป็นเวลาหกเดือน จริงๆนะจาอีน.. นี่มันฟางเส้นสุดท้ายแล้วที่แม่มีให้กับพ่อของหนู แม่จะไม่มีวันยกโทษให้เขาเลย..

ถึง : เจ. ออสเตน

จาก : คุณนายข้อปกระจาย

เรื่อง : ป.ล. ยกกำลังสอง

ทายสิเอ่ย.. ว่าเมื่อเช้านี้แม่เจออะไรวางไว้ข้างๆชามซีเรียล..? แหวนเพชรลูก.. แหวนเพชร.. แม่ว่าพ่อหนูต้องคิดว่าแม่บ้องตื้นและเป็นพวกวัตถุนิยมแน่ๆ ถึงได้มาทำเป็นมารยาทดีให้ของกำนัลแม่ด้วยแหวนเพชรแบบนี้.. แต่เขาก็คิดถูกนะ..! เพราะแม่ชอบมันม๊าก.. มากเลยล่ะ..! แม่เกลียดที่คิดว่าเขาไปซื้อมันมาด้วยวิธีไหน ก็คงไปซื้อมาจากร้านเพชรในเมืองนั่นแหละ แต่อย่างน้อย.. เขาก็ไม่ต้องเสียค่าขนส่งเหมือนเวลาที่แม่สั่งซื้อจากทางโทรทัศน์ไง..

ไม่ใช่เท่านั้นนะลูก พ่อเขายังจองตั๋วเรือสำราญไปเกาะบาฮามัสอีกด้วย อืม.. ม.. แม่ว่าลงเอยแบบนี้ก็เข้าท่าดีนะ ที่จริงแม่ก็ไม่ได้อยากเป็นนักแสดงมาตั้งแต่แรกอยู่แล้ว แต่ที่สำคัญไปกว่านั้นก็คือ พ่อหนูเขาล้มเลิกความคิดที่อยากจะเป็นดาราแล้วละ แม่ดีใจจริงๆ.. ต่อแต่นี้ไป แม่จะได้เลิกใช้ชีวิตแบบมือถือไมค์ไฟส่องหน้าเสียที..

ถึง : เจ. ออสเตน

จาก : แดดดี้ โอ.

เรื่อง : ท่าจะมันแฮะ..!

สวัสดีลูกรัก.. แม่บอกหนูหรือยังจ๊ะว่าเรากำลังจะไปบาฮามัสกัน..? คงจะสนุกไม่น้อยเลย คืนสุดท้ายเขามีให้ออกไปแสดงหน้าเวทีด้วยนะ พ่อจะออกไปเล่นบทรำพึงจากละครเรื่องแฮมเล็ต หรือไม่ก็เล่นเป็นเจ้าเป็ดจอมซ่า ก็ได้ แต่เอ๊ะ..! พ่อรู้แล้ว.. พ่อเป็นเจ้าเป็ดเล่นบทรำพึงจากละครแฮมเล็ตดีกว่า พ่อว่าจะไปเช่าชุดเป็ดอยู่เชียว ท่าจะมันดีนะ.. ว่าไหม..? อย่าบอกแม่ล่ะ.. พ่ออยากให้แม่เขาประหลาดใจไงลูก..

บทที่ 22

ฉันใช้เวลาอยู่กับคืนที่น่ากลัวนั้นทั้งคืนเฝ้าแต่พลิกไปพลิกมา และสะดุ้งตื่นทุกทีที่ได้ยินเสียงอะไรแม้เพียงเล็กน้อย ด้วยกังวลว่าไทเลอร์จะกลับมาบีบคอเอา บอกไม่ถูกเลยว่ารู้สึกผ่อนคลายและปลดเปลื้องขนาดไหนที่เห็นพระอาทิตย์โผล่พ้นขอบฟ้าขึ้นมาโดยที่ฉันยังมีลมหายใจอยู่..

ฉันเดินโซซัดโซเซเข้าไปรองน้ำก็อกมาชงกาแฟกลั้วคอต้อนรับวันใหม่ สิ่งแรกที่ทำหลังจากเซลล์สมองตื่นตัวเต็มที่แล้วก็คือ การแต่งตัวแล้วโทรศัพท์ไปหาผู้หมวดมูล่า เล่าให้เขาฟังถึงเรื่องที่ไทเลอร์มาเมื่อวาน และคำแก้ตัวของพ่อรูปหล่อนั่นน่าจะถูกเขี่ยตกน้ำไปเพราะเหตุใด ซึ่งฉันก็ได้แต่หวังว่า หมวดมูล่าจะรับฟังฉันอย่างจริงจังมากกว่าพวกตำรวจเบเวอร์ลี่ ฮิลล์

ถึงตอนนี้ ผู้ต้องสงสัยคนอื่น ๆ ของฉันแทบจะถูกลบออกไปจนหมดแล้ว และค่อนข้างเชื่อมั่นว่าไทเลอร์นี่แหละคือฆาตกรที่สังหารเฟรนช์ชี่..พนันเอาสูทพราด้าชุดนั้นไปยังได้..

หลังจากที่เปิดกระป๋องเครื่องในไก่สำเร็จรูปสำหรับแมวให้โพรแซ็คแล้ว ฉันก็นั่งเช็คอีเมล์แล้วอ่านเรื่องราวการผจญภัยในโลกแห่งการละครของพ่อแม่ คุณเชื่อไหมน่ะ..? ว่าพ่อฉันสามารถลุกขึ้นมาจุดไฟเผาสโมสรของเมืองแทมป้า วิสต้า ได้..! แถมตอนนี้เขากำลังจะมอบความประทับใจในบทเจ้าเป็ดน้อยแดฟฟี่ ดั๊ก ให้แผ่ซ่านไปทั่วเรือสำราญที่เต็มไปด้วยผู้โดยสารมากมายอีกแล้ว น่าสงสารแม่จัง..! ได้แต่หวังว่าแม่จะมัวแต่

ขึ่นชมแหวนเพชรวงนั้นอย่างไม่ลืมหูลืมตา จะได้ไม่ทันสนใจว่าพ่อกำลังสวมชุดเป็ดหลั่นล๊าไปทั่วเรือ เฮ้อ..! คงต้องพูดตามแบบนักปรัชญาผู้โด่งดังว่า.. *'ความปรารถนานี้อาจฆ่าท่านไม่ลง แต่คงซ้ำเติมปัญหาให้ดาหน้ามาเรื่อย ๆ..!!'*

ฉันเอาขนมป๊อป ทาร์ต ใส่เข้าไปในเครื่องปิ้งขนมปังก่อนหันไปเปิดโทรทัศน์ เรจิส* กำลังโวยเรื่องที่ก๊อกน้ำในคอนโดหรูของเขารั่วซึม แต่ในทันใดนั้นเอง เขาก็ถูกแทรกโดยข่าวด่วนคั่นรายการ..

"มีข่าวด่วนรายงานมาว่า.."

ผู้ประกาศข่าวผมหยอยกล่าว พลางทำท่าให้ดูเป็นนักข่าวมากที่สุด

"โอเว่น แอมบรอส.. ชาวเมืองซานตา มอนิก้า ได้ถูกจับแล้วในเช้าวานนี้ ข้อหาแทงภรรยาตนเองจนถึงแก่ความตาย"

จากนั้น จอทางด้านหลังของคุณนายหัวหยอยก็มีภาพของโอเว่นปรากฏขึ้น

"ตามคำกล่าวหาของเจ้าหน้าที่นั้น นายแอมบรอสเป็นผู้ยื่นความจำนงขอรับเงินประกันชีวิตจำนวนสองล้านเหรียญของภรรยา อีกทั้งยังมีความเกี่ยวพันธ์อันลึกซึ้งในเชิงชิงรักหักสวาทกับนักแสดงสาวทิฟฟานี่ กุสตาฟสัน ผู้เป็นเพื่อนบ้านอีกด้วย"

ภาพของหญิงสาวผมทองเป็นประกายผู้หนึ่งถูกฉายขึ้นมาบนจอ อะไรบางอย่างในภาพนั้นทำให้ฉันรู้สึกคุ้นๆ นี่ฉันเคยเห็นหน้าแบบนี้ที่ไหนรึเปล่าหนอ..? จากนั้น ฉันก็จำเด็กสาวสวยใสไร้สมองอายุราว ๆยี่สิบเศษที่เจอในลิฟท์ของตึกอพาร์ตเม้นท์โอเว่นได้ เธอเป็นหนึ่งในนั้นนี่เอง.. อกอีแป้นจะแตก..! ตาลุงพุงพลุ้ยโอเว่นเนี่ยนะที่มีความสัมพันธ์อันล้ำลึกกับเธอ..?

ฉันยังจำทีท่าอันเศร้าสลดหดหู่ของเขาในวันนั้นได้อยู่เลยน้ำตาหยด

** ชื่อพิธีกรรายการทอล์คโชว์ของนิวยอร์ค*

แหมะ ๆร่วงแล้วร่วงอีก ดูน่าสงสารเสียเหลือเกิน แต่บางทีเขาอาจจะไม่ได้น่าสงสารอย่างที่เห็น..บางทีเขาอาจจะเป็นนักรักสุดเซ็กซี่ที่รู้จักจะบีบน้ำตามาให้นักเขียนหรือนักสืบหน้าโง่อย่างฉันได้เห็นก็ได้ ทุกคนที่ห้างแพสชั่นส์พูดกันแต่ว่าเฟรนช์ชี่นอกใจโอเว่นอย่างนู้นอย่างนี้ แต่ไม่เห็นมีใครจะรู้ว่าโอเว่นก็นอกใจเฟรนช์ชี่ด้วยเหมือนกัน

ถึงตอนนี้ นักข่าวหนุ่มหน้าใสคนหนึ่ง ที่ใสเสียจนฉันก็ไม่แน่ใจว่าพ่อนี่โตพอที่จะโกนหนวดเป็นแล้วหรือยัง ก็ได้ออกมายืนรายงานข่าวอยู่ที่หน้าสถานีตำรวจ

"แหล่งข่าวผู้ใกล้ชิดการสืบสวนได้กล่าวว่า มีการพบรอยนิ้วมือของผู้ต้องสงสัยติดอยู่บนอาวุธที่ใช้สังหาร และเมื่อเปรียบเทียบกับรอยเลือดของผู้ตายแล้ว ก็ปรากฏว่าพบรอยเลือดชนิดเดียวกันติดอยู่ที่เสื้อผ้าของผู้ต้องสงสัยด้วย"

ผู้ประกาศหัวหยอยที่อยู่ในห้องส่งกล่าวขอบคุณนักข่าววัยละอ่อนและก่อนที่ฉันจะทันตั้งตัว.. ภาพของเรจิสก็ถูกตัดกลับมาโวยเรื่องกฎหมายอาคารชุดต่อ..

ฉันปิดโทรทัศน์ด้วยความงงงวยต่อสิ่งที่เห็น.. ชั่วขณะหนึ่งที่อดสงสัยไม่ได้ว่า.. แล้วถ้าโอเว่นบริสุทธิ์ล่ะ..? มันไม่น่าเป็นไปได้.. ไม่น่าจะเกี่ยวกับเงินประกันสองล้านดอลล่าร์ และยายเด็กคู่รักถึดทือที่โผล่มาราวกับเตี๊ยมกันไว้แบบนี้ ฉันคงต้องยอมเผชิญกับความจริงเสียแล้ว ฉันผิดพลาดในคดีนี้อย่างรุนแรง เมื่อห้านาทีที่แล้ว ฉันเพิ่งเตรียมตัวจะส่งไทเลอร์ไปนั่งเก้าอี้ไฟฟ้าอยู่แหมบ ๆ แต่ฉันก็คาดการณ์ผิด.. ไทเลอร์ไม่ใช่ฆาตกร เขาแค่เป็นคนลวงโลกธรรมดาที่ฉันโดน 'ปัญหาในการจัดการอารมณ์โกรธ' ของเขาตุ๋นเสียเปื่อย

เอาเหอะ..! ทักษะในการสืบสวนของฉันคงมีได้แค่นี้ เฮ้อ..! สิ่งสำคัญก็คือจำไว้ว่าเบ็คกี้เป็นผู้บริสุทธิ์ก็พอ.. และสิ่งสำคัญอีกอย่างที่ควรต้องแปะ

หัวเอาไว้ด้วยก็คือ.. ถึงกำหนดที่ต้องจ่ายค่าเช่าห้องแล้ว แต่ฉันยังไม่ได้เตรียมงานเขียนเอาไว้เลย

ฉันต้องรัดเข็มขัดให้ตัวลีบและทำงานเกี่ยวกับการส่งเสริมการขายตรงทางไปรษณีย์.. วันนี้.. เดี๋ยวนี้..ทุก ๆนาทีนี้.. เฮ้อ..! อาจจะไม่ใช่ทุก ๆนาทีนี้ก็ได้ เพราะว่าก่อนอื่นฉันควรจะหลับสักงีบ ก็โพรแซ็คขโมยหมอนฉันไปครองทั้งคืน แถมฉันต้องผุดลุกผุดนั่งรอไทเลอร์มาขย้ำคออยู่แบบนั้นจนแทบจะเสียศูนย์อยู่แล้ว ขอเอนหลังเอาแรงสักแป๊บเหอะ.. แป๊บเดียวจริง ๆ..

แปดชั่วโมงต่อมา.. ฉันก็สะดุ้งตื่นขึ้นเพราะเสียงโทรศัพท์

"ที่รักจ๋า.." เสียงคุณตาโกล์ดแมนแว่วมาตามสาย

"หนูอยากจะมาหม่ำอาหารค่ำกับฉันที่โรงพยาบาลคืนนี้ไหมจ๊ะ..? เรามีไก่นึ่งกับข้าวต้มด้วยนะ"

แหม..! กำลังต้องการอยู่เชียว.. เทศกาลอาหารหยำแหยะไงล่ะ..

"ฟังดู.. เอ่อ..! ก็ดีนะคะคุณตาโกล์ดแมน แต่หนูคงไปไม่ได้หรอก"

"ไม่เป็นไรหรอกจ้ะแสนหวาน.. ฉันเข้าใจ"

คงต้องยอมรับว่าประหลาดใจมั่กม๊าก.. ที่แกไม่ยักกะสร้างความลำบากใจให้ฉัน

"จริงอยู่.. ถึงฉันจะต้องมาอยู่ที่นี่เพราะหนูตะโกนใส่หน้าฉัน แต่นั่นก็ไม่ได้หมายความว่าหนูจะต้องมากินมื้อเย็นกับฉันหรอก"

โอ.เค..! แกเริ่มสร้างความลำบากใจให้ฉันแล้ว..

"งั้น.. ฉันคงต้องกินอกไก่นั่นลำพังคนเดียวแล้วละสิ" พูดพลางทำเสียงถอนใจ

ไม่มีทางที่ฉันจะเดินไปบนเส้นทางแห่งความสำนึกผิดแบบที่ต้องทนอับอายนั่นอีกแล้ว ฉันยอมแกล้งเป็นกิ๊กกะแกมาแล้วทีหนึ่ง.. แค่นั้นก็เกินพอ.. พอก็คือพอ..!

"ฉันอุตส่าห์หวังว่าหนูจะมาตัดไก่ให้ แขนขวาฉันไม่ค่อยมีแรงเลย มันยกไม่ค่อยขึ้น แต่.. ถึงข้อมือจะอ่อนแรงปวกเปียกยังกับบะหมี่ไข่ ฉันก็จะลองจัดการดูเองก็ได้จ้ะ" คุณตาโกล์ดแมนทำเสียงเศร้าสร้อย

เฮ้ย..! ขอร้องละคร้าบ..! อะไรกันเนี่ย..!

"หมอบอกว่าฉันอาจจะเล่นปิงปองอีกไม่ได้ตลอดชีวิต" แกโอด

ลืมไปได้เลย..! ไม่ว่าแกจะพูดอะไร.. หรือยังไง.. ก็ไม่มีทางเปลี่ยนใจฉันได้หรอก..

"เรามีขนมฟัดจ์ซันเดย์ร้อน ๆเป็นของหวานด้วยนะ"

"ตกลง..! หนูจะไปถึงที่นั่นในอีกครึ่งชั่วโมงค่ะ..!"

การได้ละเลียดอาหารค่ำที่แสนโรแมนติกในโรงพยาบาล ช่างเป็นความสัมพันธ์ที่น่าปลาบปลื้มเสียจริง ๆ คุณจะดูไร้ชีวิตชีวา จนกว่าจะได้รับประทานอาหารเย็นภายใต้แสงสว่างจากจอเครื่องวัดอัตราการเต้นของหัวใจเสียก่อน..

คุณตาโกล์ดแมนจัดแจงให้นางพยาบาลนำอาหารค่ำมาเพิ่มให้สองที่.. ที่หนึ่งสำหรับฉัน และอีกที่สำหรับคุณยายโรซี่ แฟนสาว (น้อย) ของคุณตาเปเรซ ฉันแค่เล็ม ๆอาหารในจานของตัวเอง และตัดไก่ให้คุณตาโกล์ดแมนรับประทานไปพลาง นึกขยะแขยงแทบอ้วกกับสถานะการเป็นแฟนของพ่อเจ้าประคุณไปพลาง

การสนทนาในระหว่างรับประทานอาหารก็จะเป็นทำนองนี้.. (ฟังแล้วโปรดระวังเบาหวานขึ้นด้วย..!)

คุณตาโกล์ดแมน	: *ไก่ของหนูเป็นยังไงจ๊ะ.. แม่น้ำผึ้งแสนหวาน..?*
ฉัน (พร้อมรอยยิ้มแหย ๆ)	: *อร่อยจ้ะ.. พี่หมีเท็ดดี้*
คุณตาโกล์ดแมน	: *เหยาะเกลือหน่อยไหมจ๊ะ..?*

ฉัน : *ไม่ละจ้ะ.. ขอบคุณนะคะพ่อแกะน้อย*

ฉันแทบจะนั่งนับนาทีให้กินขนมฟัดจ์ซันเดย์ร้อน ๆของแกให้เสร็จเร็ว ๆ.. ที่ไหนได้.. ขนมฟัดจ์ซันเดย์ร้อน ๆที่อวดอ้าง กลับกลายเป็นโยเกิร์ตพร่องมันเนยกับซ้อสช็อคโกแลตเหลว ๆเท่านั้นเอง

คุณตาโกล์ดแมน : *ของหวานอร่อยไหมจ๊ะ.. แม่น้ำผึ้งแสนหวาน..?*

ฉัน : *ตาแก่บ้า..! ขี้โกหก..ไหนสัญญาว่าเป็นฟัดจ์ซันเดย์ร้อน ๆไงยะ..?*

โอ.เค.! ฉันไม่ได้พูดแบบนั้นออกไปหรอกน่า.. สงสัยตัวเองอยู่เหมือนกันว่าฉันนี่เป็นพวกสัตว์ไม่มีกระดูกสันหลังด้วยรึเปล่า..? เพราะเลื้อยไปเรื่อยได้เหมือนกัน..

ฉัน : *อร่อยสิจ๊ะ.. พี่หมี* (แหวะ..!!)

แล้วถ้าคุณคิดว่าคุณตาโกล์ดแมนและฉันดูน่าขยะแขยงแล้วละก็ คุณก็น่าจะได้เห็นคู่ของคุณตาเปเรซกับคุณยายโรซี่ด้วยนะ พวกเขาเอาแต่นั่งผลัดกันป้อนอาหารให้กันคนละคำสองคำอยู่นั่นแหละ (ฉันว่าไม่เห็นจะมีเหตุผลตรงไหน ในเมื่อต่างคนต่างก็กินอาหารแบบเดียวกัน) ป้อนกันไปก็คิกคักเขินอายกันไป

"เออ..!" คุณยายโรซี่เอ่ยขึ้น พลางขยิบตาให้ฉัน..

"เดี๋ยวพอหนุ่ม ๆของเราเริ่มอาการดีขึ้น เราสี่คนน่าจะได้ออกไปเที่ยวพร้อมกันสองคู่เลยนะ"

โอ้..! พระเจ้า.. ช่วยแยกร่างฉันออกเป็นเสี่ยง ๆทีเถอะ..

"อุ๊ยตายละ.. ฉันขอตัวสักประเดี๋ยวนะคะทุกคน" คุณยายโรซี่กล่าวพลางลุกขึ้นจากเก้าอี้

"ไก่ติดฟันเสียแล้ว เดี๋ยวฉันกลับมานะจ๊ะ"

จากนั้น เธอก็เดินกะโผลกกะเผลกไปเข้าห้องน้ำ

คุณตาเปเรซมองตามด้วยความภาคภูมิใจ

"เธอช่างเร่าร้อนจริง ๆนะ ว่าไหมหือ.. โกล์ดแมน..?"

"ก็ดี.." คุณตาโกล์ดแมนตอบ..

"แต่ไม่ได้ครึ่งแม่จาอีนยอดยาหยีของฉันหรอก จะบอกให้"

คุณตาโกล์ดแมนตบหลังมือของฉันเบา ๆอย่างเป็นเจ้าข้าวเจ้าของ

"ฉันคงต้องยอมรับละว่านายพูดถูก" คุณตาเปเรซตอบ

"จาอีนเขาดินระเบิดอยู่แล้ว"

จากนั้น แกก็ส่งยิ้มมาให้ฉันอย่างมีเลศนัย

"หนูรู้ไหม..? บางทีฉันน่าจะดึงปลั๊กของนายเอ็บนี่ทิ้งเสียให้ตายเลยนะ ฉันจะได้รวบหนูไว้เป็นของฉันยังไงล่ะจ๊ะ"

ต๊าย..! เป็นเจ้าชายตายละนั่น.. หนอย..! มาทำเป็นจีบทั้ง ๆที่แฟนตัวเองก็กำลังแคะขี้ฟันอยู่ในห้องข้าง ๆนี่เอง

อีกไม่กี่นาทีต่อมา โรซี่ก็โขยกเขยกออกมาจากห้องน้ำ แล้วประกาศให้เราทราบถึงความคืบหน้าในวิกฤติการณ์ไก่ติดฟัน..

"เอาออกได้แล้วจ้ะ".. เธอกล่าว..

"ชิ้นใหญ่เชียว.. เอามาทำแซนด์วิชได้สบายเลยละ"

และ.. ข้อมูลอื่น ๆอีกมากมายเกินกว่าที่ฉันจะอยากรู้

"เอ้อ..!" เธอเอ่ยขึ้น พลางใช้มือแตะผมทรงหอคอยรังผึ้ง ราวกับจะจับให้แน่ใจว่ามันยังอยู่ดี..

"ใครอยากเล่นเกม 'ไพ่ถอดผ้า' บ้าง..?"

ไม่ใช่ฉันแน่..! ข้ามศพไปก่อนเถอะ..

"ฉันอยาก" คุณตาโกล์ดแมนรีบตอบ พลางยิ้มให้ฉันอย่างกระหายเสียเต็มประดา

"แล้วหนูละจ๊ะ ที่รัก..?"

"เอ่อ..! หนูคงต้องไปแล้วละค่ะ"

"โอ้..! ไม่นะ.. ไปจริงๆเหรอ..?"

"ค่ะ.. แมวหนูไม่ค่อยสบาย แล้วหนูก็ต้องพามันไปหาหมอ"

คุณตาโกล์ดแมนมองหน้าฉัน

"มันคงไม่ได้ป่วยเหมือนเมื่อครั้งที่แล้วหรอกนะจ๊ะ..?"

"ไม่ใช่ค่ะ.. นั่นมันหนูต่างหาก หนูต้องไปหาหมอฟัน จำไม่ได้เหรอ..?"

"เอ้อ..! ก็ได้" คุณตาโกล์ดแมนถอนใจอย่างเจ็บปวด

"หนูไปเถอะจ้ะ.. ฉันอยู่ลำพังคนเดียวได้.. แม้จะป่วยปางตายก็เหอะ นี่ฉันบอกหนูรึยังเนี่ยว่าหมอบอกว่าฉันคงเล่นปิงปองไม่ได้อีกแล้ว..?"

"ค่ะ.. หนูว่าคุณคงบอกแล้วละพี่หมีเท็ดดี้ แต่หนูต้องไปแล้วละนะ"

มาถึงจุดนี้.. ฉันไม่สนแล้วถ้าเกิดจะต้องทำเขาหัวใจวายอีกครั้ง ฉันจะไม่ยอมให้เขาทำให้ฉันรู้สึกผิดจนยอมไปเล่นไพ่ถอดผ้าด้วยแน่.. ฉันจะไม่ยอมอ่อนแอเด็ดขาด.. ฉันส่งจูบให้เขาก่อนถลาแล่นออกมาจากห้องราวกับนักโทษที่เพิ่งพ้นคุกเป็นวันแรก

ฉันเดินไปที่ลิฟท์และได้พบกับนางพยาบาลคนหนึ่ง ที่กำลังยืนอยู่หน้าเคาน์เตอร์พยาบาล

"ขอโทษค่ะคุณ.." เธอเอ่ยทัก

"คะ..?"

"ขอถามอะไรหน่อยได้ไหมคะ..?"

"ได้เลยค่ะ" ฉันตอบ พลางเดินเข้าไปที่เคาน์เตอร์

นางพยาบาลคนนั้นเป็นคนร่างท้วมและสวมเสื้อคลุมกันเปื้อนสีชมพูแบบที่ใช้ในโรงพยาบาล พลางยิ้มให้ฉันอย่างเงอะงะ

"คือ.. ฉันหวังว่าคุณคงจะไม่รังเกียจ.. แต่พวกเราพนันกันไว้น่ะค่ะ"

"พนันเหรอ..? เรื่องอะไรคะ..?"

"คุณเป็นแฟนของคุณโกล์ดแมนจริงๆหรือคะ..?"

"เปล่าค่ะ.. ไม่ใช่.."

ฉันเตรียมที่จะตอบคำถามยั่วเย้าเหล่านี้ต่อหน้าโพรแซ็ค แต่ไม่ใช่ต่อหน้าเหล่านางพยาบาลที่นี่แบบนี้

"เห็นไหม.. ฉันบอกเธอแล้ว" เธอหันไปบอกแก่เพื่อนพยาบาล..

"ไม่มีทางที่เธอจะเป็นแฟนคุณตานั่นไปได้หรอก"

"ไม่ว่าจะตอนนี้หรือตอนไหน ดิฉันก็ไม่เคยเป็นแฟนของคุณตาโกล์ดแมนหรอกค่ะ ดิฉันเป็นครูของแกต่างหาก"

"ถึงงั้นก็เถอะค่ะ" พยาบาลคนหนึ่งพูดขึ้น เป็นพยาบาลวัยกลางคนที่สวมแว่นแบบที่มีสายห้อยอยู่รอบคอ..

"ต้องถือว่าคุณเป็นคนน่ารักมาก ๆที่มาเยี่ยมแก มันมีความหมายต่อแกมากนะคะ"

"อย่างน้อยก็เป็นสิ่งที่ฉันพอจะทำได้แหละค่ะ เพราะการมาเยี่ยมก็เป็นความรับผิดชอบของฉันอย่างหนึ่ง ในฐานะที่เป็นคนทำให้แกต้องมาอยู่ที่นี่" ฉันตอบ

"รับผิดชอบ..? ยังไงกันคะ..?"

"ก็คืนหนึ่งในชั้นเรียน.. ดิฉันเกิดไปตะโกนใส่หน้าแกเข้า แกเลยคะมำล้มคว่ำลงมาถ้าไม่เป็นเพราะดิฉันแกก็คงไม่ต้องมาอยู่ที่นี่หรอกค่ะ"

"นั่นมันไม่จริงเลยค่ะ.." คุณพยาบาลในชุดชมพูเอ่ยขึ้น

"คนที่หัวใจวายน่ะ อาการจะกำเริบขึ้นมาตอนไหนก็ได้ ในกรณีนี้มันเป็นเรื่องของความประจวบเหมาะมากกว่า"

"หือ..?"

"เส้นเลือดแดงที่นำเลือดออกจากหัวใจของแกค่อนข้างจะอุดตันมากทีเดียว เห็นได้ชัดเจนว่าแกพยายามจะหนีเวลาที่หมอหัวใจนัดให้มาตรวจ แล้วก็ไปเตร่อยู่แถวร้านกาแฟใต้ตึกตรวจโรค นั่งกินไอศครีมบานาน่าสปริทส์ แล้วก็จีบพวกสาวเสิร์ฟอยู่ตลอดเวลา"

ต๊าย..! อีตาโกล์ดแมนนี่.. ร้ายจริง ๆ.. วันนี้ยังมีหน้ามาให้ฉันส่งจูบ

ให้บ้างละ ให้ฉันหั่นไก่ให้กินบ้างละ หนอย..! ที่แท้อาการหัวใจวายนี่มันก็เป็นความผิดของเขาคนเดียวมาโดยตลอด

ฉันรู้สึกเหมือนอยากจะเดินเทิ่งๆกลับเข้าไปในห้อง แล้วเอานิ้วจิ้มเข้าไปในรูของท่อที่ห้าที่เสียบอยู่ตามจุดต่างๆของร่างกายแกเหลือเกิน แล้วก็เล่าความจริงให้คุณตาเปเรซฟังถึงเรื่องความสัมพันธ์จอมปลอมนั่น แต่.. ทำอย่างนั้นแล้วจะได้อะไรขึ้นมา..? เผลอๆฉันอาจจะทำคุณตาโกล์ดแมนหัวใจวายขึ้นมาอีกหน และคราวนี้จะโทษใครไม่ได้ มันจะกลายมาเป็นความผิดของฉันจริงๆ

ฉะนั้น ไม่ดีกว่า.. ฉันจะปล่อยแกไปพร้อมกับเรื่องโกหกงี่เง่านั่น แต่นับจากนี้ ฉันจะไม่ยอมอดทนกับเรื่องไร้สาระที่เกิดในชั้นเรียนอีกต่อไป.. จะไม่มีการขัดจังหวะใครอีก.. ไม่มีการจุดชนวนใดๆให้ปะทุ แล้วก็จะไม่มีการวิพากษ์วิจารณ์เพื่อนๆในห้องอีกด้วย

ฉันกำลังเดินดุ่มๆไปที่ลิฟท์ คิดอะไรเพลินๆไปเรื่อยถึงระบอบการปกครองใหม่ที่บ้านพักคนชราชาลอม และฉันก็เดินสวนกับสตรีผมแดงร่างเล็ก ที่มองคลับคล้ายคลับคลาเหมือน 'เด็บบี้ เรย์โนล์ด' และนั่นก็เป็นอีกอย่างหนึ่ง.. ฉันบอกกับตัวเองว่าจะไม่ปล่อยให้คุณตาโกล์ดแมนพล่ามเรื่องไร้สาระที่ว่าเคยมีแฟนเป็นดาราหนังด้วย

ในขณะที่กดปุ่มเรียกลิฟท์ ฉันก็ได้ยินยายผมแดงพูดกับพยาบาลคนหนึ่งว่า..

"หวัดดีจ้ะที่รัก.. ช่วยอะไรหน่อยได้ไหม..?"

แปลกแฮะ.. ไม่เพียงแต่มองคล้ายเด็บบี้ เรย์โนล์ด นะ.. แต่เสียงยังเหมือนอีกต่างหาก..

"คะคุณนายเรย์โนล์ด..? มีอะไรให้ช่วยหรือคะ..?"

ฉันหันขวับไปที่เคาน์เตอร์พยาบาลทันที เพื่อจะดูให้แน่ใจว่าเป็นเด็บบี้ เรย์โนล์ด ตัวจริงรึเปล่า.. เหอ..! นี่คุณตาโกล์ดแมนพูดจริงเรื่องที่เคย

มีความสัมพันธ์กับกับดาราหนังเรื่อง 'ซิงกิ้ง อิน เดอะ เรน' จริงๆรึนี่..? ไม่จริงอ่ะ.. ไม่มีทาง.. แค่เพราะเธอมาที่โรงพยาบาลนี่ ก็ไม่ได้หมายความว่าเธอจะต้องมาเยี่ยมคุณตาโกล์ดแมนนี่นา..

"เอ็บ โกล์ดแมน อยู่ห้องไหนคะ..?" เธอถาม

โอ.เค..! พวกเขาอาจจะแค่รู้จักกันจริงๆก็ได้ หรือไม่.. เขาอาจจะเคยขายพรมให้เธอมาสักผืนละมั้ง..? ซึ่งนั่นก็ไม่ได้หมายความว่าพวกเขาจะต้องเคยจิ๊จ๊ะกันนี่นา

แต่ทันใดนั้น ฉันก็ได้ยินเสียงเธอพูด ขณะที่กำลังเดินเข้าไปในห้องนั้นได้อย่างชัดเจน..

"โถ..! เอ็บ.. พ่อยาหยี.. เป็นยังไงบ้างจ๊ะพี่หมีเท็ดดี้..?"

โอ๊ย..! ใครก็ได้.. ช่วยเอาไก่นึ่งนั่นฟาดหัวฉันทีเถอะ..

ขอร้องละ...

บทที่ 23

ระหว่างที่เดินกลับขึ้นไปบนอพาร์ตเม้นท์ สมองของฉันก็ยังคงวนเวียนคิดแต่เรื่องที่คุณตาโกล์ดแมนและเด็บบี้ เรย์โนล์ด เป็นคู่รักกัน.. นี่เรื่องเล่าอันสุดแสนจะโรแมนติกนี้เป็นความจริงหรือนี่..? แล้วเรื่องเล่าอื่นที่แกเล่าด้วยความภาคภูมิใจล่ะ..? ไม่ว่าจะเป็นเรื่องเต้นชะชะช่ากับแอน มาร์เกร็ต , เรื่องไปพักที่โรงแรมดิสนีย์แลนด์กับโจน คอลลินส์ , แล้วก็ยังที่ไปฝากรอยรักที่เกิดจากการกอดรัดฟัดเหวี่ยงอย่างรุนแรงดูดดื่มไว้ให้แองจี้ ดิกคินสัน เสียจนเนื้อตัวเป็นจ้ำอีกล่ะ.. ทั้งหมดเป็นเรื่องจริงอย่างนั้นหรือ..?

ในขณะที่ใจลอยคิดแต่เรื่องชีวิตรักของคุณตาโกล์ดแมนอยู่นั้น ฉันก็เปิดประตูเข้าบ้านและเกือบจะสะดุดเอาอะไรบางอย่างที่ขวางอยู่บนบันได ความกลัวแล่นปราดเข้ามาจับถึงกระดูกสันหลัง เมื่อก้มลงมองดูแล้วเห็นว่ามันคือ.. รองเท้า.. แถมข้างเดียวอีกต่างหาก.. และเป็นรองเท้าผู้หญิงส้นเข็มแหลมเปี๊ยวตามสมัยนิยม แบบเดียวกับที่เห็นปักคอหอยของเฟรนช์ชี่เด๊ะเลยทีเดียว

ฉันหยิบมันขึ้นมาด้วยมืออันสั่นเทา ป้ายยี่ห้อบอกว่ามันคือ.. จิมมี่ ชูว์.. บางทีมันอาจจะเป็นของแท้ หรือบางทีมันอาจจะเป็นของเลียนแบบ แต่ในเวลาแบบนั้น.. ฉันไม่แคร์เรื่องของแท้ของเทียมอะไรนั่นหรอก ที่ฉันสนใจก็คือ.. แผ่นกระดาษโพสต์ - อิท ที่ใช้หมุดตรึงไว้กับส้นรองเท้าแหลมเปี๊ยวนั่นต่างหาก มันมีข้อความเขียนไว้เพียงสองสามคำเท่านั้น แต่เป็น

สองสามคำที่ทำให้ฉันกลัวจนประสาทกลับ.. นั่นก็คือ..

'แก..! คือรายต่อไป..!'

มันต้องเป็นฝีมือของเจ้าฆาตกรแน่ ๆ แต่ตำรวจก็เพิ่งจะจับโอเว่นไปเมื่อเช้านี้ งั้นต้องไม่ใช่เขาแน่ที่ส่งกล่องนี่มา เป็นไปได้ไหมว่าตำรวจจะจับผิดตัว..? จริงอยู่.. แม้เงินประกันชีวิตสองล้านเหรียญของโอเว่นดูจะไม่เป็นที่น่ายอมรับนัก แต่บางทีเฟรนช์ชี่ก็อาจมีสิทธิ์ได้รับเงินประกันชีวิตของโอเว่นเหมือนกัน เพราะสามีภรรยาหลายคู่ที่ต่างก็ทำประกันชีวิตให้แก่กันและกัน

แต่ถ้าโอเว่นบริสุทธิ์ แล้วทำไมจึงมีรอยนิ้วมือของเขาปรากฏอยู่ที่เกือกสังหารข้างนั้น..? หรือเขาอาจจะเห็นว่าเฟรนช์ชี่ออกจากบ้านมานานผิดปกติ จึงขับรถมาดูที่ห้าง.. และตอนที่เขาไปถึง เธออาจกลายเป็นศพไปแล้วก็ได้ และก็ไม่แน่อีกเช่นกัน ที่เขาอาจโง่ขนาดเผลอไปแตะรองเท้าจนเลือดเปื้อนเสื้อเข้าให้ก็ได้ และจากนั้น เขาก็รีบหนีไปด้วยความตกใจเลยกลายเป็นทิ้งร่องรอยอาชญากรรมไว้ให้สาวมาถึง

ยิ่งคิดก็ยิ่งเครียด.. แต่ไม่ว่าอย่างไร ฉันก็ยังเชื่อว่าฆาตกรตัวจริงยังคงลอยนวลอยู่ข้างนอก และฆาตกรผู้นั้นก็ต้องเป็นไทเลอร์อย่างแน่นอน เขานี่แหละ.. คือคนที่เอารองเท้าจิมมี่ ชูว์ ข้างนี้มาวางไว้ที่หน้าห้องของฉัน

ฉันเอารองเท้าและโพสต์ - อิท แผ่นนั้นใส่ถุงก็อบแก๊บไว้ทั้ง ๆที่มือยังสั่นไม่หาย ฉันต้องการที่จะเก็บรักษารอยนิ้วมือไว้เป็นหลักฐานให้มากที่สุดเท่าที่จะทำได้ จากนั้นก็รีบบึ่งรถไปหาหมวดมูล่าที่สถานีแต่ก็ไม่พบ จึงได้ฝากถุงรองเท้านั้นไว้ให้กับจ่าคนหนึ่งพร้อมเขียนโน้ตแนบไว้ว่าช่วยกรุณาติดต่อกลับฉันโดยด่วนในทันทีที่ทำได้

ระหว่างทางกลับบ้าน ฉันตัดสินใจที่จะแวะหาเบ็คกี้ที่อพาร์ตเม้นท์เพราะอยากไขความมืดให้เบ็คกี้ตาสว่างว่าไทเลอร์นั้นอันตรายเพียงใด บางทีอาจจะต้องหาทางบังคับให้เธอฟังฉันให้ได้ด้วยซ้ำ ฉันจะเล่าให้เธอ

ฟังว่าเมื่อคืนไทเลอร์มาซุ่มดักฉันอยู่ที่หน้าบ้าน และจะทำให้เธอยอมรับความจริงว่าคำแก้ตัวที่เขามีในคืนเกิดเหตุนั้นเป็นสิ่งที่ฟังไม่ขึ้น

ฉันหาที่จอดรถได้ตรงจุดที่อยู่ตรงข้ามกับตึกอพาร์ตเม้นท์ของเบ็คกี้พอดี และกำลังจะลงจากรถ ก็พอดีมองขึ้นไปเห็นนีน่าในชุดพยาบาลกำลังจะออกไปทำงาน ร่างเล็ก ๆ ในเครื่องแบบของเธอเดินโยกไหวไปมาดูน่ารักน่าชัง ฉันตั้งท่าจะโบกมือให้นีน่าแต่แล้วก็ต้องชะงัก มันมีอะไรบางอย่างเกี่ยวกับหญิงสาวคนนี้ที่ดูทะแม่ง ๆ แล้วฉันก็ตระหนักได้ว่ามันคืออะไร.. นีน่าสวมชุดพยาบาลเต็มยศ ซึ่งเดี๋ยวนี้พยาบาลเขาแทบจะไม่ใส่ชุดกระโปรงติดกันเหมือนเมื่อก่อนแล้วเหมือนอย่างที่ฉันเห็นพยาบาลที่ดูแลคุณตาโกล์ดแมนใส่เสื้อคลุมกันเปื้อนสีชมพูนั่นไง..

มีอะไรอีกล่ะ..? นีน่านุ่งกระโปรงสั้นมากอย่างน่ากลัว ชายกระโปรงนั้นเต่อจนแทบจะขึ้นไปอยู่ระดับหน้าขา แล้วก็ฟิตเปรี๊ยะอีกต่างหาก.. ฉันว่ามันน่าจะฟิตเกินกว่าจะยงโย่ยงหยกเปลี่ยนผ้าปูเตียงคนไข้ไหวเสียด้วยซ้ำ ถึงตอนนี้ นีน่าก็ข้ามถนนมาตรงรถที่เธอจอดไว้ เป็นอีซูซุคาเมโรรุ่นพระเจ้าเหา จากนั้น เธอก็ทำอะไรที่ดูแปลกมากทีเดียว คือ เดินไปเปิดท้ายรถแล้วหยิบรองเท้าส้นเข็มออกมาคู่หนึ่ง ที่ฉันถึงกับผงะเมื่อได้เห็น.. เพราะหากฉันไม่เคยเห็นรองเท้าแบบนี้มาก่อนในชีวิตก็คงจะดีใจไม่น้อย ฉันมองดูเธอเปลี่ยนรองเท้าก่อนที่จะเหวี่ยงคู่เก่าที่ใส่ออกมาไว้ท้ายรถดังโครม

นี่มันเรื่องอะไรกันละเหวย..?

ที่ผ่านมา.. ฉันไม่เคยโยงนีน่าเข้ามามีส่วนพัวพันกับคดีฆาตกรรมนี้เลย แต่ตอนนี้อะไรบางอย่างได้บอกกับฉันว่า ฉันได้เดินมาสะดุดตอสำคัญเข้าให้เสียแล้ว ฉะนั้น ฉันจึงตัดสินใจที่จะสะกดรอยตามเธอไป ไม่รู้สิ.. ฉันไม่เคยสะกดรอยตามใครมาก่อน แต่เชื่อเหอะว่ามันไม่ง่ายเลยจริง ๆ.. โดยเฉพาะอย่างยิ่ง ถ้าคนที่คุณแอบตามสามารถขับรถได้ฉวัดเฉวียนเสียโลดโผนขนาดนั้น แต่ถึงอย่างนั้น ฉันก็จัดแจงตามติดได้อย่างไม่ลดละจน

นีน่าขับออกไปตามถนนโกโรโกโสที่อยู่แถวนอกเมืองฮอลลีวู้ด และฉันก็สุดแสนจะดีใจที่ไม่มีตำรวจจราจรเตร่ไปมาอยู่แถวนั้น ไม่งั้นมีหวังได้ถูกจับไปนั่งนับหนึ่งถึงสิบใหม่ในโรงเรียนการจราจรแน่ๆ

จนกระทั่ง.. เธอไปจอดรถในลานจอดของคลับระบำเปลื้องผ้าแห่งหนึ่ง.. ที่ฉันบอกได้ว่าเป็นคลับระบำโป๊ก็เพราะป้ายไฟนีออนนั่นไง ที่มันส่งแสงกระพริบ.. ปริ๊บ.. ปริ๊บ.. อยู่ว่า.. *'นู้ด เกิร์ลส์..!'* .. *'นู้ด เกิร์ลส์..!'* .. *'นู้ด เกิร์ลส์..!'* .. นั่นไงเล่า..

ฉันจอดอยู่ที่ฝั่งตรงข้าม และรอจนกระทั่งเห็นเธอเดินเข้าไปในนั้น เป็นไปได้หรือนี่..? นีน่าเป็นนางระบำโป๊..? ฉันจึงลงจากรถแล้วข้ามถนนไปที่เดอะ ฟรอลิค รูม.. นั่นแหละ.. ชื่อของคลับนั้นละ.. และในตู้กระจกที่อยู่ทางด้านหน้านั้นก็มีรูปถ่ายอาบมันของสาวๆนู้ด เกิร์ลส์..! ดังกล่าวแปะอยู่ไม่น้อย ฉันกวาดตามองผ่านๆ อ่านชื่อหลายชื่อที่ติดอยู่ใต้ภาพเหล่านั้น เช่น เลซี่ การ์เทอร์ , แพ้ตตี้ เมลธ์ และฟาติมา อีสาวจากกรุงอิสลามาบัด ฯลฯ แต่ภาพที่ทำให้ฉันสนใจมากที่สุดก็คือ ภาพที่มีชื่อว่า 'พยาบาลสาวนีน่า' ผู้ไม่ได้สวมอะไรเลย ยกเว้นกางเกงในจี-สติงเพียงตัวเดียว กับหูฟังคุณหมอที่แขวนเอาไว้คอเท่านั้น..!

นีน่าเป็นนางระบำโป๊จริงๆ.. เอาละ.. แต่นั่นก็ไม่ได้หมายความว่าเธอจะมาเกี่ยวอะไรกับคดีฆาตกรรมนี้นี่นา เธอไม่ได้รู้จักกับเฟรนช์ชี่ด้วยซ้ำ.. เอ๊ะ..! หรือว่ารู้จัก..? เป็นไปได้ไหมที่เฟรนช์ชี่อาจจะเคยทำงานที่นี่เหมือนกัน..? ฉันว่าฉันนึกภาพคุณนายฝรั่งเศสค่อยๆเปลื้องผ้าออกทีละชิ้นต่อหน้าสายตาอันแสนจะเสน่หาของผู้ชายที่มานั่งดูอยู่เป็นโหลได้ไม่ยากเลย บางที นีน่าอาจจะรู้จักเฟรนช์ชี่ก็ได้ และเท่าที่เราทุกคนรู้อยู่ในปัจจุบันก็คือ ใครๆก็รังเกียจเฟรนช์ชี่ ฉะนั้น นีน่าอาจมีเหตุผลในการที่จะกำจัดเธอเสียก็ได้

ฉันต้องหาคำตอบนี้ให้ได้.. จึงหยิบแว่นกันแดดและหมวกเบสบอล

เก่า ๆที่เก็บไว้ท้ายรถ เผื่อไว้สวมในวันหัวเหม็นออกมาใส่ ก่อนจะเดินเข้าไปในเดอะ ฟรอลิค รูม..

ฉันดีใจที่เห็นว่าข้างในนั้นค่อนข้างมืด แต่ก็ไม่เห็นว่านีน่าจะแฝงตัวอยู่มุมใด จึงนั่งลงตรงโต๊ะที่อยู่ทางด้านหลังห้อง นีน่าต้องไม่มีทางมองเห็นฉันจากบนเวทีที่มีทั้งแสงสีเสียงสาดส่องอยู่แบบนั้นแน่

สถานที่นั้นค่อนข้างว่างอยู่พอสมควร มีเพียงหนุ่ม ๆไม่กี่คนกำลังนั่งจ้อง เลซี่ การ์เทอร์ กันตาเป็นมันอยู่หน้าเวที ในขณะที่เธอกำลังสะบัดลีลาอันหยาบโลนอนาจารอยู่ด้วยแส้หนังสีดำในมือ มีหนุ่ม ๆอยู่คนสองคนที่แอบชำเลืองมองฉันแต่นอกนั้นก็จะเพลิดเพลินจำเริญใจอยู่กับการชักชวน 'ชายน้อย' ของตนเองออกมาเล่นซุกซนอยู่แถวใต้โต๊ะ ทำเอาฉันตกตะลึงตื่นตาตื่นใจไปไม่น้อยทีเดียว

สาวเสิร์ฟท่าทางเหนื่อยอ่อนคนหนึ่งในชุดกางเกงขาสั้นจุ๊ดจู๋ กับชุดชั้นในหนังสีดำเมี่ยม เดินสวิงสวายเข้ามาที่โต๊ะ และภายใต้ใบหน้าที่โปะเครื่องสำอางเอาไว้เสียหนาเตอะนั้น ฉันก็ยังอุตส่าห์เห็นได้ว่าเธอมีผิวพรรณที่ไม่เปล่งปลั่งเอาเสียเลย

"จะดื่มอะไร..?" เธอถามก่อนโยนผ้ารองแก้วเฉา ๆผืนหนึ่งลงบนโต๊ะ

จริง ๆแล้วฉันก็หิวนะ ไก่ต้มที่กินกับคุณตาโกล์ดแมนไม่ได้ช่วยให้อิ่มเลยสักนิด

"คุณมีเพรทเซลส์* ไหม..? หรือถั่วทอดอะไรก็ได้"

เธอมองหน้าราวกับฉันเพิ่งก้าวออกมาจากดาวดวงที่ชื่อปัญญาอ่อนงั้นแหละ..

"ถ้าอยากกินเพรทเซลส์ละก็.." เธอพูดเสียงแหลม..

"มีร้านเซเว่นอีเลฟเว่นอยู่ตรงหัวมุมถนนโน่น.. เอาละ.. ทีนี้จะดื่ม

** แครกเกอร์ขนมปังอบยี่ห้อหนึ่ง*

อะไร..?"

"โค๊กแก้วนึง"

"สิบเหรียญ"

"โค๊กแก้วเดียวเนี่ยนะ.. สิบเหรียญ..!"

"และต้องสั่งอย่างน้อยสองแก้วด้วย"

บ้าแล้ว..! จะมีผู้ชายแบบไหนบ้างหนอ.. ที่ไม่ยอมเสียเงินมาดูผู้หญิงถอดสายรัดชุดชั้นในอย่างนี้ ตอนแรกฉันกำลังคิดอยู่ว่าไม่ไหว.. ไปดีกว่า.. แต่คิดไปคิดมา.. ไม่ได้สิ.. ต้องสืบให้ได้ก่อนว่าเฟรนช์ชี่เคยทำงานที่นี่จริงหรือเปล่า..?

"เยี่ยมจริง ๆ..!" ฉันกล่าว..

"งั้นเอาโค๊กแก้วละสิบเหรียญนั่นมาให้ฉันสองแก้ว"

เธอพยักหน้าแล้วเดินหายไป

ถึงตอนนี้.. แม่สาวเลซี่ก็ถอดสายเกี่ยวชุดดันทรงออกไปแล้ว และเอาไปห้อยแขวนไว้ที่เต้าทั้งสองข้าง แถมกำลังกวัดแกว่งมันไปรอบ ๆยังกับฮูลาฮู้ปจิ๋วก็ไม่ปาน ฉันต้องยอมรับเลยนะ.. ว่าเห็นแล้วประทับใจม๊าก.. มาก..

คุณสาวเสิร์ฟแกกลับมาอีกครั้งพร้อมกับวางแก้วโค๊กขนาดใหญ่สองแก้วลงบนโต๊ะอย่างแรง

"คุณแน่ใจนะว่าคุณมาถูกที่..?" เธอถาม

"มีคลับเลสเบี้ยนอยู่เลยจากนี่ไปสองสามช่วงตึก ถัดจากร้านเซเว่นอีเลฟเว่น"

นี่แหล่งข้อมูลตัวจริงเลยนะเนี่ย.. ว่าไหม..?

"ที่จริงแล้ว.." ฉันกล่าว..

"ฉันมาหาเพื่อนที่เคยทำงานอยู่ที่นี่ เธอชื่อจีเซลล์ แอมบรอส แต่ใคร ๆก็เรียกเธอว่าเฟรนช์ชี่ คุณเคยได้ยินไหม..?"

"แน่นอน.."

บิงโก..! ลางสังหรณ์ของฉันถูกเสียด้วย..

"คนที่ถูกรองเท้าแทงคอตายใช่ไหมล่ะ ฉันเห็นในข่าว" เธอตอบ

"เธอเคยทำงานที่นี่เหรอ..?"

"ไม่รู้..!แต่เท่าที่ทำงานที่นี่มาสิบห้าปีฉันไม่เคยเห็นหน้าเธอก็แล้วกัน"

แค่นั้นก็มากแล้วสำหรับลางสังหรณ์..เธอเดินกรีดกรายกลับไปที่บาร์ ส่วนฉันก็นั่งมองแก้วโค๊กอย่างไม่สบายใจนัก ยี่สิบเหรียญหายวับไปกับตาโดยที่ไม่ได้อะไรเลย นีน่าไม่ได้รู้จักกับเฟรนช์ชี่ ทั้งหมดเนี่ย.. เธอแค่รู้สึกผิดที่ต้องโกหกเพื่อนร่วมห้อง เพราะว่าเป็นนางระบำเปลื้องผ้าเท่านั้นเอง

เฮ้อ..! นี่ถ้าฉันสวาปามโค๊กยักษ์นี่หมดทั้งสองแก้ว แล้วฉันจะถึงตายไหมเนี่ย..? ฉันเริ่มดูดโค๊กเข้าปาก ในขณะที่เลซี่ก็ยังคงแสดงบทบาทของเธอต่อไปเรื่อย ๆ ส่วนฟาติมา สาวอิสลามาบัด ก็ค่อย ๆเยื้องกรายไปมาอยู่ต่อหน้าผู้ชมบนเวที ด้วยผ้าคลุมหน้าที่ปักลายไว้แวววาว พอฉันจัดการกับเครื่องดื่มทั้งสองแก้วเป็นที่เรียบร้อยแล้ว ฉันก็รู้สึกปวดปัสสาวะ.. ครั้งมโหฬาร..

เอาเข้าไป..! ทีนี้ฉันก็ต้องใช้ห้องน้ำของเดอะ ฟรอลิค รูม ละสิ.. แค่นึกก็เห็นภาพแล้วว่ามันจะโสโครกขนาดไหน ทำไมฉันไม่จ่ายเงินยี่สิบเหรียญนั่นไปเสีย แล้วก็ทิ้งโค๊กที่เหลือไว้อย่างนั้นเลยนะ..? ฉันถามพนักงานเสิร์ฟว่าห้องน้ำไปทางไหน ซึ่งเธอก็ชี้ว่าให้เดินไปตามโถงทางเดินนั้น

จริงดังคาด.. ห้องน้ำนั่นมันคือฝันร้ายจริง ๆเสียด้วย มันมีเชื้อราขึ้นเป็นทางอยู่ที่ผนัง สงสัยจะขึ้นมานานตั้งแต่สมัยนายพลไอเซ่นฮาวด์เป็นรัฐบาลโน่นกระมัง.. ฉันรูดกางเกงยีนส์ลงและโก้งโค้งอยู่เหนือโถสุขา พยายามอย่างยิ่งที่จะไม่ให้ร่างกายหรือผิวหนังโดนเชื้อโรคแถวนั้นมากระโดดเกาะเข้าให้ ฉันใช้กระดาษทิชชู่ในห้องน้ำจับหัวก็อกที่อ่างล้างมือหมุนเปิดน้ำเพื่อล้างมือด้วยน้ำร้อน ก่อนหันไปดึงเอาอีกแผ่นมาจับลูกบิดประตูห้องน้ำ เปิดพาตัวเองออกมา ซึ่งฉันสาบานได้ว่าคุณควรที่จะต้องฉีดวัคซีน

เสียก่อนที่จะเข้าไปปลดทุกข์ในนั้น

เมื่อเดินกลับมาที่โต๊ะ ฉันก็โบกมือเรียกให้พนักงานเสิร์ฟมาเก็บสตางค์ เธอเดินเข้ามาพร้อมแก้วมาร์ตินี และมันฝรั่งทอดหนึ่งตะกร้าที่ส่งกลิ่นหอมชวนอร่อยเสียเหลือเกิน ฉันมองมันอย่างหิว ๆ..

"เมื่อกี้คุณบอกว่าคุณไม่มีอาหารขายไม่ใช่เหรอ..?"

"ฉันบอกแต่ว่าไม่มีเพรทเซลส์ ไม่ได้พูดอะไรถึงเฟร้นช์ ฟรายด์สักนิด"

"ช่างมันเหอะ.. ยังไงฉันก็ไม่ได้สั่งของพวกนี้อยู่ดี"

"ฉันรู้ว่าคุณไม่ได้สั่ง.. แต่นี่มาจากคุณผู้ชายโต๊ะนู้น.."

เธอพยักหน้าไปทางทิศที่มีชายแก่พุงหลาม ริมฝีปากชุ่มฉ่ำ นั่งดื่มเหล้าอยู่คนเดียว เขากำลังมองฉันแล้วส่งยิ้มกว้างมาให้ นี่ถ้าฉันมีสัมผัสรู้อะไร ๆ ได้ล่วงหน้า ฉันก็คงรีบเผ่นกลับไปนานแล้ว สิ่งสุดท้ายที่ฉันต้องการก็คือการสั่งเฟร้นช์ ฟรายด์มากิน แต่ฉันกำลังหิวและเฟร้นช์ ฟรายด์ตะกร้านั้นก็ดูดีเสียด้วย ฉันเลยว่าจะลองชิมดูสักชิ้นสองชิ้นแล้วค่อยกลับ

แต่กว่าจะทันรู้ตัว ฉันก็ฟาดมันเสียหมดตะกร้าไปแล้ว แถมยังตบมาร์ตินีตามลงไปล้างปากอีกด้วย ฉันพยายามที่จะไม่สบตากับตาแก่คนนั้นที่ชายตามองมาด้วยความเสน่หา ดูแล้วเขาน่าจะอายุสักประมาณหกสิบต้น ๆ.. ที่จริง.. อายุขนาดนี้แล้วก็น่าจะอยู่บ้านเลี้ยงลูกหลานไปตามเรื่องไม่ใช่มาแขวนอยู่ตามผับตามบาร์แบบนี้..

นี่ฉันมีอะไรสักหน้าผากเอาไว้เกี่ยวกับคนแก่ตัณหากลับหรือเปล่าเนี่ย..? คุณตาโกล์ดแมนนั่นก็คนหนึ่งแล้ว ต่อมาก็คุณตาเปเรซที่มาทำเป็นหมาหยอกไก่กับฉันทั้ง ๆ ที่แฟนแกก็อยู่ห่างไปแค่ฝาห้องกั้นเท่านั้น ฉันยังจำได้ที่คุณตาเปเรซแหย่เรื่องจะดึงปลั๊กคุณตาโกล์ดแมน ฉันจะได้เป็นอิสระแล้วหันมาเดทกับแกแทน

และนั่นมันก็เกิดมาสะกิดใจฉันเข้า ตอนที่รู้ว่านีน่าเป็นฆาตกร..

จริงอยู่ที่นีน่าไม่รู้จักเฟรนช์ชี่.. แต่ฉันว่าเธอก็ไม่ได้แคร์เรื่องเฟรนช์ชี่

หรอก บางที.. คนที่เธอต้องการจะกำจัดน่าจะเป็นเบ็คกี้มากกว่า

ซึ่งนีน่าอาจตกหลุมรักไทเลอร์ และอาจจะรักมากขนาดไม่ลืมหูลืมตาเสียด้วยซ้ำ ฉันจำได้ถึงแววตาอันฉายโชนเมื่อตอนที่เธอบอกฉันเป็นครั้งแรกว่าเขาเป็นคนดีและน่ารักเพียงใด บางทีเธออาจเป็นฝ่ายรุกเข้าหาเขาแต่บังเอิญที่เขาถูกโอบไว้ด้วยพันธนาการแห่งรักจากเบ็คกี้ที่ผูกพันแน่นหนาเกินกว่าจะหกคะเมนตีลังกาออกมาหาเธอได้ ฉะนั้น นีน่าจึงตัดสินใจที่จะกำจัดคู่แข่งผู้นั้นเสียให้พ้นทาง ทำนองเดียวกับแนวคิดของคุณตาเปเรซไง

ดังนั้น คืนหนึ่งเมื่อเบ็คกี้กลับมาบ้าน และเล่าเรื่องที่เธอทะเลาะกับเฟรนช์ชี่ให้นีน่าฟัง รวมไปถึงสิ่งที่เธอพูดออกมาต่อหน้าคนทั้งห้างอีกด้วยว่าเธออยากจะเห็นร่างของเฟรนช์ชี่นอนเป็นศพตกแต่งห้าง นีน่าเลยได้ไอเดียที่จะทำให้ต่างหูของเบ็คกี้หลุดง่าย ซึ่งเบ็คกี้ก็ทำมันหล่นจริงๆ.. แต่ไม่ใช่ในห้างแพสชั่นส์หรอก.. หากตกอยู่ที่ไหนสักแห่งในอพาร์ตเม้นท์นี่แหละ นีน่าแสร้งทำเป็นช่วยหาแต่ไม่เจอ แต่แล้วก็เก็บตุ้มหูข้างนั้นใส่กระเป๋าไว้ และเธอก็ไม่ได้ไปทำงานคืนนั้น แต่โทรศัพท์ล่อให้เฟรนช์ชี่ไปที่ห้าง เรื่องมีคนขว้างก้อนหินใส่จนกระจกห้างแตกและสัญญาณเตือนภัยดังขึ้น จากนั้นก็จัดการกับเธอเสีย แล้วดึงเอาตุ้มหูของเบ็คกี้เข้ามาไว้ในมือศพ เพื่อให้มีส่วนเกี่ยวข้องกับการฆาตกรรม มันไม่ดีหรอกรึ.. ที่จะทำให้คู่แข่งต้องถูกจับในข้อหาอาชญากรไปเสียได้..?

แน่นอน..! ทุกอย่างมันเป็นเพียงทฤษฎี และฉันก็ไม่มีข้อพิสูจน์.. ไม่มีอะไรทั้งสิ้น..

ถึงตอนนี้ ฟาติมาก็ได้เปลื้องผ้าคลุมหน้าชิ้นสุดท้ายออกไปแล้ว ก่อนจะไหวกายดุจพลิ้วคลื่นลงจากเวที ฉันอยากจะรีบหายตัวไปตอนที่นีน่าขึ้นแสดง ฉะนั้น ก็เลยจ่ายเงินแล้วลุกขึ้นเตรียมตัวกลับบ้าน ตาแก่คนที่ส่งมาร์ตินีมาให้ก็โบกไม้โบกมือให้ฉันมาจากตรงที่เขานั่ง แต่ฉันก็รีบเดินผ่านเขาออกไปข้างนอก..

พระเจ้า..! ฉันรู้สึกหนักหัวเป็นบ้า เพราะไอ้เหล้ามาร์ตินีแก้วนั้นเชียว ฉันเดินข้ามถนนไปยังรถที่จอดอยู่ สูดอากาศเย็นๆเข้าปอดและพยายามที่จะทำตัวไม่ให้เมา แต่พอเดินไปถึงรถ สติสัมปะชัญญะของฉันก็หมุนติ้ว.. ติ้ว.. แข้งขาอ่อนปวกเปียกโคลงเคลงดึ๋งดั๋งยังกับขนมเยลลี่.. ไม่มีทางที่ฉันจะขับรถกลับบ้านไปในสภาพแบบนี้ได้แน่ เห็นทีจะต้องเรียกรถแท็กซี่เสียแล้ว..

ฉันเปิดกระเป๋าสตางค์เพื่อจะหยิบโทรศัพท์มือถือออกมา แต่แล้ว.. ทุกสิ่งทุกอย่างก็ดับมืดลงกลายเป็นสีดำ.. ดำเหมือนเชื้อราในห้องน้ำเดอะฟรอลิค รูม นั่นเอง..

บทที่ 24

ฉันตื่นขึ้นมาในห้องทำงานของเกรซที่ห้างแพสชั่นส์รู้สึกปวดหัวแทบระเบิดราวกับเดซี่ อาร์นาซี กำลังเล่นบาบาลู* อยู่ในกระโหลก สิ่งแรกที่ฉันเห็นเมื่อเปิดเปลือกตาขึ้นมาก็คือ.. นีน่ากำลังยืนค้ำหัวฉันอยู่ ส่วนสิ่งที่สองก็คือปืนในมือของเธอที่กำลังเล็งมายังหัวใจของฉัน จากนั้น เมื่อฉันชำเลืองมองไปทางด้านข้างก็เห็นแขนข้างหนึ่งตกอยู่ ฉันนึกถึงเวลาที่นีน่าชอบมาเล่าเรื่องสั่นประสาททางการแพทย์ให้ฟัง โอ..! คุณพระช่วย.. นี่เธออาจเป็นพวกฆาตกรจิตเสื่อม ที่ชอบหั่นเนื้อมนุษย์ออกเป็นชิ้นเล็กชิ้นน้อยก็ได้นะ โอย..! นังโรคจิตนี่ตัดแขนฉันแล้ว.. ฮือ..! ฮือ..!

"นี่แกทำอะไรกับแขนของฉัน..?"

"หล่อนพูดเรื่องอะไรยะ..? ฉันยังไม่ได้แตะแขนหล่อนเลยสักนิด"

ฉันมองไปเห็นหุ่นเจ้าเบสซี่ยืนพิงกำแพงอยู่เหมือนเคย อ้อ..! แขนของเบสซี่นี่เอง ไม่ใช่แขนฉันสักกะหน่อย.. ค่อยยังชั่ว.. อย่างน้อยตอนที่นีน่าฆ่าฉัน ฉันก็ยังคงมีอวัยวะครบสามสิบสอง..

"เธอรู้ได้ยังไงว่าฉันอยู่ที่คลับนั่น..?"

"ฉันเห็นเธอขับรถตามมา.. ก็ตามเสียใกล้ขนาดนั้น แค่มองผ่านกระจกหลังมาก็เห็นแล้ว ทีหน้าทีหลังจะสะกดรอยตามใครก็หัดตามให้

** เป็นภาษาแอฟริกัน - คิวบา หมายถึง แนวดนตรีประเภทพั้งค์แมมโบ*

มันห่าง ๆหน่อยสิ.. แต่ฉันว่าคงไม่มีคราวหน้าแล้วละ” เธอกล่าว พลางยกปืนโบกไปมา

เธอยืนถ่างขาคร่อมฉันไว้ ให้ฉันได้เห็นวิวเอ็กซ์ ๆจากใต้กระโปรงพยาบาลที่สั้นจุ๊ดจู๋นั้น

“มันไม่น่าต้องมาถึงขนาดนี้เลย ฉันพยายามจะเตือนเธอแล้วนะ”

“ด้วยการทิ้งรองเท้าจิมมี่ ชูว์ ข้างนั้นไว้ที่หน้าห้องฉัน..?”

“ฉันต้องเผชิญกับปัญหามากมายกว่าที่จะโขมยรองเท้าข้างนั้นมาได้” เธอกล่าวด้วยสายตาของผู้รุกราน

“แล้วเธอสนใจมันรึเปล่าล่ะ..? ก็ปล่าว.. ว.. ดูเธอตอนนี้สิ น่าจะพิจารณาธุรกิจที่ตัวเองทำได้แล้วนะ”

ไอ้ที่มันจริงกว่านี้ยังไม่พูดเลีย.. ฉันคิด.. พลางเพ่งไปที่เป้ากลางลำตัวของนีน่า

“เฮ้..! แย่หน่อยนะที่เธอไม่โอกาสจะได้ดูฉันแสดง” เธอกล่าวสดใส

จากนั้น เธอก็กระชากชุดพยาบาลที่สวมอยู่ออก มันหลุดออกมาง่ายดายด้วยเป็นชุดที่ใช้สำหรับใส่ในการแสดงที่ออกแบบมาให้กระตุกได้ง่าย ๆ

“เธอคิดว่าไง..?” นีน่ายิ้มให้ฉันด้วยเรือนร่างที่เปล่าเปลือย จะมีก็แต่กางเกงในจี - สติงตัวเดียวเท่านั้น โอ..! พระเจ้า.. หากเธอเป็นนังบ้าโรคจิตจริง ๆแล้วละก็ เธอคงเป็นพวกวิปริตที่หลงตัวเองที่สุดในโลกอีกด้วยกระมัง..

“ฉันหุ่นดีใช่ไหมล่ะ..?” เธอถาม พลางส่ายสะโพกไปมา

ที่ผ่านมา ฉันมักจะคิดว่านีน่าเป็นอะไรที่บอบบางน่าทะนุถนอม แต่ตอนนี้ฉันต้องประหลาดใจไม่น้อยที่ได้เห็นว่า แท้ที่จริงแล้ว.. เธอมีกล้ามเป็นมัด ๆ ดูแกร่งกว่าเวลาที่ใส่เสื้อผ้าเยอะเลย

“ไม่มีไขมันแม้สักกระผีก” เธอกล่าวด้วยความภาคภูมิใจในตัวเอง..

“ไม่เหมือนเธอหรอกจาอีน.. เธอน่าจะทำอะไรสักอย่างกับต้นขา

โต๊ะสนุ๊กฯแบบนี้ได้แล้วนะ.. ที่รัก"

นั่นแหละสิ่งที่ฉันต้องการ.. บทเล็คเช่อร์เรื่องการควบคุมน้ำหนัก..!!

"ฉันอ่านเจอมาว่าเซลลูไลท์จากต้นขาของเธอ สามารถเดินทางสู่สมอง แล้วทำให้เป็นมะเร็งได้ด้วยนะ"

เฮ้อ..! นี่เธอไปเอาของแบบนี้มาจากไหนนะ..? โรงเรียนแพทย์แห่งแอ็บบอท แอนด์ คอสเทลโล* หรือไงกัน..?

"มันพิสูจน์มาแล้วว่าจริง ยิ่งน้ำหนักมากขึ้นเท่าไหร่ เธอก็จะตายเร็วขึ้นเท่านั้น และในกรณีของเธอ มันก็กำลังจะเป็นจริงอย่างนั้นเสียด้วยสิ"

เธอกล่าว พลางโบกปืนในมือกวัดแกว่งไปมาอยู่แถว ๆใบหน้าฉันอีกครั้ง ถึงตอนนี้ ฉันรู้สึกเหนื่อยและเมื่อยที่จะต้องคอยนอนจ้องเป้าเธอแบบนั้น

"ฉันลุกขึ้นนั่งได้ไหม..?"

"ได้สิ.. ทำไมจะไม่ได้ล่ะ..?"

ฉันลุกขึ้นนั่ง พยายามทำให้สมองกลับมาตื่นตัวอีกครั้งหนึ่ง

"เธอทำอะไรน่ะ..?" ฉันถาม..

"ใส่ยาลงในเครื่องดื่มของฉันใช่ไหม..?"

"ตอนที่เธออยู่ในห้องน้ำยังไงล่ะ" เธอพยักหน้า..

"ฉันใช้มันกับลูกค้าอยู่เรื่อยแหละ"

"ลูกค้า..? นี่เธอขายตัวด้วย..?"

"เฮ้..!" เธอยักไหล่..

"ผู้หญิงก็ต้องกินต้องใช้นะยะ"

"นี่เบ็คกี้รู้เรื่องนี้หรือเปล่า..?"

"พูดเล่นหรือไงยะ..?" เธอยิ้มเยาะ..

"ยายนั่นมันจะไปรู้เรื่องอะไร มหัศจรรย์ไหมล่ะฮึ..? ว่าผู้ชายมาตก

** ชื่อของคู่หูนักแสดงตลก ผู้มีชื่อเสียงในราว 70 ปีก่อน*

หลุมรักผู้หญิงโง่ๆอย่างนั้นได้ยังไง..? แค่เบ็คกี้ยิ้มหงอยๆพวกเขาก็รักกันแล้ว ฉันละไม่เข้าใจจริงๆ.. ฉันออกจะฉลาดกว่าแถมสวยกว่าอีกต่างหาก แต่พวกเขากลับไม่เคยมีใครเลือกฉันเลย"

"บางทีอาจเป็นเพราะพวกเขาเห็นว่าแกมันบ้ามั้ง.."

หูย..! อยากจะพูดออกไปแบบนั้นจริงๆ

"ถึงตอนนี้.. ฉันก็ไม่สนอีกแล้ว เพราะทุกคนที่เบ็คกี้ควงต่างก็เป็นไอ้ขี้แพ้กันทั้งนั้น แต่ไทเลอร์สิ.. เขาเป็นอะไรที่แตกต่าง ครั้งแรกที่เห็นเขาฉันก็รู้เลยว่าชาตินี้ต้องมีเขาให้ได้..แต่ในสายตาเขาก็มีแต่เบ็คกี้มาโดยตลอด ชีวิตก็มักจะไม่ยุติธรรมแบบนี้แหละ ว่าไหม..?"

อันนี้ต้องยอมรับด้วยจริงๆ..

"ฉะนั้น เธอก็เลยหาวิธีที่จะกำจัดเบ็คกี้ให้พ้นทาง โดยการสร้างสถานการณ์ให้หล่อนถูกจับ"

"ฉันฉลาดใช่ไหมล่ะ..? ฆ่าใครสักคนที่ฉันไม่รู้จัก วิธีนี้ตำรวจก็จะไม่มีทางสงสัยฉันไปได้"

ดูเธอจะภาคภูมิใจในตัวเองจริงๆ หลงตัวเองเอามากๆ.. ขอบอก..

"ฉันซื้อปืนมากระบอกหนึ่งจากนั้นก็ล่อให้เฟรนช์ชี่ไปที่ห้างแล้วแกล้งปลอมเป็นคนจากบริษัทสัญญาณเตือนภัย ฉันบอกยายนั่นว่าเราไม่ได้รู้จักกันเป็นการส่วนตัวหรอกนะ แต่ฉันก็กำลังจะเป่าสมองของเธอ แต่พอฉันลั่นไก ปรากฏว่าไม่มีอะไรเกิดขึ้น เชื่อไหมนั่น..? ไอ้พ่อค้ายามันขายปืนให้ฉัน แต่ไม่ยักกะบอกด้วยว่าในปืนน่ะไม่มีลูก.. น่าผิดหวังจริงๆ.. ว่าไหม..?"

ฮื่อ..! พ่อค้ายาพวกนี้มันห่วยแตกจริงๆด้วย เชื่อใจไม่ได้เลย..

"ในนาทีที่เฟรนช์ชี่รู้ว่าปืนไม่มีลูก เธอก็เลยสู้จนเกือบจะหนีไปได้แต่แล้วก็ลื่นล้มลงบนพื้น ฉันเข้าตะครุบไว้ได้จากทางด้านหลัง พอเห็นรองเท้าที่เธอใส่ก็เลยคิดว่าน่าจะใช้เป็นอาวุธได้ และเดาสิว่าไง.. ฉันคิดถูกไงล่ะ"

ยิ้มอย่างสบายใจอีกแล้วผู้หญิงคนนี้..

"และหลังจากที่เธอฆ่าเฟรนช์ชี่แล้ว เธอก็เอาตุ้มหูของเบ็คกี้ยัดใส่ไว้ในมือศพ" ฉันต่อเรื่องให้

"เบ็คกี้ทำตุ้มหูโง่ๆนั่นหลุดอยู่เรื่อยแหละ คืนนั้น เธอก็ทำมันหล่นในอพาร์ตเม้นท์ พอเธอเผลอฉันก็หยิบมา แล้วพอเธอเข้านอน ฉันก็ขับรถเธอมาที่หาเฟรนช์ชี่ที่ห้าง"

ดังนั้น พ่อหนุ่มนักดนตรีที่อยู่ตึกข้างๆจึงเห็นรถของเบ็คกี้ในช่วงเวลาฆาตกรรมจริงๆ

"ฉันดูเฟรนช์ชี่ปลดสัญญาณเตือนภัยแล้วก็แอบจำรหัสไว้ ฉันถึงพาเราเข้ามาที่นี่ในคืนนี้ได้อย่างไรล่ะ ฉลาดใช่ม๊า..? เดี๋ยวพอพวกเขามาเจอศพเธอ เขาก็ต้องคิดว่านี่เป็นเรื่องของคนใน เพราะมีแต่คนที่ทำงานที่นี่เท่านั้นที่จะรู้วิธีปลดสัญญาณเตือนภัย แล้วพอเขาเจอของพวกนี้อยู่บนศพเธอ.." นีน่ากล่าว พลางหยิบเอาถุงพลาสติกออกมาจากกระเป๋าสตางค์

"เขาก็จะต้องคิดว่าเป็นฝีมือของเบ็คกี้" เธอโยนถุงพลาสติกนั้นมาให้ฉัน ภายในถุงบรรจุไว้ด้วยเส้นผมสีส้มสดใส

"ฉันดึงออกมาจากแปรงๆผมของเบ็คกี้ไงล่ะ เดี๋ยวก็จะเอาออกมาโปรยไว้บนร่างเธอ แต่ถ้าคราวนี้เธอยังดิ้นหลุด และไม่ถูกจับอีกละก็ ฉันนี่แหละที่จะเป็นคนยิงเธอด้วยตัวของฉันเอง.. ถึงเวลาเอ่ยคำร่ำลาแล้วจาอีน.. และคราวนี้.. ปืนก็บรรจุกระสุนแล้วด้วย"

เธอยกปืนขึ้นเล็งมาที่ฉัน.. โอ..! พระเจ้า.. จริงๆด้วย.. นี่คงเป็นการเคลื่อนไหวครั้งสุดท้ายของฉันบนโลกใบนี้แล้วและภาพสุดท้ายที่ฉันมีโอกาสได้เห็นก็คือกางเกงในจี - สติงหรือนี่..? ฉันต้องทำอะไรสักอย่าง.. อะไรก็ได้ที่จะทำให้เธอยอมวางปืนลง

"เธอรู้ตัวหรือเปล่าว่ากำลังถูกอัดเทปอยู่..?"

"อะไรนะ..?"

นับเป็นครั้งแรกตั้งแต่เริ่มเรื่องมาเลยทีเดียว ที่ฉันเห็นเธอทำท่าไม่

มั่นใจในตัวเอง

"หลังจากที่เฟรนช์ชี่ถูกฆ่า" ฉันกล่าว..

"เกรซก็ติดตั้งโทรทัศน์วงจรปิด.. อยู่ตรงนี้เลย"

ฉันชี้มั่ว ๆไปที่กำแพงตรงที่อยู่ไกลสุด แน่นอนว่ามันไม่มีกล้องอะไรนั่นหรอก แต่นีน่าก็ไม่ได้มารู้ด้วยนี่นา และในนาทีที่เธอหมุนตัวไปมาเพื่อเหลียวดูรอบ ๆบริเวณนั้น ฉันก็คว้าแขนหุ่นเบสซี่ที่วางอยู่ข้าง ๆ แล้วหวดขาเธอสุดแรงเกิด พอเธอคะมำไปข้างหน้า ฉันก็หวดซ้ำลงไปอีกครั้งที่แขนจนปืนกระเด็นหลุดมือไถลข้ามห้องไปไกล เราทั้งสองต่างตะเกียกตะกายกันไปคว้าปืนกระบอกนั้น และในเสี้ยวนาทีอันน่าพอใจ เมื่อ 'กรรม' นั้นขายาวและก้าวตามมาจนทัน ฉันก็ได้เห็นนีน่าสะดุดรองเท้าส้นกริชของตนเองจนไถลร่วงไปนอนกางแขนกางขาอยู่บนพื้นห้อง.. เหมือนอย่างที่เฟรนช์ชี่โดนก่อนถูกนีน่าตามมาตะครุบตัวไว้แล้วจ้วงแทงเธอที่ลำคอไม่มีผิด

ฉันคว้าปืนไว้ได้.. ถึงตอนนี้ก็เป็นนีน่าบ้างแล้วที่ต้องเป็นฝ่ายนอนเหยียดยาวอยู่บนพื้น สายตาจับจ้องอยู่ที่ปากกระบอกปืนจนตาไม่กระพริบ

"ฉันแน่ใจว่าตำรวจต้องสนใจในเรื่องที่เราคุยกันแน่ ๆ" ฉันกล่าว

"เอาเลย..!" เธอโต้..

"บอกตำรวจไปเลย มันก็แค่คำพูดที่เธอปรักปรำฉัน แล้วเธอก็ไม่มีข้อพิสูจน์ว่าฉันเป็นคนฆ่าเฟรนช์ชี่"

"อ๋อ..! มีสิ.. จาอีนเขามีแน่นอน"

เราทั้งสองหันขวับไปในทันที.. และได้เห็นแม็กไซน์ยืนอยู่ที่ประตู

"หวัดดี จาอีน.." เธอยิ้มอาย ๆ..

"ฉันอยู่แก้งานบัญชีจนดึกน่ะ"

ขอบคุณสวรรค์..! ที่ประทานพวกบ้างานมาบนพื้นพิภพนี้..!

"ฉันได้ยินทุกอย่าง" แม็กไซน์กล่าว

"เยี่ยมเลย" ฉันพูด..

"งั้นช่วยโทร.แจ้งตำรวจให้ทีเถอะ"

"ฉันโทร.เรียบร้อยแล้วจ้ะ"

นี่ถ้าว่ากันตามคิวแบบในหนังแล้วละก็ ลำดับต่อไปต้องเป็นเสียงไซเรนรถหวอดังใกล้เข้ามาแน่ๆ.. ฉันเหลือบตาลงมองนีน่า ที่ตอนนี้ดวงตาเบิกกว้างด้วยความกลัว

"คนอ้วนตายเร็วไม่ใช่เหรอ..?" ฉันสะกิด..

"แต่ฉันว่าคนสร้างกรรมตายเร็วกว่านะ.."

จากนั้น ฉันก็หยิบเสื้อชั้นในของนีน่าที่ตกอยู่ระหว่างการต่อสู้อันชุลมุนนั้นขึ้นมา

"เอ้า..! ใส่เสียสิ.." ฉันโยนไปให้..

"เดี๋ยวก็เป็นหวัดหรอก"

บทส่งท้าย

คุณคงจะมีความสุขถ้าได้รู้ว่าเบ็คกี้กลับมามีสติรู้คิดเหมือนเดิม และเลิกรากับไทเลอร์ไปในที่สุด เธอลาออกจากงานที่ห้างแพสชั่นส์ แล้วย้ายไปอยู่แถบเฮอร์โมซ่า บีช ที่ซึ่งตอนนี้ทำงานเป็นดีไซเนอร์ออกแบบชุดว่ายน้ำให้แก่ร้านขายอุปกรณ์กีฬาทางน้ำที่นั่น ผลงานของเธอล้วนเป็นชุดว่ายน้ำที่มีสีสันสว่างสดใสละลานตาไปด้วยลายดอกเดซี่ ที่ปักติดอยู่ตรง 'จุดยุทธศาสตร์' ซึ่งเธอเรียกมันว่า..

'เบ็คกินีส์' *(ย่อมาจาก เบ็คกี้ + บิกินี)*

ไม่ต้องพูดอะไรอีกแล้ว.. เธอโบกมือลาการมีเพื่อนร่วมห้องไปตลอดชีวิต..

สิ่งที่เกิดขึ้นจากคดีฆาตกรรมของเฟรนช์ชี่ก็คือ.. ห้างแพสชั่นส์กลายเป็นแหล่งดึงดูดนักท่องเที่ยว ส่วนเกรซก็ยังคงเป็นผู้ท้าทายกฎแห่ง

แรงโน้มถ่วงของโลกและดูสาวพริ้งตลอดกาล

แม็กไซน์ยังคงทำงานบัญชี เสร็จแล้วก็กลับบ้านไปอยู่กับสปาร์คเกิ้ลส์ และสปาร์คเกิ้ลส์ จูเนียร์ ซึ่งเป็นแมวตัวใหม่

ส่วนอแมนด้า ทัคเคอร์ ก็ยังคงฟุ้งซ่านและง่วนอยู่กับการเอาแต่คอยฉีดโบท็อกซ์ให้เต่งตึง จนแทบขยับเขยื้อนกล้ามเนื้อทำท่าอ้าปากตาค้างตกตะลึงไปกับสภาพเศรษฐกิจที่ตกต่ำของเมืองไทยไม่ไหว

เมื่อไม่นานมานี้.. ฉันก็เพิ่งไปเดินชนเข้ากับเกรซและอแมนด้าที่ห้างบลูมมิ่งเดลส์โดยบังเอิญ (ซึ่งเป็นห้างที่ทั้งสองได้เคยทำงานร่วมกันที่เคาน์เตอร์ชาแนลนั่นเอง) และในที่สุด พวกเขาก็สารภาพว่าอยู่ที่แพสชั่นส์ในคืนเกิดเหตุจริง ๆ ซึ่งก็เหมือนกับแม็กไซน์ที่พวกเขาต่างกลับไปที่นั่นเพื่อเอาสมุดบัญชี แต่แล้วทุกคนก็ตื่นกลัวที่ได้เห็นศพถูกแทงคอ จึงทำไม่รู้ไม่ชี้

ข่าวดีเกี่ยวกับเคท การ์เร็ตต์ อาจารย์สอนการเขียนที่มหาวิทยาลัย ยู.ซี.แอล.เอ. ก็คือ เธอขายนิยายให้กับสำนักพิมพ์ไปได้อีกเล่ม เป็นเรื่องเกี่ยวกับสตรีวัยกลางคนที่มีความสัมพันธ์ลึกซึ้งกับนักศึกษาวิชาการเขียนผู้ไร้ศีลธรรม บางสิ่งบางอย่างบอกกับฉันว่า.. งานนี้.. ถ่านไฟเก่าไม่มีวันคุแน่

และเมื่อพูดถึงนักศึกษาวิชาการเขียนผู้ไร้ศีลธรรม.. ล่าสุด.. ฉันได้ยินว่าไทเลอร์กำลังเขียนสคริปต์บทภาพยนตร์ และกำลังควงคู่อยู่กับเอเยนต์ขายงานภาพยนตร์ของบริษัท ไอ.ซี.เอ็ม.

เชื่อหรือไม่..? คานดิยังคงคบหาอยู่กับแอนตั้นนักแสดงสุดหล่อ ฉันเดาว่าต่อแต่นี้ คุณคงไม่กล้าสบประมาทสเน่ห์อันน่าเย้ายวนของผู้ชายที่มีซ้อสฟัดจ์ร้อน ๆ ฉ่ำเยิ้มอยู่ในรูหูเป็นแน่

ส่วนตัวฉัน.. ก็กลับมาอยู่ในโลกของเสื้อยืดคอกลมกางเกงเอวยางยืดเหมือนเดิม และไม่ใส่อะไรแบบอื่นอีกเลย แม้ว่ามันจะทำให้ฉันดูผอมลงไปตั้งสิบปอนด์ก็ตาม และนี่คือเหตุผลที่ฉันต้องเริ่มลดน้ำหนักอย่างจริงจัง

เลิกกินแป้งหันมากินอาหารไขมันต่ำและโปรตีนสูงแทน แล้วนี่คุณจะไม่ภูมิใจในตัวฉันบ้างเลยหรือไง..?

พวกคนที่ร้านซักแห้งทิป ท้อป ก็ไล่ตัวแทนจากบริษัทโฆษณาออกไป แล้วหันกลับมาเอาใจและขอร้องให้ฉันกลับไปทำงานให้อีกครั้ง โอ.เค..! ฉันก็เข้าไปประจบพวกเขาจริงๆนั่นแหละ และอย่างน้อย.. ก็ได้พวกเขาก็กลับมา และนอกจากนี้ ตอนนี้ฉันก็กำลังยุ่งเรื่องงานคิดสโลแกนให้กับร้านเช่าวิดีโอบล็อกบัสเตอร์ ทำนอง..

'เช่าวันนี้.. ฟรีค่าจัดส่ง..' และ.. *'เราคือผู้เชี่ยวชาญงานหนัง'*

และคุณต้องเดาไม่ถูกแน่ว่าเมื่อวันก่อนฉันได้ข่าวใครมา.. แดร์เรลล์ไง.. พ่อหนุ่มเรือยอร์ชสายฟ้าแลบ.. เขาทดลองออกเดทกับสาวๆจนครบทั้งสิบเจ็ดคน และตอนนี้ก็พร้อมที่จะกลับมาให้โอกาสฉันอีกครั้ง ฉันเลยโกหกไปนิดหน่อย บอกว่าตอนนี้มีแฟนแล้ว และกำลังจะย้ายไปอยู่รัฐอื่น แถมยังเพิ่งจะมารู้ตัวว่าเป็นพวกผู้หญิงที่รักการ 'เล่นดนตรีไทย' อีกด้วย และที่ฉันสามารถวางหูโทรศัพท์จากเขาได้ก็เพราะบอกไปว่า รู้สึกเหมือนอาการลมชักกำลังจะกำเริบ

อ้อ..! ฉันมีทั้งข่าวดีและข่าวร้ายเกี่ยวกับสูทพราด้าชุดนั้น ข่าวดีก็คือร้านซักแห้งสามารถกำจัดคราบไวน์ออกไปได้ ส่วนข่าวร้ายก็คือ เขาดันทำกระดุมหลุดหายไปเม็ดหนึ่ง

และนี่แหละคือเหตุผลที่ว่าทำไมฉันจึงต้องรีบกลับมาตั้งหน้าตั้งตาทำงาน เพื่อให้มีรายได้เข้ามาอย่างด่วนจี๋ที่สุด อ้อ..! แต่ต้องหลังจากที่ฉันให้อาหารคุณนายโพรแซ็ค กับหม่ำโดนัทให้สบายพุงไปสักชิ้นหนึ่งก่อนนะ

สารภาพก็ได้.. ฉันโกหกเรื่องลดความอ้วนล่ะ..

ฮ่า..! ฮ่า..!

คิดกันเล่นๆ

ถ้าท่านผู้อ่านเป็น จาอีน ออสเตน
ท่านจะคิดสโลแกนโฆษณา
ห้างแพลสเช่นส์ ว่าอย่างไร...?